മാ നിഷാദ

അരുത് കാട്ടാളാ...

Nadakkavu, Kozhikode, Kerala, 673011
www.insightpublica.com
e-mail: insightpublica@gmail.com
Title:
Maa nishadha... Aruth kaattaala
(Malayalam)
Author: **Umar Moozhikkal**
First Edition: September 2024
Copyright © Reserved
All rights reserved.
Printed and Published by
InsightinPublica Printers & Publishers Pvt. Ltd.
ISBN 978-93-5517-802-2
₹280

മാ നിഷാദ

അരുത് കാട്ടാളാ...

ഉമ്മർ മൂഴിക്കൽ

മൂഴിക്കൽ മൂസഹാജി- ഉമ്മാത്തുക്കുട്ടി ഹജ്ജുമ്മ ദമ്പതികളുടെ മൂന്നാമത്തെ പുത്രനായി 1960 കളുടെ ആദ്യപാദത്തിൽ മലപ്പുറം ജില്ലയിലെ പൂക്കോട്ടൂരിൽ ജനനം.

ജന്മനാട്ടിൽ തന്നെയായിരുന്ന സ്കൂൾ വിദ്യാഭ്യാസം. മലപ്പുറം ഗവ: കോളേജ്, മമ്പാട് എം.ഇ.എസ് കോളേജ്, ബാംഗ്ലൂർ യൂണിവേഴ്സിറ്റി കോളേജ് തുടങ്ങിയ സ്ഥാപനങ്ങളിലായിരുന്ന കലാലയ വിദ്യാഭ്യാസം. ഇംഗ്ലീഷ്, അറബി ലീറ്ററേച്ചറിലും സൈക്കോളജിയിലും ബിരുദാനന്തര ബിരുദങ്ങൾ.

പ്രമുഖ വിദ്യാഭ്യാസ സ്ഥാപനങ്ങളിൽ നിന്നും പബ്ലിക് റിലേഷൻസ്, ജേർണലിസം, ബിസിനസ് മാനേജ്മെന്റ്, ട്രാവൽ & ടൂറിസം, ന്യൂറോ ലിംഗ്വിസ്റ്റിക് പ്രോഗ്രാമിംഗ്-NLP ഡിപ്ലോമകളും കരസ്ഥമാക്കി.

ഇംഗ്ലീഷ് പത്രപ്രവർത്തന മേഖലയിലൂടെ ബാംഗ്ലൂരിലായിരുന്ന കരിയറിന്റെ തുടക്കം. പിന്നീട് കേരളത്തിലെ ഏതാനും ആനുകാലിക പ്രസിദ്ധീകരണങ്ങളുടെ സബ് എഡിറ്റർ, എഡിറ്റർ തസ്തികകളിൽ പ്രവർത്തിച്ചു. നിരവധി ലേഖനങ്ങളും ഫീച്ചറുകളും ഏതാനും ചെറുകഥകളും പ്രസിദ്ധീകരിച്ചിട്ടുണ്ട്. ഏറ്റവും അവസാനമായി പ്രസിദ്ധീകരിച്ച പുസ്തകം: സൈബർസ്പേസിലെ ആലീസ്:പ്രതീക്ഷകൾ•പ്രതിസന്ധികൾ•പരിഹാര മാർഗങ്ങൾ. ഇപ്പോൾ ദൃശ്യമാധ്യമ രംഗത്തും സജ്ജീവമാണ്.

സിവിൽ സർവീസ് (ഫൗണ്ടേഷൻ) പരിശീലന രംഗത്തും ലൈഫ് സ്കിൽസ്-സോഫ്റ്റ്സ്കിൽസ്കോച്ചിംഗ് മേഖലയിലും നിരവധി വർഷത്തെ പ്രവർത്തന പരിചയം.

ഇഷ്ട വിഷയങ്ങൾ: Psychology, Anthropology, Political Science, Psephology, Parapsychology.

ജീവിത പങ്കാളി: ബദറുനിഷ ഉമ്മർ

മക്കൾ: ആഷിഖ്, മെഹബൂബ്, മഹ്ഷഖ്

വിലാസം: മൂഴിക്കൽ, പൂക്കോട്ടൂർ (P.O), മലപ്പുറം ജില്ല.

Mob: 999 50 74 700

e-mail: indigompm@gmail.com

ഉമ്മർ മൂഴിക്കൽ

ഉള്ളടക്കം

ജനാധിപത്യ- മതനിരപേക്ഷ ഇന്ത്യയുടെ വീണ്ടെടുപ്പിന്

ചരിത്രത്തിന്റെയും സംസ്കാരത്തിന്റെയും പാരമ്പര്യത്തിന്റെയും വർണ്ണനൂലുകൾ കൊണ്ട് നെയ്തെടുത്തതാണ്, ഇന്ത്യയെന്ന വൈവിധ്യങ്ങളുടെയും വൈരുദ്ധ്യങ്ങളുടെയും പട്ടുപരവതാനി.

വടക്ക്, ഹിമാലയത്തിലെ മഞ്ഞുമൂടിയ കൊടുമുടികൾ മുതൽ തെക്ക്, സൂര്യകിരണങ്ങൾ മുത്തമിടുന്ന ഇന്ത്യൻ മഹാസമുദ്രത്തിന്റെ തീരപ്രദേശങ്ങൾ വരെ, നമ്മുടെ രാജ്യത്തിന്റെ ഭൂപ്രകൃതി വിവിധ പ്രദേശങ്ങളിൽ അധിവസിക്കുന്ന വ്യത്യസ്ത വിഭാഗത്തിൽപ്പെട്ട ആളുകളെപ്പോലെ തന്നെ വൈവിധ്യപൂർണ്ണമാണ്.

ഈ വൈവിധ്യത്തിന്റെ ഹൃദയഭാഗത്ത് ഭാഷകൾ, മതങ്ങൾ, ആചാരങ്ങൾ എന്നിവ പരസ്പരം ഈഴപിരിയാതെ ഒന്നിച്ച ചേർന്നു കിടക്കുന്നു. സിന്ധു നദിയുടെ തീരത്ത് തഴച്ചവളർന്ന പുരാതന സംസ്കാരത്തിൽ ഈ വൈവിധ്യത്തിന്റെ വേരുകൾ കണ്ടെത്താനാകും.

തുടർന്നുള്ള സഹസ്രാബ്ദങ്ങളിൽ, ഇന്ത്യൻ ഉപഭൂഖണ്ഡത്തിലുടനീളം ആഞ്ഞടിച്ച കൊണ്ടിരുന്ന കുടിയേറ്റത്തിന്റെയും വ്യാപാരത്തിന്റെയും അധിനിവേശത്തിന്റെയും തിരമാലകൾ അതിന്റെ സംസ്കാരത്തിലും സമൂഹത്തിലും മായാത്ത അടയാളങ്ങൾ അവശേഷിപ്പിച്ചു.

സംസ്കൃത ഭാഷയും വേദങ്ങളും കൊണ്ടുവന്ന ആര്യൻ അധിനിവേശക്കാർ മുതൽ പേർഷ്യൻ വാസ്തുവിദ്യയും പാചകരീതിയും അവതരിപ്പിച്ച മുഗൾ ചക്രവർത്തിമാർ വരെയുള്ള ഇന്ത്യയുടെ നാൾവഴികൾ സാംസ്കാരിക വിനിമയത്തിന്റെ കൂടി ചരിത്രമാണ്.

ഹിന്ദുമതം, ബുദ്ധമതം, ജൈനമതം, സിഖ്മതം, ഇസ്ലാംമതം, ക്രിസ്തുമതം, തുടങ്ങി എണ്ണമറ്റ മതവിശ്വാസങ്ങൾ ഒന്നിച്ച വാഴുന്ന മതപരമായ ബഹുസ്വരത, വളരെക്കാലമായി ഇന്ത്യൻ സമൂഹത്തിന്റെ മുഖമുദ്രയാണ്. സഹിഷ്ണുതയുടെയും സ്വീകാര്യതയുടെയും ഈ മനോഭാവം വിഭജനത്തേക്കാൾ, ശക്തിയുടെ ഉറവിടമായി വൈവിധ്യത്തെ ഉൾക്കൊള്ളാൻ ഇന്ത്യക്കാരെ പ്രേരിപ്പിച്ചു.

മതപരമായ വൈവിധ്യത്തിന് പുറമേ, രാജ്യത്തുടനീളം 1,600-ലധികം ഭാഷകളുടെയും പ്രാദേശിക ഭാഷകളുടെയും ആവാസകേന്ദ്രമാണ് ഇന്ത്യ. തെക്ക് ദ്രാവിഡ ഭാഷകൾ മുതൽ, വടക്ക് ഇൻഡോ-യൂറോപ്യൻ

ഭാഷകൾ വരെ, ഓരോ ഭാഷാ സമൂഹങ്ങളും ഇന്ത്യൻ സംസ്കാരത്തിന് അവരവരുടെതായ വിലപ്പെട്ട സംഭാവനകൾ നൽകിയിട്ടുണ്ട്.

സാംസ്കാരികവും ഭാഷാപരവുമായ വൈവിധ്യങ്ങൾക്കപ്പുറം, ആചാര ങ്ങൾ, പാരമ്പര്യങ്ങൾ, ഉത്സവങ്ങൾ എന്നിവയുടെ വർണ്ണാഭമായ ചിത്ര പ്പണികളാലും സമ്പന്നമാണ് കാലം നെയ്തെടുത്ത ഇന്ത്യ ചരിത്രത്തിന്റെ പട്ടു പരവതാനി. ദീപാവലിയുടെയും ഹോളിയുടെയും വർണ്ണാഭമായ ആഘോഷങ്ങളായാലും, ഈദ്, ക്രിസ്മസ് എന്നിവയുടെ പ്രാർത്ഥനാ നിർഭരമായ ചടങ്ങുകളയാലും നമ്മുടെ ഉത്സവങ്ങളും ആഘോഷങ്ങളും ബഹുസ്വര ധാർമ്മികതയുടെ പ്രതിഫലനമാണ്.

എന്നാൽ, മുകളിൽ പറഞ്ഞ ചരിത്ര വസ്തുതകളെ തിരസ്കരിച്ചുകൊണ്ട്, ജനാധിപത്യവും മതനിരപേക്ഷതയും സമത്വ ഭാവനകളും നെഞ്ചോട് ചേർത്തു പിടിച്ചിരുന്ന ഇന്ത്യയിൽ ഇക്കഴിഞ്ഞ ഒരു ദശാബ്ദ കാലമായി കാര്യങ്ങളെല്ലാം കീഴ് മേൽ മറിഞ്ഞിരിക്കുകയാണ്!

അതിദാരുണമായ രീതിയിൽ കാര്യങ്ങളെല്ലാം തകർന്നടിയുക യാണ്. നമ്മുടെ മതേതര, ബഹുസ്വര, ജനാധിപത്യ സ്വപ്നങ്ങളുടെ നാടകീയമായ പൊളിച്ചടുക്കലാണ് ഇക്കഴിഞ്ഞ ഒരു ദശാബ്ദ കാലമായി നമ്മുടെ രാജ്യത്ത് നാം കണ്ടുകൊണ്ടിരിക്കുന്നത്.

വൈവിധ്യങ്ങളെയും വൈരുദ്ധ്യങ്ങളെയും ഇരു കൈകളും നീട്ടി സ്വീകരിച്ചിരുന്ന ഒരു ബഹുസ്വര സമൂഹത്തിൽ, വെറുപ്പിന്റെയും വിദ്വേ ഷത്തിന്റെയും മലീമസമായ അന്തരീക്ഷം സൃഷ്ടിക്കപ്പെട്ടത് എങ്ങനെ യാണെന്ന സമഗ്ര അന്വേഷണത്തിൽ നിന്നാണ് ഈ പുസ്തകം പിറവി കൊള്ളുന്നത്.

ഇന്ത്യ - പാകിസ്ഥാൻ വിഭജനത്തിന്റെ പശ്ചാത്തലത്തിൽ നടന്ന ഭീകരമായ വർഗീയ കലാപങ്ങളുടെ ചോരപ്പുഴകൾ നീന്തിക്കടന്ന്, മതനി രപേക്ഷതയിലേക്കും ബഹുസ്വരതയിലേക്കും തിരിച്ച വന്നതിനുശേഷം, ഇന്ത്യൻ ജനാധിപത്യം, ഏറ്റവും വലിയ പ്രതിസന്ധിയെ അഭിമുഖീകരി ക്കുന്ന കാലഘട്ടമാണിത്. ജനാധിപത്യത്തിന് മേൽ ഏകാധിപത്യം എന്ന രൂപത്തിലേക്ക് ഫാഷിസം കടന്ന കയറിയിരിക്കുകയാണ്!

നമ്മൾ, ഇപ്പോൾ തന്നെ ശക്തമായ ചെറുത്തുനിൽപ്പ് നടത്തിയി ല്ലെങ്കിൽ, നാഴികക്ക് 40 വട്ടവും നാം അഭിമാനപൂർവ്വം കൊട്ടി ഘോഷി ക്കാറുള്ള നമ്മുടെ ബഹുസ്വരതയും, സാംസ്കാരിക വൈവിധ്യങ്ങളും, സർവ്വമത പാരമ്പര്യവുമെല്ലാം എന്നന്നേക്കുമായി നാമാവശേഷമാക നത് സമീപഭാവിയിൽ തന്നെ, വിരലും കടിച്ച് നോക്കിയിരിക്കേണ്ട ഗതികേടായിരിക്കും നമുക്ക് വന്നുചേരുന്നത്.

ഇന്ത്യൻ അവസ്ഥയിൽനിന്ന് അടിസ്ഥാനപരമായി വ്യത്യസ്തമാണ് കേരളത്തിലെ സാഹചര്യങ്ങളെങ്കിലും, പ്രത്യക്ഷമായി പല സംസ്ഥാന ങ്ങളിലും നടപ്പാക്കികൊണ്ടിരിക്കുന്ന ഹിന്ദുത്വവത്കരണവും ഏകാധിപ ത്യത്തിലേക്കുള്ള വഴികളും പരോക്ഷമായിട്ടാണെങ്കിലും കേരളത്തിലും ഈയടുത്ത കാലത്തായി ശക്തി പ്രാപിച്ചിട്ടുണ്ട്. പക്ഷേ, ഉപരിതല ത്തിൽ അതത്ര പ്രകടമായി കാണുന്നില്ലെങ്കിലും അടിയൊഴുക്കുകൾ ശക്തമാണ്.

ഇന്ത്യ, സ്വതന്ത്ര രാഷ്ട്രമായി പ്രഖ്യാപിച്ച 1947 ഓഗസ്റ്റ് 14-ന് അർദ്ധ രാത്രി നിയുക്ത പ്രധാനമന്ത്രി ജവഹർലാൽ നെഹ്റുവിന്റെ വിഖ്യാത മായ പ്രസംഗത്തിലെ വാചകങ്ങൾ നമുക്കിവിടെ അനുസ്മരിക്കാം: "ഇന്ത്യയുടെ മക്കൾക്കെല്ലാം പാർക്കാൻ ഇടമുള്ള ഒരു മഹാസൗധമായി സ്വതന്ത്ര ഇന്ത്യയെ നമുക്ക് കെട്ടിപ്പടുക്കാനാവണം''

എല്ലാവർക്കും പാർക്കാനിടമുള്ള മഹാസൗധമായി സ്വതന്ത്ര ഇന്ത്യ ഇപ്പോഴും മാറിയിട്ടില്ല. അങ്ങനെ മാറണമെങ്കിൽ ഭരണഘടന മുന്നോട്ട വയ്ക്കുന്ന സ്വാതന്ത്ര്യം, സമത്വം, നീതി, സാഹോദര്യം എന്നീ ആശയങ്ങൾ മാനിക്കുന്ന ഒരു രാഷ്ട്രീയ സാമൂഹിക ക്രമം ഇന്ത്യയിൽ നിലവിൽ വരേ ണ്ടതുണ്ട്.

സൂക്ഷ്മമായി തയാറാക്കിയ പദ്ധതി പ്രകാരം, പടിപടിയായി, ഒരിന്ത്യ- ഒരു പാർട്ടി എന്ന ഏകാധിപത്യത്തിലേക്കാണ് ഫാഷിസ്റ്റുകൾ രാജ്യത്തെ കൊണ്ടേ പാകുന്നത്. നേർത്ത ശബ്ദത്തിലുള്ള പ്രതിഷേധ ങ്ങൾ പോലും ഇല്ലാതാക്കാനുള്ള ശ്രമം നടന്നുകൊണ്ടിരിക്കുന്നു. ജനാ ധിപത്യം എന്ന ആശയം ഇല്ലാതാകുന്ന അവസ്ഥ ഒരു സമൂഹത്തിനും നല്ലതായിരിക്കില്ലെന്ന് ചരിത്രം നമ്മെ ഓർമിപ്പിക്കുന്നുണ്ട്.

തുടർന്നുള്ള പേജുകളിൽ, ഇന്ത്യയുടെ വൈവിധ്യമാർന്ന പൈതൃകം ജനാധിപത്യത്തിലേക്കും ദേശീയതയിലേക്കുമുള്ള അതിന്റെ യാത്രയെ എങ്ങനെ സ്വാധീനിച്ചുവെന്നും നാം പരിശോധനയ്ക്ക് വിധേയമാക്കുക യാണ്. ഭൂതകാലത്തെ പ്രാചീനനാഗരികതകൾ മുതൽ വർത്തമാനകാ ലത്തെ ചലനാത്മകമായ ബഹുസ്വര സംസ്കാരം വരെ, "നാനാത്വത്തിൽ ഏകത്വം" എന്ന മഹത്തായ ഇന്ത്യൻ ആശയം, ലോകത്തിന് പ്രചോദ നത്തിന്റെ ഉറവിടമായിത്തീരട്ടെ.

ഹൃദയംഗമമായ ദൃഢനിശ്ചയത്തോടെ

ഉമ്മർ മൂഴിക്കൽ

PART: I

ഇന്ത്യ എന്ന മഹത്തായ ആശയം:
ചരിത്രപശ്ചാത്തലം

1. നാനാത്വത്തിൽ ഏകത്വം:

   ഇന്ത്യയുടെ സമ്പന്നമായ വൈവിധ്യം

2. ഇന്ത്യ സ്വാതന്ത്ര്യം നേടുന്നു:

   വിഭജനവും വർഗീയ കലാപങ്ങളും

Historical Background of the Great Idea of India

അധ്യായം 1
നാനാത്വത്തിൽ ഏകത്വം:
ഇന്ത്യയുടെ സമ്പന്നമായ വൈവിധ്യം

പുരാതന ഇന്ത്യ:
സാംസ്കാരികവും മതപരവ്വമായ ബഹുസ്വരത

നാട്ടുരാജ്യങ്ങളും സാമ്രാജ്യങ്ങളും:
കീഴടക്കലിന്റെയും നവീകരണത്തിന്റെയും രാജവാഴ്ഴക്കാലം

മതപരമായ ബഹുസ്വരത:
സഹിഷ്ണുതയും സഹവർത്തിത്വവും

ദേശീയ പ്രസ്ഥാനവും മതേതരത്വവും

പുരാതന ഇന്ത്യ:

സാംസ്കാരികവും മതപരവുമായ ബഹുസ്വരത

സംസ്കാരങ്ങളുടെയും മതങ്ങളുടെയും ആശയങ്ങളുടെയും ഒരു സംഗമസ്ഥാനമായിരുന്ന പുരാതന ഇന്ത്യ. ഈ ബഹു സ്വരത നൂറ്റാണ്ടുകളായി യോജിപ്പോടെ നിലനിന്നിരുന്ന ആചാരങ്ങ ളിലും വിശ്വാസങ്ങളിലും പാരമ്പര്യങ്ങളിലും പ്രകടമായിരുന്നു.

അതിന്റെ ബഹുസ്വര പൈതൃകമാണ് ഇന്ത്യൻ ഉപഭൂഖണ്ഡത്തിന്റെ സവിശേഷതയായ സമ്പന്നവും വൈവിധ്യപൂർണ്ണവുമായ സാംസ്കാരിക

രേഖയ്ക്ക് അടിത്തറയിട്ടത്. ഈ ചരിത്രം മനസ്സിലാക്ക നതിലൂടെ, ഇന്ത്യയിലെ സാംസ്കാരികവും മതപര വുമായ ബഹുസ്വരതയുടെ പൈതൃകത്തെക്കുറിച്ചുള്ള വിലപ്പെട്ട ഉൾക്കാഴ്ചകൾ വായനക്കാരിൽ എത്തി ക്കാനാവുമെന്നാണ് എന്റെ വിശ്വാസം.

പുരാതന നാഗരികതക ളിൽ നിന്നാണ്, ഇന്ത്യയുടെ സമ്പന്നമായ വൈവിധ്യ ത്തിന്റെ കഥ ആരംഭിക്ക ന്നത്. അത് സഹസ്രാബ്ദ ങ്ങളായി ഉപഭൂഖണ്ഡത്തെ

രൂപപ്പെടുത്തുന്ന സാംസ്കാരിക വിനിമയത്തിന് അടിത്തറയിട്ടു. ഈ ആദ്യകാല നാഗരികതകളിൽ, ഏറ്റവും പ്രധാനപ്പെട്ടത്, BC 2600-1900

കാലഘട്ടത്തിൽ അഭിവൃദ്ധിപ്പെട്ട സിന്ധുനദീതട സംസ്കാരമാണ്. ഹാരപ്പൻ നാഗരികത എന്നറിയപ്പെടുന്ന സിന്ധുനദീതട സംസ്കാരം ലോകത്തിലെ ഏറ്റവും പുരാതന നഗര സമൂഹങ്ങളിലൊന്നായിരുന്നു, അക്കാലത്ത്, സിന്ധുനദീതടത്തിൽ അധിവസിച്ചിരുന്ന ജനങ്ങൾ മെസൊപ്പൊട്ടേമിയ, ഈജിപ്ത്, മറ്റ് സമകാലിക നാഗരികതകൾ എന്നിവയുമായി വ്യാപാരത്തിൽ ഏർപ്പെട്ടിരുന്നു. ഈ ആദ്യകാല സാംസ്കാരിക വിനിമയം വാണിജ്യ പാതകളുടെ വികസനത്തിന് അടിത്തറയിട്ടു, അത് പിന്നീട് സിൽക്ക് റൂട്ട് എന്നറിയപ്പെട്ടു, ഇത് ഇന്ത്യയെ മധ്യേഷ്യ, ചൈന, മെഡിറ്ററേനിയൻ എന്നിവയുമായി ബന്ധിപ്പിക്കുന്നു. ഈ വ്യാപാര വഴികളിലൂടെ, ആശയങ്ങളും വിശ്വാസങ്ങളും കലാപര മായ സ്വാധീനങ്ങളും സ്വതന്ത്രമായി ഒഴുകിയതോടെ പ്രദേശത്തിന്റെ സാംസ്കാരിക മേഖല സമ്പന്നമായിത്തീർന്നു.

വേദകാലഘട്ടം:

സിന്ധുനദീതട സംസ്കാരത്തിന്റെ തകർച്ചയെ തുടർന്ന്, വേദ കാലഘട്ടം (ഏകദേശം 1500-500 ബിസി) ഇന്തോ-ആര്യന്മാരുടെ വരവ് അടയാളപ്പെടുത്തി. ഈ കാലഘട്ടത്തിൽ രചിക്കപ്പെട്ട വേദങ്ങൾ, പുരാതന വിശുദ്ധ ഗ്രന്ഥങ്ങൾ, വൈദിക സംസ്കാരത്തിനും മതത്തിനും അടിത്തറയിട്ടു. ആചാരാനുഷ്ഠാനങ്ങൾ, സാമൂഹിക തരംതിരിവ്, ധർമ്മം (കർത്തവ്യം) എന്നിവയുടെ ഉദയം കണ്ട കാലഘട്ടം കൂടിയാണിത്.

ഹിന്ദുമതം:

പുരാതന ഇന്ത്യയിലെ ഒരു പ്രധാന മതപാരമ്പര്യമായ ഹിന്ദുമതം വൈദിക മതത്തിൽ നിന്നാണ് പരിണമിച്ചത്. ആചാരങ്ങൾ, ഒന്നില ധികം ദേവതകളുടെ ആരാധന, ദാർശനിക അന്വേഷണങ്ങൾ എന്നി വയൾപ്പെടെ വൈവിധ്യമാർന്ന വിശ്വാസങ്ങളും ആചാരങ്ങളും അതിൽ ഉൾപ്പെടുത്തിയിട്ടുണ്ട്. പിന്നീട് രചിക്കപ്പെട്ട ഉപനിഷത്തുകൾ, ബ്രഹ്മം (സാർവത്രിക ആത്മാവ്), ആത്മൻ (വ്യക്തിഗത ആത്മാവ്) തുടങ്ങിയ മെറ്റാഫിസിക്കൽ ചോദ്യങ്ങളും ആശയങ്ങളും പര്യവേക്ഷണം ചെയ്തു.

ബുദ്ധമതവും ജൈനമതവും:

വൈദിക യാഥാസ്ഥിതികതയ്ക്ക് പകരമായി ഉയർന്നുവന്ന രണ്ട് പ്രധാന മതപാരമ്പര്യങ്ങളായ ബുദ്ധമതത്തിന്റെയും ജൈനമതത്തിന്റെ യും ഉദയവും ഈ കാലഘട്ടത്തിൽ തന്നെയാണ് സംഭവിച്ചത്. ഈ ആത്മീയ പ്രസ്ഥാനങ്ങൾ അഹിംസ, അനുകമ്പ, പ്രബുദ്ധത എന്നിവയ്ക്ക് ഊന്നൽ നൽകുന്നവയായിരുന്നു.

സിദ്ധാർത്ഥ ഗൗതമൻ (ബുദ്ധൻ) സ്ഥാപിച്ച ബുദ്ധമതം, ജ്ഞാനോദയം (നിർവാണം) നേടുന്നതിനുള്ള ഉപാധിയായി നാല് ഉത്തമസത്യങ്ങളും എട്ട് മടങ്ങ് പാതയും ഊന്നിപ്പറയുന്നു. അത് ജാതി വ്യവസ്ഥയെയും ആചാരപരമായ ത്യാഗങ്ങളെയും നിരാകരിച്ച, കൂടുതൽ ധാർമ്മികവും അനുകമ്പയും നിറഞ്ഞ ജീവിതരീതിക്ക് വേണ്ടി വാദിച്ചു.

മഹാവീരൻ സ്ഥാപിച്ച ജൈനമതം അഹിംസ, സത്യം, സന്യാസം എന്നിവയ്ക്ക് ഊന്നൽ നൽകി. ജാതി വ്യവസ്ഥയെയും ആചാരപരമായ ത്യാഗങ്ങളെയും അത് നിരാകരിച്ച, സ്വയം അച്ചടക്കത്തിനും വിമോചന ത്തിലേക്കുള്ള പാതയ്ക്കും (മോക്ഷം) വേണ്ടി അത് വാദിക്കുകയും ചെയ്തു.

സാംസ്ക്കാരിക ബഹുസ്വരത:

സാഹിത്യപരവും കലാപരവുമായ ആവിഷ്കാരങ്ങളുടെ ഒരു കേന്ദ്രം കൂടിയായിരുന്നു പുരാതന ഇന്ത്യ. ഇതിഹാസങ്ങളായ മഹാഭാരതവും രാമായണവും വിവിധ പുരാണങ്ങളും അവയുടെ ആഖ്യാനങ്ങൾ, ധാർമ്മിക പാഠങ്ങൾ, ദൈവശാസ്ത്ര ഉൾക്കാഴ്ചകൾ എന്നിവയാൽ സാംസ്ക്കാരിക ഭൂപ്രകൃതിയെ സമ്പന്നമാക്കി. കാളിദാസന്റെ കൃതികൾ ഉൾപ്പെടെയുള്ള ക്ലാസിക്കൽ സംസ്കൃത സാഹിത്യം ഈ കാലഘട്ട ത്തിൽ അഭിവൃദ്ധി പ്രാപിച്ചു.

വാസ്തുവിദ്യ, ശിൽപം, ചിത്രകല എന്നിവയുൾപ്പെടെയുള്ള കലകളും അഭിവൃദ്ധിപ്പെട്ടു. അജന്തയിലെയും എല്ലോറയിലെയും ഗുഹകൾ, സാഞ്ചിയിലെ സ്തൂപങ്ങൾ, ഖജുരാഹോയിലെ ക്ഷേത്രങ്ങളുടെ സങ്കീർ ണ്ണമായ കൊത്തുപണികൾ എന്നിവ സമ്പന്നവും കലാപരവുമായ പൈതൃകത്തിന്റെ ഉദാഹരണങ്ങളാണ്.

ശാസ്ത്രവും ഗണിതവും:

പുരാതന ഇന്ത്യ ശാസ്ത്രത്തിനും ഗണിതത്തിനും ഗണ്യമായ സംഭാവ നകൾ നൽകി. ആര്യഭടനെയും ബ്രഹ്മഗുപ്തനെയും പോലുള്ള പണ്ഡിത ന്മാർ ജ്യോതിശാസ്ത്രത്തിലും ഗണിതത്തിലും പൂജ്യം, ദശാംശ സമ്പ്രദായം എന്നിവയുൾപ്പെടെ മുന്നേറ്റങ്ങൾ നടത്തി. ഒരു പുരാതന വൈദ്യശാസ്ത്ര ശാഖയായ ആയുർവേദം, സമഗ്രമായ ആരോഗ്യത്തിനും ക്ഷേമത്തിനും ഊന്നൽ നൽകി.

സാമൂഹികവും സാമ്പത്തികവുമായ ബഹുസ്വരത:

മെഡിറ്ററേനിയൻ, മധ്യേഷ്യ, തെക്കുകിഴക്കൻ ഏഷ്യ തുടങ്ങിയ പ്രദേശങ്ങളുമായി ഉൾനാടൻ, സമുദ്ര വ്യാപാരത്തിൽ ഏർപ്പെട്ടിരുന്ന പുരാതന ഇന്ത്യ, വ്യാപാരത്തിന്റെയും വാണിജ്യത്തിന്റെയും ഒരു പ്രധാന

കേന്ദ്രമായിരുന്നു. മൗര്യ, ഗുപ്ത സാമ്രാജ്യങ്ങൾ വിപുലമായ വ്യാപാര ശൃംഖലകൾ സുഗമമാക്കി, സാമ്പത്തിക അഭിവൃദ്ധിയ്ക്കും സാംസ്കാരിക വിനിമയത്തിനും സംഭാവന നൽകി.

നാട്ടുരാജ്യങ്ങളും സാമ്രാജ്യങ്ങളും:
കീഴടക്കലിന്റെയും നവീകരണത്തിന്റെയും രാജവാഴ്ചക്കാലം

പുരാതന ഇന്ത്യൻ ഉപഭൂഖണ്ഡം നാട്ടുരാജ്യങ്ങളുടെയും സാമ്രാജ്യങ്ങ ളുടെയും ഒരു മൂലകമായിരുന്നു, അവയിൽ ഓരോന്നും അവരുടെ ആധി പത്യത്തിലുണ്ടായിരുന്ന പ്രദേശങ്ങളുടെ സാംസ്കാരിക ഭൂപ്രകൃതിയിൽ മായാത്ത മുദ്രകൾ പതിപ്പിച്ചു.

ബി.സി. നാലാം നൂറ്റാണ്ടിൽ ചന്ദ്രഗുപ്ത മൗര്യ സ്ഥാപിച്ച മൗര്യ സാമ്രാജ്യം പുരാതന ഇന്ത്യയിലെ ഏറ്റവും വലുതും ശക്തവുമായ സാമ്രാജ്യങ്ങളിലൊന്നായിരുന്നു. ചന്ദ്രഗുപ്തന്റെയും അദ്ദേഹത്തിന്റെ പേര ക്കുട്ടിയായ അശോകന്റെയും ഭരണത്തിൻ കീഴിൽ, മൗര്യ സാമ്രാജ്യം ഇന്ത്യൻ ഉപഭൂഖണ്ഡത്തിന്റെ ഭൂരിഭാഗവും വ്യാപിപ്പിക്കുകയും വ്യാപാരം, വാണിജ്യം, ബുദ്ധമതത്തിന്റെ വ്യാപനം എന്നിവ പ്രോത്സാഹിപ്പിക്കുക യും ചെയ്തു.

നാലാം നൂറ്റാണ്ട് മുതൽ ആറാം നൂറ്റാണ്ടുവരെ അഭിവൃദ്ധി പ്രാപിച്ച ഗുപ്ത സാമ്രാജ്യം പുരാതന ഇന്ത്യൻ നാഗരികതയുടെ സുവർണ്ണ കാല ഘട്ടമായി കണക്കാക്കപ്പെടുന്നു. ഈ കാലഘട്ടത്തിൽ, കലകളും ശാസ്ത്ര ങ്ങളും തത്ത്വചിന്തയും അഭിവൃദ്ധിപ്പെട്ടു, ഗണിതശാസ്ത്രം, ജ്യോതിശാസ്ത്രം, സാഹിത്യം എന്നിവയിലെ പുരോഗതി, സാംസ്കാരിക നവോത്ഥാന ത്തിന് തുടക്കമിട്ടു.

തെക്ക്, ചോള സാമ്രാജ്യം ഒരു നാവിക ശക്തിയായി ഉയർന്നുവ ന്നു, ഇന്ത്യൻ മഹാസമുദ്രത്തിലെ വ്യാപാര പാതകളിൽ ആധിപത്യം സ്ഥാപിക്കുകയും വിദൂര ദേശങ്ങളുമായി നയതന്ത്ര ബന്ധം സ്ഥാപിക്ക കയും ചെയ്തു. ക്ഷേത്ര വാസ്തുവിദ്യയുടെയും വെങ്കല ശില്പകലയുടെയും ഒരു പാരമ്പര്യം അവശേഷിപ്പിച്ചുകൊണ്ട്, ഭരണപരമായ വൈദഗ്ധ്യം, വാസ്തുവിദ്യാ നേട്ടങ്ങൾ, കലകളുടെ സംരക്ഷണം എന്നിവയ്ക്ക് പേരുകേ ട്ടവരായിരുന്നു ചോളർ.

ഇന്ത്യൻ ഉപഭൂഖണ്ഡത്തിലേക്ക് പേർഷ്യൻ, തുർക്കി, മധ്യേഷ്യൻ സ്വാധീനം കൊണ്ടുവന്ന ഡൽഹി സുൽത്താനേറ്റ്, മുഗൾ സാമ്രാജ്യം തുടങ്ങിയ ഇസ്ലാമിക രാജവംശങ്ങളുടെ ഉദയത്തിനും മധ്യകാലഘട്ടം

മാ നിഷാദ
അത് കാട്ടാളാ..

സാക്ഷ്യം വഹിച്ചു.

പേർഷ്യൻ, ഇന്ത്യൻ, സെൻട്രൽ ഏഷ്യൻ, ഇസ്ലാമിക സ്വാധീ നങ്ങളുടെ ഉജ്ജ്വലമായ മിശ്രിതമായിരുന്ന മുഗൾ സാമ്രാജ്യത്തിന്റെ കോസ്മോപൊളിറ്റൻ കോർട്ട് സംസ്കാരം. വിവിധ പശ്ചാത്ത ലങ്ങളിൽ നിന്നുള്ള കവികളും പണ്ഡിതന്മാരും കലാകാരന്മാരും ഭരണാധികാരികളും ഒത്തുചേരുന്ന ഡൽഹി പോലുള്ള നഗരങ്ങളിലെ സാമ്രാജ്യത്വ കോർട്ടുകൾ സമ്പന്നമായ സാംസ്കാരിക വിനിമയത്തിന് സംഭാവന നൽകി. കല, വാസ്തുവിദ്യ, സാഹിത്യം എന്നിവയെ സംരക്ഷി ച്ചതിലൂടെ, സർഗ്ഗാത്മകതയുടെയും പരിഷ്കരണത്തിന്റെയും അന്തരീക്ഷം വളർത്തിയതിലൂടെ മുഗൾ ചക്രവർത്തിമാർ ഇന്ത്യൻ ചരിത്രത്തിലും സംസ്കാരത്തിലും ശാശ്വതമായ ഒരു പാരമ്പര്യം അവശേഷിപ്പിച്ചു.

മതപരമായ ബഹുസ്വരത:
സഹിഷ്ണുതയും സഹവർത്തിത്വവും

സഹസ്രാബ്ദങ്ങളായി സഹിഷ്ണുതയും സഹവർത്തിത്വവും കാത്തു സൂക്ഷിക്കുന്ന ഇന്ത്യയുടെ സാംസ്കാരിക ധാർമ്മികതയുടെ ഹൃദയഭാ ഗത്താണ് ബഹുസ്വരത. വൈവിധ്യമാർന്ന വിശ്വാസങ്ങളെ ഉൾക്കൊ ള്ളുന്നതും പരസ്പര ബഹുമാനത്തിന്റെയും ധാരണയുടെയും മനോഭാവം വളർത്തിയെടുക്കുന്നതുമായ നിരവധി മതവിശ്വാസങ്ങളുടെ ഒരു സംഗമ ഭൂമിയായിരുന്നു പുരാതന ഭാരതം.

ഇന്ത്യയിലെ മതപരമായ ബഹുസ്വരതയുടെ ആദ്യകാല ആവിഷ്കാര ങ്ങളിലൊന്ന്, "ഏകം സത്, വിപ്രാഹ ബഹുധാ വദന്തി" എന്ന ആശയം പ്രഖ്യാപിക്കുന്ന ഋഗ്വേദം, ഉപനിഷത്തുക്കൾ തുടങ്ങിയ പുരാതന ഹൈന്ദവ ഗ്രന്ഥങ്ങളിലെ ഉദ്ബോധനങ്ങളിൽ കാണാവുന്നതാണ്. ["एकम सत्, विप्रह बहुधा वंदन्ति" എന്ന ഉദ്ധരണി ഹിന്ദുമതത്തിലെ ഏറ്റവും പഴയ വിശുദ്ധ ഗ്രന്ഥങ്ങളിലൊന്നായ ഋഗ്വേദത്തിൽ നിന്നുള്ളതാണ് [ഋഗ്വേദ സംഹിത 1.164.46] ഈ തത്വം അസ്തിത്വത്തിന്റെ അന്തർലീ നമായ ഐക്യത്തെ സ്ഥിരീകരിക്കുന്നതോടൊപ്പം മതപാതകളുടെ വൈവിധ്യത്തെ അംഗീകരിക്കുന്നു.

ഈ വാക്യം ഊന്നിപ്പറയുന്നത് പ്രപഞ്ചത്തിന് അടിവരയിടുന്ന ഒരു ഏക സത്യമോ യാഥാർത്ഥ്യമോ ഉണ്ടെന്നും, എന്നാൽ അത് വ്യത്യസ്ത ആളുകൾക്ക് വ്യത്യസ്ത രീതികളിൽ മനസ്സിലാക്കാനും പ്രകടിപ്പിക്കാനും കഴിയും എന്നുമാണ്. വ്യക്തികൾക്കിടയിലുള്ള വിശ്വാസങ്ങളുടെയും കാഴ്ചപ്പാടുകളുടെയും വ്യാഖ്യാനങ്ങളുടെയും വൈവിധ്യത്തെ ഇത്

അംഗീകരിക്കുന്നു,

പുരാതന ഇന്ത്യയിൽ ഉയർന്നുവന്ന രണ്ട് പ്രധാന മതപാരമ്പര്യ ങ്ങളായ ബുദ്ധമതവും ജൈനമതവും എല്ലാത്തരം ജീവിതങ്ങളെയും ബഹുമാനിക്കുകയും മറ്റുള്ളവരോട് ദയയോട്ടും സഹാനുഭൂതിയോട്ടും കൂടി പെരുമാറുകയും ചെയ്യേണ്ടതിന്റെ പ്രാധാന്യം ഊന്നിപ്പറയുന്നു.

ഇന്ത്യൻ ഉപഭൂഖ ണ്ഡത്തിലെ ഇസ്ലാ മിന്റെ ആവിർഭാവം മതപരമായ ബഹുസ്വര തയ്ക്ക് പുതിയ മാനങ്ങൾ കൊണ്ടുവന്നു, മുസ്ലീം ഭ ര ണാ ധി കാ രി ക ൾ രാജ്യങ്ങൾ സ്ഥാപി ക്കുകയും വിവിധ മത സമൂഹങ്ങൾക്കിടയിൽ സാംസ്കാരിക വിനിമയം നടത്തുകയും ചെയ്തു.

മതാന്തര സംവാദങ്ങൾ പ്രോത്സാഹിപ്പിക്കുന്നതിലും ഹിന്ദു-മുസ്ലീം-സിഖ് പാരമ്പര്യങ്ങളുടെ സമന്വയം വളർത്തുന്നതിലും സൂഫി സന്ന്യാസിമാർ നിർണായക പങ്ക് വഹിച്ചു.

പുരാതന കാലം തൊട്ട് തന്നെ ക്രിസ്തുമതത്തിന്റെ പാരമ്പര്യവും ഇന്ത്യയിൽ ഉണ്ടായിരുന്നു. ക്രിസ്താബ്ദം ഒന്നാം നൂറ്റാണ്ടിൽ സെന്റ് തോമസ് ശ്ലീഹായുടെ വരവോടെ. നൂറ്റാണ്ടുകളായി, ഇന്ത്യൻ ക്രിസ്ത്യാ നികൾ രാജ്യത്തിന്റെ സാംസ്കാരികവും സാമൂഹികവുമായ ഘടനയ്ക്ക് സംഭാവന നൽകുകയും, അവരുടെ വ്യതിരിക്തമായ പാരമ്പര്യങ്ങളും ആചാരങ്ങളും കൊണ്ട് അതിനെ സമ്പന്നമാക്കുകയും ചെയ്തിരുന്നു.

"സർവ ധർമ്മ സമഭാവ" (എല്ലാ മതങ്ങളോട്ടും തുല്യ ബഹുമാനം) എന്ന ആശയം ഇന്ത്യയിലെ ബഹുസ്വര സമൂഹത്തിൽ ഒരു മാർഗ്ഗനിർ ദ്ദേശ തത്ത്വമായി നിലനിൽക്കുമ്പോഴും, ഇന്ത്യയുടെ ചരിത്രം മതസമൂഹ ങ്ങൾ സൗഹാർദ്ദത്തിലും പരസ്പര ബഹുമാനത്തിലും ജീവിച്ചിരുന്നുവെ ന്നതിന്റെ ഉദാഹരണങ്ങളാൽ നിറഞ്ഞിരിക്കുമ്പോഴും, സമകാലിക ഭാരതത്തിൽ മതധ്രുവീകരണവും ജാതീയസംഘർഷങ്ങളും അനുദിനം വർദ്ധിച്ച വരികയാണ് എന്നത് തികച്ചും വിരോധാഭാസമായി തോന്നുന്നു.

മാ നിഷാദ
അത് കാട്ടാളാ..

ദേശീയ പ്രസ്ഥാനവും മതേതരത്വവും

ബ്രിട്ടീഷ് ഭരണത്തിൽ നിന്ന് സ്വാതന്ത്ര്യം നേടുന്നതിന് വേണ്ടി കഠി നാധ്യാനം ചെയ്ത ഇന്ത്യൻ ദേശീയ പ്രസ്ഥാനം, രാജ്യത്തിന്റെ സ്വത്വവും മൂല്യങ്ങളും നിർവചിക്കുന്നതിനുള്ള അഗാധമായ ഒരു യാത്ര കൂടിയായി രുന്നു. വൈവിധ്യമാർന്ന മതപരവും സാംസ്കാരികവുമായ പൈതൃകത്തെ ആദരിക്കുകയും ആഘോഷിക്കുകയും ചെയ്യുന്ന ഒരു ഏകീകൃത ഇന്ത്യ സൃഷ്ടിക്കാൻ ആഗ്രഹിച്ചുകൊണ്ട് ദേശീയ പ്രസ്ഥാനം അതിന്റെ കേന്ദ്ര ബിന്ദുവായി മതനിരപേക്ഷതയെ പ്രതിഷ്ഠിച്ചു.

മഹാത്മാഗാന്ധി, ജവഹർലാൽ നെഹ്റു, മൗലാന അബ്ദുൽ കലാം ആസാദ് ഇടങ്ങിയ പ്രമുഖ നേതാക്കൾ മതേതരത്വത്തിന്റെ ശക്തരായ വക്താക്കളായിരുന്നു. ഗാന്ധിജിയുടെ അഹിംസയുടെ തത്ത്വചിന്തയും മതസൗഹാർദ്ദം പ്രോത്സാഹിപ്പിക്കുന്നതിനുള്ള അദ്ദേഹത്തിന്റെ ശ്രമ ങ്ങളും ദേശീയ പ്രസ്ഥാനത്തിന്റെ മുഖ്യ അജണ്ടയായിരുന്നു. ഇന്ത്യയിലെ വിവിധ മതസമൂഹങ്ങൾ തമ്മിലുള്ള ഐക്യവും പരസ്പര ബഹുമാനവും വഴി മാത്രമേ യഥാർത്ഥ സ്വാതന്ത്ര്യം കൈവരിക്കാൻ കഴിയൂ എന്ന് അദ്ദേഹം വിശ്വസിച്ചു.

ഇന്ത്യയുടെ ആദ്യ പ്രധാനമന്ത്രിയായ ജവഹർലാൽ നെഹ്റു മതേ തരത്വത്തിന്റെ പ്രധാന വക്താവായിരുന്നു. മതവും രാഷ്ട്രീയവും വെവ്വേ റെയുള്ള ഒരു ആധുനിക ഇന്ത്യയാണ് അദ്ദേഹം വിഭാവനം ചെയ്തത്, ഭരണകൂടം എല്ലാ മതങ്ങളെയും തുല്യമായി പരിഗണിക്കുന്നുവെന്ന് ഉറപ്പാക്കി. മതേതരത്വത്തോടുള്ള നെഹ്റുവിന്റെ പ്രതിബദ്ധത, ഇന്ത്യൻ ഭരണഘടനയിൽ പ്രതിഫലിച്ചു, അത് മതസ്വാതന്ത്ര്യത്തിന്റെയും നിയമ ത്തിന് മുന്നിൽ സമത്വത്തിന്റെയും തത്വങ്ങൾ പ്രതിപാദിക്കുന്നു.

പ്രമുഖ സ്വാതന്ത്ര്യ സമര സേനാനിയും പണ്ഡിതനുമായ മൗലാന അബ്ദുൽ കലാം ആസാദും മതനിരപേക്ഷത വളർത്തുന്നതിൽ കാര്യമായ പങ്കുവഹിച്ചു. ഇന്ത്യൻ നാഷണൽ കോൺഗ്രസിലെ ഒരു മുസ്ലീം നേതാവെന്ന നിലയിൽ, ഐക്യത്തിന്റെയും കൂട്ടായ സ്വത്വത്തിന്റെയും പ്രാധാന്യം ഊന്നിപ്പറഞ്ഞുകൊണ്ട് ഹിന്ദുക്കളും മുസ്ലീങ്ങളും തമ്മിലുള്ള വിടവ് നികത്താൻ ആസാദ് ആത്മാർത്ഥ പരിശ്രമം നടത്തി.

മതേതരത്വത്തോടുള്ള ഇന്ത്യൻ ദേശീയ പ്രസ്ഥാനത്തിന്റെ സമർ പ്പണം, മതപരമായ വ്യത്യാസങ്ങൾ മുതലെടുക്കാൻ കുതന്ത്രങ്ങൾ ആവിഷ്കരിച്ച ബ്രിട്ടീഷ് കൊളോണിയൽ ഭരണത്തിന്റെ വിഭജന

നയങ്ങളോടുള്ള പ്രതികരണമായിരുന്നു. അത് ഒരു മതേതര രാഷ്ട്രത്തി നായി വാദിക്കുന്നതിലൂടെ, പ്രസ്ഥാനത്തിന്റെ നേതാക്കൾ ലക്ഷ്യമിട്ടത് മതപരമായ അതിരുകൾക്കപ്പറത്തുള്ള ഒരു ഏകീകൃത ദേശീയ സ്വത്വം കെട്ടിപ്പടുക്കുകയും ജനാധിപത്യപരവും എല്ലാവരെയും ഉൾക്കൊള്ളുന്ന തുമായ ഒരു ഇന്ത്യക്ക് അടിത്തറ പണിയുക എന്നതുമായിരുന്നു.

മാ നിഷാദ

അത് കാട്ടാളാ..

അധ്യായം 2
ഇന്ത്യ സ്വാതന്ത്ര്യം നേടുന്നു:
വിഭജനവും വർഗീയ കലാപങ്ങളും

ദേശീയ പ്രസ്ഥാനങ്ങളുടെ വളർച്ചയും സ്വാതന്ത്ര്യസമര പോരാട്ടങ്ങളും

ഇന്ത്യ സ്വാതന്ത്ര്യത്തിലേക്ക്; ഒപ്പം വിഭജനത്തിലേക്കും

വിഭജനത്തിന്റെ പ്രത്യാഘാതങ്ങൾ
കുടിയേറ്റം | കുടിയിറക്കം | കലാപങ്ങൾ

നെഹ്റുവിന്റെ കരുത്തുറ്റ നേതൃത്വം:
വിഭജനത്തിന്റെ മുറിവുകൾ ഉണങ്ങുന്നു

ദേശീയ പ്രസ്ഥാനങ്ങളുടെ വളർച്ചയും സ്വാതന്ത്ര്യസമര പോരാട്ടങ്ങളും

ബ്രിട്ടീഷ് കൊളോണിയൽ ഭരണത്തിൽ നിന്ന് സ്വാതന്ത്ര്യത്തിലേ ക്കുള്ള രാജ്യത്തിന്റെ യാത്രയിലെ ഒരു സുപ്രധാന വഴിത്തി രിവായിരുന്നു ഇന്ത്യൻ ദേശീയ പ്രസ്ഥാനങ്ങളുടെ ഉദയവും വളർച്ചയും.

1885-ൽ ഇന്ത്യൻ നാഷണൽ കോൺഗ്രസിന്റെ രൂപീകരണം മുതൽ 20-ആം നൂറ്റാണ്ടിന്റെ ഇടക്കത്തിൽ മഹാത്മാഗാന്ധിയുടെ നേതൃത്വം വരെ, ഈ പ്രസ്ഥാനങ്ങൾ അടിച്ചമർത്തലിനെതിരായ ഒരു ഏകീകൃത പോരാട്ടത്തിന് അടിത്തറയിട്ടു.

1947-ൽ ബ്രിട്ടീഷ് ഭരണത്തിൽ നിന്നുള്ള ആത്യന്തികമായ സ്വാ തന്ത്ര്യത്തിന്കൂട്ടായി സംഭാവന നൽകിയ സുപ്രധാന സംഭവങ്ങളും പ്രസ്ഥാനങ്ങളും വ്യക്തിത്വങ്ങളും അടയാളപ്പെടുത്തിയ ദീർഘവും ദുഷ്കരവുമായ ഒരു യാത്രയായിരുന്നു ഇന്ത്യയുടെ സ്വാതന്ത്ര്യസമരം.

ഒന്നാം സ്വാതന്ത്ര്യ സമരം:

ഇന്ത്യയിൽ ബ്രിട്ടീഷ് ഭരണത്തിനെതിരെ 1857-ൽ നടന്ന അക്രമാ സക്തവും രക്തത്യക്ഷിതവുമായ ഒരു കലാപമായിരുന്ന ബ്രിട്ടീഷുകാർ "ശിപായി ലഹള" എന്ന് വിളിക്കപ്പെട്ട ഇന്ത്യയുടെ ഒന്നാം സ്വാതന്ത്ര്യ സമരം. 1857 ലെ സംഭവങ്ങൾ ബ്രിട്ടീഷ് ഭരണത്തിനെതിരായ സ്വാതന്ത്ര്യ സമരത്തിന്റെ ആദ്യത്തെ പൊട്ടിത്തെറിയായി കണക്കാക്കപ്പെടുന്നു.

ബ്രിട്ടീഷ് ഈസ്റ്റ് ഇന്ത്യാ കമ്പനിയുടെ ദുർഭരണത്തിനെതിരായ ജനകീയ മുന്നേറ്റം ആയിരുന്നുവെങ്കിലും, ആത്യന്തികമായി പരാജയപ്പെ ട്ട ഒരു പ്രക്ഷോഭമായിരുന്നു അത്. എന്നാൽ ബ്രിട്ടീഷ് സൈനികരുടെ കൊടുംക്രൂരതകളാൽ അടയാളപ്പെടുത്തപ്പെട്ട ഈ കലാപം, വ്യാപ കമായ ചെറുത്തുനിൽപ്പിന് തുടക്കമിടുകയും ഭാവി പ്രസ്ഥാനങ്ങൾക്ക് കളമൊരുക്കുകയും ചെയ്തു.

കോൺഗ്രസ് രൂപീകരണം:

ഇന്ത്യക്കാർക്ക് അവരുടെ പരാതികളും സ്വയം ഭരണത്തിനായുള്ള അഭിലാഷങ്ങളും പ്രകടിപ്പിക്കാൻ ഒരു വേദിയൊരുക്കുക എന്ന ലക്ഷ്യ ത്തോടെ, 1885-ൽ ഇന്ത്യൻ നാഷണൽ കോൺഗ്രസ് രൂപീകരിച്ചു. തുടക്കത്തിൽ, ബ്രിട്ടീഷ് ഭരണത്തിന്റെ ചട്ടക്കൂടിനുള്ളിൽ സാമൂഹികവും സാമ്പത്തികവുമായ മിതമായ പരിഷ്കാരങ്ങളാണ് കോൺഗ്രസ് ലക്ഷ്യ മിട്ടത്.

തീവ്രവാദ നിലപാടുകൾ:

20-ാം നൂറ്റാണ്ടിന്റെ തുടക്കത്തിൽ, കോൺഗ്രസിനകത്ത് ബാലഗം ഗാധര തിലക്, ബിപിൻ ചന്ദ്രപാൽ, ലാലാ ലജ്പത് റായി തുടങ്ങിയ നേതാക്കളുടെ നേതൃത്വത്തിൽ കൂടുതൽ തീവ്രമായ ഒരു വിഭാഗം രൂപ പ്പെട്ടു.

ബംഗാൾ വിഭജനം:

ബ്രിട്ടീഷ് സർക്കാർ 1905-ൽ ബംഗാൾ വിഭജനം പ്രഖ്യാപിച്ചത്, ഇന്ത്യൻ ദേശീയവാദികളിൽ നിന്ന് വ്യാപകമായ പ്രതിഷേധത്തിനും എതിർപ്പിനും കാരണമായി. ബംഗാളി സംസാരിക്കുന്ന ജനങ്ങളെ ഭിന്നിപ്പിക്കാനും ദേശീയ വികാരത്തെ ദുർബലപ്പെടുത്താനുമുള്ള ശ്രമ മായിട്ടാണ് ഇന്ത്യൻ ദേശീയവാദികൾ ബംഗാൾ വിഭജനത്തെ കണ്ടത്. വിഭജനത്തിനെതിരായ പ്രതിഷേധങ്ങൾ സംഘടിപ്പിക്കുന്നതിൽ

രവീന്ദ്രനാഥ ടാഗോർ, സുരേന്ദ്രനാഥ് ബാനർജി തുടങ്ങിയ നേതാക്കൾ നിർണായക പങ്ക് വഹിച്ചു.

സ്വദേശി പ്രസ്ഥാനം (1905-1908)

ബ്രിട്ടീഷ് ചരക്കുകൾ ബഹിഷ്കരിക്കുന്നതിനും തദ്ദേശീയ ഉൽപ്പന്ന ങ്ങളുടെ പ്രോത്സാഹനത്തിനും വാദിച്ചു കൊണ്ട്, ബംഗാൾ വിഭജന ത്തോടുള്ള പ്രതികരണമായാണ് സ്വദേശി പ്രസ്ഥാനം ഉയർന്നുവന്നത്, ബാലഗംഗാധര തിലക്, ബിപിൻ ചന്ദ്രപാൽ തുടങ്ങിയ നേതാക്കൾ പ്രസ്ഥാനത്തെ നയിച്ചുകൊണ്ട് ഇന്ത്യയിലുടനീളം ബഹുജന പ്രതിഷേ ധങ്ങളും പണിമുടക്കുകളും പ്രകടനങ്ങളും സംഘടിപ്പിച്ചു.

മുസ്ലീം ലീഗ് രൂപീകരണം:

മുസ്ലീം പ്രതിനിധ്യത്തിനായുള്ള ഒരു രാഷ്ട്രീയ ഫോറം എന്ന നിലയിൽ, 1906-ൽ രൂപീകരിക്കപ്പെട്ട ഓൾ ഇന്ത്യ മുസ്ലീം ലീഗ്, പിന്നീട് ഒരു സുപ്രധാന രാഷ്ട്രീയ ശക്തിയായി ഉയർന്ന വരികയായി രുന്നു. തുടക്കത്തിൽ, മുസ്ലിം സമുദായത്തിന്റെ പ്രശ്ന പരിഹാരങ്ങൾക്ക് വേണ്ടി വാദിച്ചിരുന്ന മുസ്ലിംലീഗ്, പിന്നീട് ഇന്ത്യൻ മുസ്ലിങ്ങൾക്ക് ഒരു പ്രത്യേക രാഷ്ട്രം (പാകിസ്ഥാൻ) തന്നെ വേണമെന്ന ആവശ്യത്തിലേക്ക് മാറിയതോടെ രാജ്യത്ത് പ്രക്ഷുബ്ധമായ ഒരു രാഷ്ട്രീയ കാലാവസ്ഥ രൂപം കൊള്ളുകയും അത് ഒരു ബഹുസ്വര സമൂഹത്തിൽ സംഘർഷങ്ങൾക്ക് കാരണമായി തീരുകയും ചെയ്തു.

നിസ്സഹകരണ പ്രസ്ഥാനം (1920-1922)

കൊളോണിയൽ ഭരണത്തെ സ്തംഭിപ്പിക്കാൻ ലക്ഷ്യമിട്ട്, ബ്രിട്ടീഷ് സ്ഥാപനങ്ങളിൽ നിന്ന് ഇന്ത്യക്കാർ പിന്മാറാനും വിദേശ വസ്തുക്കൾ ബഹിഷ്കരിക്കാനും അഹിംസാത്മകമായ പ്രതിഷേധങ്ങളിൽ ഏർപ്പെടാ നും മഹാത്മാഗാന്ധിയുടെ നേതൃത്വത്തിൽ ഇന്ത്യക്കാരോട് ആഹ്വാനം ചെയ്തു. ഇത് ബ്രിട്ടീഷ് സർക്കാർ നൽകിയ പദവികളും ബഹുമതികളും മടക്കി കൊടുക്കുന്നതിലേക്ക് നയിച്ചു.

നിയമ ലംഘന പ്രസ്ഥാനം (1930-1934)

പ്രസിദ്ധമായ ദണ്ഡി ഉപ്പ് മാർച്ചിലൂടെ ചരിത്രത്തിൽ രേഖപ്പെടുത്ത പ്പെട്ട പ്രധാന സംഭവങ്ങളിൽ ഒന്നായിരുന്ന, 1930-ൽ മഹാത്മാഗാന്ധി ആരംഭിച്ച നിയമലംഘന പ്രസ്ഥാനം. നികുതി നിഷേധ പ്രതിഷേധ ങ്ങളും ഉപ്പ് നിയമങ്ങളുടെ ലംഘനവും ഉൾപ്പെടെയുള്ള നിയമലംഘന

പ്രവർത്തനങ്ങളിൽ രാജ്യത്തുടനീളമുള്ള സ്വാതന്ത്ര്യസമര ഭടന്മാർ സജീവമായി പങ്കെടുത്തു.

ക്വിറ്റ് ഇന്ത്യാ പ്രസ്ഥാനം: (1942):

ഇന്ത്യയിൽ ബ്രിട്ടീഷ് കൊളോണിയൽ ഭരണം അവസാനിപ്പിക്കണ മെന്ന് ആവശ്യപ്പെട്ട്, രണ്ടാം ലോകമഹായുദ്ധസമയത്ത് മഹാത്മാഗാ ന്ധിയുടെ നേതൃത്വത്തിൽ ഇന്ത്യൻ നാഷണൽ കോൺഗ്രസ് ആരംഭിച്ച ഓഗസ്റ്റ് മൂവ്മെന്റ് എന്നറിയപ്പെടുന്ന പ്രക്ഷോഭത്തിനാണ് ക്വിറ്റ് ഇന്ത്യാ സമരം എന്ന് പറയപ്പെടുന്നത്. ബ്രിട്ടീഷുകാർ കടുത്ത അടിച്ചമർത്തലി ലൂടെ പ്രതികരിച്ചു, ഗാന്ധി ഉൾപ്പെടെ ആയിരക്കണക്കിന് ഇന്ത്യൻ നേതാക്കളെയും പ്രവർത്തകരെയും അറസ്റ്റ് ചെയ്തു.

വിപ്ലവ നേതാക്കളുടെ സംഭാവനകൾ:

ഇന്ത്യൻ സ്വാതന്ത്ര്യസമര മുന്നേറ്റത്തിൽ വിപ്ലവകാരികളെ നയിച്ച നേതാജി സുഭാഷ് ചന്ദ്രബോസ്, ജപ്പാന്റെ സഹായത്തോടെ ഇന്ത്യൻ നാഷണൽ ആർമി (ഐഎൻഎ) രൂപീകരിച്ച് കൂടുതൽ തീവ്രവാദ സമീപനം സ്വീകരിച്ചു. ബോസിന്റെ ശ്രമങ്ങൾ, സൈനികമായി പരാ ജയപ്പെട്ടെങ്കിലും, നിരവധി ഇന്ത്യക്കാരെ പ്രചോദിപ്പിക്കുകയും ഏത് വിധേനയും സ്വാതന്ത്ര്യം സ്വാതന്ത്ര്യം നേടിയെടുക്കാനുള്ള ദൃഢനിശ്ചയം അരക്കിട്ടുറപ്പിക്കുകയും ചെയ്തു.

ഭഗത് സിംഗ്, ചന്ദ്രശേഖർ ആസാദ് തുടങ്ങിയ യുവ വിപ്ലവകാരി കളും അവരുടെ കൂട്ടാളികളും ബ്രിട്ടീഷ് ഉദ്യോഗസ്ഥർക്കും സൈനിക അടിസ്ഥാന സൗകര്യങ്ങൾക്കും എതിരെ ധീരമായ പോരാട്ടങ്ങൾ നടത്തി.

ഇന്ത്യ സ്വാതന്ത്ര്യത്തിലേക്ക്; ഒപ്പം വിഭജനത്തിലേക്കും

രണ്ടാം ലോകമഹായുദ്ധം അവസാനിച്ചതോടെ ബ്രിട്ടൻ രാഷ്ട്രീയ മായും സാമ്പത്തികമായും ദുർബലമാവുകയും സ്വാതന്ത്ര്യത്തിനായുള്ള ഇന്ത്യൻ ദേശീയവാദികളുടെ നിരന്തര സമ്മർദ്ദങ്ങൾ മുറുകുകയും ചെയ്തതോടെ, ഇന്ത്യയുടെ മേലുള്ള നിയന്ത്രണം തുടർന്നും നിലനിർ ത്താൻ പ്രയാസകരമാണെന്ന സ്ഥിതി വിശേഷം സംജാതമായി.

അക്കാലത്ത്, ബ്രിട്ടനിൽ അധികാരത്തിൽ ഉണ്ടായിരുന്ന ക്ലെമന്റ് ആറ്റ്ലിയുടെ നേതൃത്വത്തിലുള്ള ലേബർ പാർട്ടി സർക്കാർ ഇന്ത്യയിൽ

ബ്രിട്ടീഷ് ഭരണം തുടരു ന്നതിന്റെ സാങ്കേതിക ബുദ്ധിമുട്ടുകൾ തിരിച്ചറി ഞ്ഞു.

ഇന്ത്യൻ നാഷണൽ കോ ൺ ഗ്ര സി ന്റെ നേ തൃ ത്വ ത്തി ലു ള്ള നിസ്സഹകരണ പ്രസ്ഥാ നങ്ങളും പ്രത്യേക രാഷ്ട്രം

വേണമെന്ന മുസ്ലീം ലീഗിന്റെ ആവശ്യവും ഉൾപ്പെടെ വർദ്ധിച്ചുവരുന്ന ദേശീയവാദ സമ്മർദ്ദങ്ങളെ അഭിമുഖീകരിച്ച ബ്രിട്ടീഷ് സർക്കാർ ഇന്ത്യ ക്ക് സ്വാതന്ത്ര്യം നൽകുന്നത് സംബന്ധമായ നടപടിക്രമങ്ങൾ പെട്ടെന്ന് പൂർത്തിയാക്കാൻ തീരുമാനിക്കുകയും സമാധാനപരമായ അധികാര കൈമാറ്റത്തിനുള്ള ചർച്ചകൾ ആരംഭിക്കുകയും ചെയ്തു.

1948 ജൂണിൽ ബ്രിട്ടൻ ഇന്ത്യ വിടുമെന്ന് 1947 ഫെബ്രുവരി 20-ന് പ്ര ധാനമന്ത്രി ആറ്റ്‌ലി പ്രഖ്യാപിച്ചു. അധികാര കൈമാറ്റത്തിന് മേൽനോട്ടം വഹിക്കാൻ ല്യൂയിസ് മൗണ്ട് ബാറ്റൻ പ്രഭുവിനെ ഇന്ത്യയുടെ അവസാന വൈസ്രോയിയായി നിയമിച്ചു.

1947-ൽ ഇന്ത്യൻ ഇൻഡിപെൻഡൻസ് ആക്ട് പാസാക്കിയതോടെ ബ്രിട്ടീഷ് ഇന്ത്യയെ മതത്തിന്റെ അടിസ്ഥാനത്തിൽ രണ്ട് സ്വതന്ത്ര രാജ്യ ങ്ങളായി വിഭജിക്കുന്നതിലേക്ക് നയിച്ചു. തൽഫലമായി, 1947 ഓഗസ്റ്റ് 15 ന് അഖണ്ഡ ഭാരതത്തെ ഇന്ത്യ, പാകിസ്ഥാൻ എന്നിങ്ങനെ രണ്ട് രാജ്യങ്ങളായി വിഭജിക്കുവാൻ തീരുമാനിക്കുകയും, ചരിത്രപരമായ ഈ തീരുമാനം ബ്രിട്ടീഷ് കൊളോണിയൽ ഭരണത്തിന്റെ അന്ത്യം കുറിക്കുകയും ചെയ്തു,

1947 ഓഗസ്റ്റ് 15-ന് ജവഹർലാൽ നെഹ്‌റു സ്വതന്ത്ര ഇന്ത്യയുടെ ആദ്യ പ്രധാനമന്ത്രിയായതോടെ, ഇന്ത്യ ഔദ്യോഗികമായി ഒരു പരമാ ധികാര രാഷ്ട്രമായി മാറി.

വിഭജനത്തിന്റെ പ്രത്യാഘാതങ്ങൾ
കുടിയേറ്റം | കുടിയിറക്കം | കലാപങ്ങൾ

ഉപഭൂഖണ്ഡത്തിൽ ആഴത്തിലുള്ള മുറിവുകൾ അവശേഷിപ്പിച്ചുകൊ ണ്ട് തീവ്രമായ വർഗീയ കലാപങ്ങളുടെയും വൻതോതിലുള്ള കുടിയിറക്ക ലിന്റെയും ഒരു കാലഘട്ടമായിരുന്ന വിഭജനത്തിന്റെ അനന്തരഫലം.

1947-ലെ ഇന്ത്യയുടെ വിഭജനം ദക്ഷിണേഷ്യൻ ചരിത്രത്തിലെ ഏറ്റവും ദാരുണവും അരാജകവുമായ എപ്പിസോഡുകളിൽ ഒന്നിന് കാരണമായി. വിഭജനത്തിന്റെ അനന്തരഫലമായി വ്യാപകമായ വർഗീയ കലാപങ്ങളാലും വൻതോതിലുള്ള കുടിയൊഴിപ്പിക്കലുകളാലും അഭൂതപൂർവമായ മനുഷ്യ കഷ്ടപ്പാടുകളാലും അടയാളപ്പെടുത്തി.

മൗണ്ട് ബാറ്റൺ പ്രഭ നിർദ്ദേശിച്ച വിഭജന പദ്ധതി തിട്ടക്കത്തിൽ

നടപ്പിലാക്കി. വിഭജിക്കപ്പെടുന്ന പ്രദേശങ്ങളുടെ സങ്കീർണ്ണമായ സാമൂഹികവും സാംസ്ക്കാരികവും മതപരവുമായ ചലനാത്മകതയെ വേണ്ടത്ര പരിഗണിക്കാതെയാണ് ഇന്ത്യയും പാകിസ്ഥാനും ഇടയിലുള്ള അതിർത്തികൾ നിർണയിച്ചുകൊണ്ട് റാഡ്ക്ലിഫ് മാപ്പ് തയ്യാറാക്കിയത്.

വിഭജന പ്രഖ്യാപനം നിലവിലുള്ള സാമുദായിക സംഘർഷങ്ങൾ കൂടുതൽ വഷളാക്കി. ദശലക്ഷക്കണക്കിന് ഹിന്ദുക്കളും സിഖുകാരും മുസ്ലീങ്ങളും പുതുതായി വരച്ച അതിർത്തികൾക്കുള്ളിലല്ല തങ്ങളുടെ സ്ഥാനം എന്ന് തിരിച്ചറിഞ്ഞപ്പോൾ, അക്രമം പൊട്ടിപ്പുറപ്പെട്ടു. പഞ്ചാബിലും ബംഗാളിലുമായിരുന്നു ഏറ്റവും ഭയാനകമായ വർഗീയ കലാപങ്ങൾ അരങ്ങേറിയത്. നൂറ്റാണ്ടുകളായി ഒത്തൊരുമയോടെ സഹവസിച്ചിരുന്ന സമൂഹങ്ങൾ അക്രമാസക്തരായി പരസ്പരം ഏറ്റുമുട്ടി.

കൂട്ടക്കൊലകൾ, കൂട്ട പലായനങ്ങൾ:

വിഭജനം മനുഷ്യചരിത്രത്തിലെ ഏറ്റവും വലിയ കൂട്ട കുടിയേറ്റങ്ങളിലൊന്നിലേക്ക് നയിച്ചു. ഏകദേശം 15 ദശലക്ഷം ആളുകൾ, അവർ തിരഞ്ഞെടുത്ത രാജ്യത്തോടൊപ്പം ചേരാൻ അതിർത്തികൾ കടന്ന് പലായനം ചെയ്തു. ഹിന്ദുക്കളും സിഖുകാരും പാകിസ്ഥാനിൽ നിന്ന് ഇന്ത്യയിലേക്ക് കുടിയേറിയപ്പോൾ, മുസ്ലീങ്ങൾ ഇന്ത്യയിൽ നിന്ന് പാകിസ്ഥാനിലേക്ക് കുടിയേറി. ഈ കൂട്ട കുടിയേറ്റം അപകടം നിറഞ്ഞതായിരുന്നു, കാരണം അവരുടെ യാത്രയ്ക്കിടെ പലരും ആക്രമിക്കപ്പെട്ടു. ട്രെയിനുകളും യാത്രാസംഘങ്ങളും പലപ്പോഴും പതിയിരുന്ന് ആക്രമിക്കപ്പെട്ടു.

മാ നിഷാദ
അത് കാട്ടാള..

വ്യക്തിപരമായ ദുരന്തങ്ങൾ ജീവനും സ്വത്തും നഷ്ടം:

വർഗീയ കലാപം ലക്ഷക്കണക്കിന് ആളകളടെ ജീവനാണ് നഷ്ട പ്പെട്ടത്തിയത്. മുഴുവൻ കുടുംബങ്ങളും ഉടച്ചുനീക്കപ്പെട്ടു, എണ്ണമറ്റവർ വേർപിരിഞ്ഞു. സ്വത്തുക്കൾ കൊള്ളയടിക്കപ്പെടുകയും നശിപ്പിക്കപ്പെ ടുകയും ചെയ്തു.

ട്രോമയും സൈക്കോളജിക്കൽ ആഘാതവും:

അക്രമവും കുടിയിറക്കലും ആഴത്തിലുള്ള മാനസിക മുറിവുകൾ അവശേഷിപ്പിച്ചു. വിഭജനത്തെ അതിജീവിച്ചവർ പലപ്പോഴും അവരുടെ ജീവിതകാലം മുഴുവൻ കണ്ടതിന്റെയും അനുഭവിച്ചതിന്റെയും ആഘാത ത്തിൽ നിന്നും മോചിതരായിട്ടില്ലായിരുന്നു. ഈ കാലഘട്ടത്തിൽ നേരിട്ട ഭീകരതയുടെ ഓർമ്മകൾ തലമുറകളിലൂടെ കൈമാറ്റം ചെയ്യപ്പെട്ടു,

വിഭജനത്തിൽ നിന്ന് ഉടലെടുത്ത ശത്രുതയും അവിശ്വാസവുമാണ് ഇന്ത്യയും പാകിസ്ഥാനും തമ്മിലുള്ള ബന്ധത്തിന് അടിത്തറ പാകിയത്. ഇരു രാജ്യങ്ങളും ഒന്നിലധികം യുദ്ധങ്ങൾ നടത്തുകയും പരിഹരിക്കപ്പെ ടാത്ത പ്രദേശിക തർക്കങ്ങൾ തുടരുകയും ചെയ്യുന്നു.

സാമൂഹികവും സാംസ്കാരികവുമായ സ്വാധീനം:

വിഭജനത്തിന്റെ പാരമ്പര്യം ഉപഭൂഖണ്ഡത്തെ ബാധിച്ച കൊണ്ടി രിക്കുന്നു. വർഗീയതയുടെ വിനാശകരമായ ആഘാതത്തെക്കുറിച്ചും സാമുദായിക സൗഹാർദം വളർത്തേണ്ടതിന്റെ പ്രാധാന്യത്തെക്കുറിച്ചും അത് ഉജ്ജ്വലമായ ഓർമ്മപ്പെടുത്തലായി വർത്തിക്കുന്നു.

[സമകാലിക ഇന്ത്യയുടെയും പാകിസ്ഥാന്റെയും സങ്കീർണ്ണമായ ചലനാത്മകതയും സമാധാനപരവും സഹകരണപരവുമായ ഭാവി കെട്ടിപ്പടുക്കുന്നതിനുള്ള നിരന്തരമായ ശ്രമങ്ങളും മനസ്സിലാക്കുന്നതിന് ചരിത്രത്തിന്റെ ഈ അധ്യായം മനസ്സിലാക്കുന്നത് നിർണായകമാണ്.]

നെഹ്റുവിന്റെ കരുത്തുറ്റ നേതൃത്വം : വിഭജനത്തിന്റെ മുറിവുകൾ ഉണങ്ങുന്ന

ഇന്ത്യയുടെ ചരിത്രത്തിലെ ഏറ്റവും പ്രക്ഷുബ്ധമായ കാലഘട്ടത്തിൽ, മതസൗഹാർദം സ്ഥാപിക്കാനും ന്യൂനപക്ഷ സമുദായങ്ങൾക്ക് സംരക്ഷണം നൽകാനും ദേശീയ ഉദ്ഗ്രഥനത്തെ പ്രോത്സാഹിപ്പി ക്കാനും ലക്ഷ്യമിട്ടുകൊണ്ട് ഇന്ത്യയുടെ പ്രഥമ പ്രധാനമന്ത്രി ജവഹർ ലാൽ നെഹ്റുവിന്റെ നേതൃത്വത്തിൽ, യുദ്ധകാലടിസ്ഥാനത്തിൽ

പ്രവർത്തിക്കുകയും രാജ്യത്ത് സമാധാനം സ്ഥാപിക്കുന്നതിന് ആവശ്യ മായ നടപടികൾ കൈക്കൊള്ളുകയും ചെയ്തു.

വർഗീയ കലാപങ്ങൾ അവസാനിപ്പിക്കാനും ഇരകൾക്ക് നീതി ലഭ്യ മാക്കുന്നതിനും കലാപബാധിത പ്രദേശങ്ങളിൽ ജനങ്ങളുടെ ജീവനും സ്വത്തിനും സംരക്ഷണം നൽകുന്നതിനും താഴെ പറയുന്ന അടിയന്തര നടപടികൾ സ്വീകരിച്ചു:

1. ക്രമസമാധാനം പുനഃസ്ഥാപിക്കുന്നതിനായി കലാപബാധിത പ്രദേശങ്ങളിൽ സൈന്യത്തെ വിന്യസിച്ചു.

2. വർഗീയ കലാപം തടയുന്നതിനും പൊതു ക്രമം നിലനിർത്തുന്ന തിനുമായി 1950-ലെ പ്രിവന്റീവ് ഡിറ്റൻഷൻ ആക്ട് അവതരിപ്പിച്ചു.

3. അഭയാർത്ഥികൾക്കും നാട്ടുകടത്തപ്പെട്ടവർക്കും സഹായം നൽ കുന്നതിനായി ദുരിതാശ്വാസ പുനരധിവാസ മന്ത്രാലയം സ്ഥാപിച്ചു.

4 ദുരിതാശ്വാസ പ്രവർത്തനങ്ങൾ ഏകോപിപ്പിക്കാൻ കേന്ദ്ര ദുരി താശ്വാസ കമ്മിറ്റി രൂപീകരിച്ചു.

5. ദുരിതബാധിതർക്ക് നഷ്ടപരിഹാരവും പുനരധിവാസവും നൽകു ന്നതിനായി 1954-ലെ ഡിസ്പ്ലേസ്ഡ് പേഴ്സൺസ് (നഷ്ട പരിഹാരവും പുനരധിവാസവും) നിയമം അവതരിപ്പിച്ചു.

6. സാമുദായിക സൗഹാർദം പ്രോത്സാഹിപ്പിക്കുന്നതിനും പരാതികൾ പരിഹരിക്കുന്നതിനുമായി ദേശീയോദ്ഗ്രഥന കൗൺ സിൽ രൂപീകരിച്ചു.

7. സാമ്പത്തിക വികസനവും സ്വാശ്രയത്വവും പ്രോത്സാഹിപ്പിക്കുന്ന തിനായി ഖാദി ആൻഡ് വില്ലേജ് ഇൻഡസ്ട്രീസ് കമ്മീഷൻ ആരംഭിച്ചു.

8. ന്യൂനപക്ഷ അവകാശങ്ങളും താൽപ്പര്യങ്ങളും സംരക്ഷിക്കുന്നതി നായി ന്യൂനപക്ഷ കമ്മീഷൻ (പിന്നീട് ദേശീയ ന്യൂനപക്ഷ കമ്മീഷൻ) സ്ഥാപിച്ചു.

9. വിദ്യാഭ്യാസ-സാംസ്കാരിക സംരംഭങ്ങളിലൂടെ മതേതരത്വവും ഉൾക്കൊള്ളലും പ്രോത്സാഹിപ്പിച്ചു.

10. ഓൾ-ഇന്ത്യ പീസ് കൗൺസിൽ പോലെയുള്ള സംഘടനകൾ മുഖേന മതങ്ങൾ തമ്മിലുള്ള സംഭാഷണവും സഹകരണവും പ്രോ ത്സാഹിപ്പിച്ചു

ഇരു രാജ്യങ്ങളിലെയും ന്യൂനപക്ഷ സംരക്ഷണത്തിന്റെ പ്രശ്നം പരി ഹരിക്കാൻ നെഹ്റുവിന്റെ സർക്കാർ പാക്കിസ്ഥാനമായി നയതന്ത്ര ശ്രമങ്ങളിൽ ഏർപ്പെട്ടു. അതിർത്തിയുടെ ഇരുവശങ്ങളിലുമുള്ള ന്യൂനപ ക്ഷങ്ങളുടെ സുരക്ഷയും അവകാശങ്ങളും ഉറപ്പാക്കാൻ ഉഭയകക്ഷി കരാ റുകളിൽ ഒപ്പുവെച്ചു. മതേതരവും എല്ലാവരെയും ഉൾക്കൊള്ളുന്നതും ജനാ ധിപത്യപരവുമായ ഇന്ത്യയെക്കുറിച്ചുള്ള നെഹ്റുവിന്റെ ദർശനത്താൽ നയിക്കപ്പെടുന്ന ഈ നടപടികൾ, വിഭജനത്തിന്റെ അനന്തരഫലമായി സംഭവിച്ച പ്രശ്നങ്ങൾ പരിഹരിക്കുന്നതിലും സാമുദായിക സൗഹാർദം പുനഃസ്ഥാപിക്കുന്നതിലും രാജ്യത്ത് ന്യൂനപക്ഷ അവകാശങ്ങളുടെ സംരക്ഷണത്തിന് അടിത്തറയിടുന്നതിലും നിർണായക പങ്ക് വഹിച്ചു.

PART II:
ധ്രുവീകരണത്തിലൂടെ ആധിപത്യം സ്ഥാപിക്കാൻ ഹിന്ദുത്വ ദേശീയത

Hindutva Nationalism to Dominate Through Polarization

അധ്യായം 3
ഹിന്ദുത്വ ദേശീയതയുടെ ഉദയവും ഉയർച്ചയും

ഹിന്ദുത്വ പ്രത്യയശാസ്ത്രത്തിന്റെ ചരിത്രപരമായ വേരുകൾ

ആർ.എസ്.എസിന്റെ പിറവി:
രൂപീകരണവും പ്രത്യയശാസ്ത്ര അടിത്തറയും

സംഘ്പരിവാർ:
ഹിന്ദുത്വ സംഘടനകൾ ഒരു കുടക്കീഴിലേക്ക്

ജനസംഘത്തിൽ നിന്നും ഭാരതീയ ജനതാ പാർട്ടിയിലേക്ക്:
ബി.ജെ.പിയുടെ പരിണാമവും രാഷ്ട്രീയ വേഷപ്പകർച്ചയും

ഹിന്ദുത്വ പ്രത്യയശാസ്ത്രത്തിന്റെ ചരിത്രപരമായ വേരുകൾ

ഹിന്ദുമതത്തിന്റെ അടിസ്ഥാനത്തിൽ, ഇന്ത്യയുടെ സാംസ്കാരിക സ്വത്വത്തെ നിർവചിക്കുകയും ഇന്ത്യയെ ഒരു പ്രത്യക്ഷ ഹിന്ദു രാഷ്ട്രമാക്കാൻ ആഗ്രഹിക്കുകയും ചെയ്യുന്ന ഒരു വലതുപക്ഷ-വംശീയ-ദേശീയ രാഷ്ട്രീയ പ്രത്യയശാസ്ത്രമാണ് ഹിന്ദുത്വ അഥവാ ഹിന്ദുത്വം. ഹിന്ദു ദേശീയതയുടെ സാംസ്കാരിക ന്യായീകരണവും ഇന്ത്യയ്ക്കുള്ളിൽ ഹിന്ദു മേധാവിത്വം സ്ഥാപിക്കുന്നതിലുള്ള വിശ്വാസവും ഉൾക്കൊള്ളുന്ന ഒരു രാഷ്ട്രീയ പ്രത്യയശാസ്ത്രമാണിത്.

ബ്രിട്ടീഷ് കൊളോണിയൽ ഭരണത്തിൻ കീഴിലായിരുന്ന പത്തൊൻപതാം നൂറ്റാണ്ടിന്റെ അവസാനത്തിൽ ആയിരുന്ന ഇന്ത്യയിൽ ഹിന്ദുത്വ ദേശീയതയുടെ ഉൽഭവം. ഹിന്ദുത്വയുടെ പിതാവ് എന്നറിയപ്പെടുന്ന വിനായക് ദാമോദർ സവർക്കറാണ്, 1922-ൽ ഈ രാഷ്ട്രീയ പ്രത്യയ ശാസ്ത്രത്തിന് അടിത്തറ പാകിയത്.

1844-1910 കാലഘട്ടത്തിൽ ബംഗാളിൽ ജീവിച്ചിരുന്ന എഴുത്തുകാര നായിരുന്ന ചന്ദ്രനാഥ് ബസുവാണ്, "ഹിന്ദുത്വം" എന്ന പദം ആദ്യമായി ഉപയോഗിച്ചതെങ്കിലും 1923-ൽ, വിനായക് ദാമോദർ സവർക്കർ "ഹിന്ദുത്വം: ആരാണ് ഹിന്ദു?" എന്ന തന്റെ പുസ്തകത്തിലൂടെയാണ് ഈ ആശയം വ്യാപകമായി പ്രചരിപ്പിച്ചത്. സവർക്കർ ഹിന്ദുത്വത്തെ നിർവചിച്ചത് "പൂർണമായ ഒരു ചരിത്രം, രൂപം കൊണ്ട വരുന്ന ഒരു രാഷ്ട്രം, പരിവർത്തന പ്രക്രിയയിലുള്ള ഒരു സമൂഹം" എന്നൊക്കെയാ യിരുന്നു.

സവർക്കറുടെ ഹിന്ദുത്വ പ്രത്യയശാസ്ത്രം ഹിന്ദു സമൂഹം ഒന്നിക്കുകയും ഇന്ത്യൻ സമൂഹത്തിന്മേൽ തങ്ങളുടെ ആധിപത്യം സ്ഥാപിക്കുകയും ചെയ്യേണ്ടതിന്റെ ആവശ്യകത ഊന്നിപ്പറയുന്നു. "ഹിന്ദുക്കൾ നമ്മുടെ രാജ്യത്തിന്റെ അടിത്തറയാണ്, ഹിന്ദുക്കൾക്ക് മാത്രമേ രാജ്യത്തെ കാല ത്തിന്റെ വിനാശങ്ങളിൽ നിന്ന് രക്ഷിക്കാൻ കഴിയൂ"- എന്ന് സവർക്കർ തന്റെ ഗ്രന്ഥത്തിൽ രേഖപ്പെടുത്തിയിട്ടുണ്ട്.

വിനായക് ദാമോദർ സവർക്കർ

യൂറോപ്യൻ ദേശീയ പ്രസ്ഥാനങ്ങളും ഫ്രഞ്ച് തത്ത്വചിന്തകനായ ഏണസ്റ്റ് റെനാന്റെ "ലാ നേഷൻ" എന്ന ആശയവും സവർക്കറുടെ ആശയങ്ങളെ സ്വാധീനി ച്ചിട്ടുണ്ട്.. ഒരു രാഷ്ട്രം വെറുമൊരു രാഷ്ട്രീയ അസ്തിത്വമല്ലെന്നും സാംസ്കാരികവും വംശീയ വുമായ ഒന്നാണെന്നും, ഹിന്ദുക്കൾ ചരിത്രവും സംസ്കാരവും വംശപരമ്പരയും പങ്കിടുന്ന ഒരു പ്രത്യേക രാഷ്ട്രമാണെന്നും അദ്ദേഹം വിശ്വസിച്ചു.

സവർക്കറുടെ ആശയങ്ങൾ ഇന്ത്യയിലെ ഹിന്ദു ദേശീയതയുടെ വികാസത്തിൽ കാര്യമായ സ്വാധീനം ചെലുത്തി, ആർഎസ്എസിന്റെ യും ബിജെപിയുടെയും പ്രത്യയശാസ്ത്രത്തിൽ ഇന്നും അദ്ദേഹത്തിന്റെ സ്വാധീനം നിഴലിച്ച കാണാവുന്നതാണ്. "ഹിന്ദു, ഹിന്ദി, ഹിന്ദുസ്ഥാൻ" എന്ന ആർഎസ്എസിന്റെ മുദ്രാവാക്യം തന്നെയാണ് അതിന്റെ ഏറ്റവും വലിയ ഉദാഹരണം.

പിന്നീട്, രാഷ്ട്രീയ സ്വയം സേവക് സംഘിന്റെ (ആർ.എസ്.എസ്) നേതാവായി ഉയർന്നുവന്ന മാധവ് സദാശിവ് ഗോൾവാൾക്കറായി രുന്നു, ഹിന്ദുത്വ പ്രസ്ഥാനത്തിന് പിന്നിലുള്ള മറ്റൊരു പ്രമുഖ വ്യക്തി. ഗോൾവാൾക്കറുടെ രചനകൾ ഹിന്ദുത്വ പ്രത്യയശാസ്ത്രത്തെ കൂടുതൽ ഉറപ്പിച്ചു, പ്രസ്തുത രചനകൾ ഒരു ഹിന്ദു രാഷ്ട്രത്തിന്റെ ആവശ്യകത ഊന്നിപ്പറയുകയും മുസ്ലീങ്ങളെയും ക്രിസ്ത്യാനികളെയും ഇന്ത്യൻ ഐക്യ ത്തിന് ഭീഷണിയായി ചിത്രീകരിക്കുകയും ചെയ്തു.

ഹിന്ദുത്വ ആശയം രൂപപ്പെടുത്തിയ സ്ഥാപകരും ഇത്തരം സ്വാധീന ങ്ങളും ഹിന്ദുത്വ പ്രസ്ഥാനത്തിന് അടിത്തറ പണിത, അത് പിൽക്കാല ത്ത് ഇന്ത്യൻ രാഷ്ട്രീയത്തെയും സമൂഹത്തെയും അഗാധമായ രീതിയിൽ രൂപപ്പെടുത്തുകയും, അവ ഇന്നും ഇന്ത്യൻ ദേശീയത, മതേതരത്വം, മതപരമായ സ്വത്വം എന്നിവയെക്കുറിച്ചുള്ള സമകാലിക സംവാദങ്ങളെ ശക്തമായി സ്വാധീനിക്കുകയും ചെയ്യുന്നു.

"ഹിന്ദുരാഷ്ട്രം ഒരു ചരിത്ര വസ്തുതയാണ്, കൃത്രിമമായ ഒരു രാഷ്ട്രീയ ഐക്യ ത്തിനും അതിനെ ഇല്ലാതാക്കാൻ ആവില്ല"

- വിനായക് ദാമോദർ സവർക്കർ

(ഹിന്ദുത്വ: ആരാണ് ഹിന്ദു? എന്ന പുസ്തകത്തിൽ നിന്ന്)

മാ നിഷാദ
അത്ര് കാട്ടാലാ..

ആർ.എസ്.എസിന്റെ പിറവി:
രൂപീകരണവും പ്രത്യയശാസ്ത്ര അടിത്തറയും

ഹിന്ദു സമൂഹത്തെ ഒന്നിപ്പിച്ച്, ഹിന്ദു രാഷ്ട്രം സ്ഥാപിക്കുക എന്ന ലക്ഷ്യത്തോടെ, ഡോ. കേശവ് ബലിറാം ഹെഡ്ഗേവാറിന്റെ നേതൃത്വത്തിൽ, 1925 സെപ്റ്റംബർ 27-ന് ബ്രിട്ടീഷ് ഇന്ത്യയിലെ മഹാരാഷ്ട്രയിലെ നാഗ്പ്പൂരിൽ വെച്ചാണ് രാഷ്ട്രീയ സ്വയം സേവക് സംഘിന് (ആർഎസ്എസ്) രൂപം നൽകിയത്.

മുസ്ലീങ്ങൾ, ക്രിസ്ത്യാനികൾ, ബ്രിട്ടീഷ് കൊളോണിയൽ ശക്തികൾ എന്നിവയിൽ നിന്നുള്ള ഭീഷണികൾക്കെതിരെ ഹിന്ദു ദേശീയത പ്രോത്സാഹിപ്പിക്കുന്നതിനും ഹിന്ദുക്കളെ ഒന്നിപ്പിക്കുന്നതിനുമാണ് ആർഎസ്എസ് രൂപീകരിച്ചത്.

ആർഎസ്എസ് രൂപീകരണത്തിന് നേതൃത്വം നൽകിയ ഹെഡ്ഗേവാറിനെ പ്രധാനമായും സ്വാധീനിച്ചത്, വിനായക് ദാമോദർ സവർക്കർ എഴുതിയ "ഹിന്ദുത്വ: ആരാണ് ഹിന്ദു?" എന്ന പുസ്തകമായിരുന്നുവെങ്കിലും സംഘടനാ രൂപീകരണത്തിന് ഹെഡ്ഗേവാറിനെ പ്രേരിപ്പിച്ച പ്രമുഖ വ്യക്തി അക്കാലത്തെ കോൺഗ്രസ് നേതാവും ഹിന്ദു മഹാസഭ പ്രവർത്തകനുമായിരുന്ന ബി.എസ്. മൂഞ്ജെയും ഹിന്ദുമഹാസഭ പ്രവർത്തകരായിരുന്ന ഗണേഷ് സവർക്കർ, എൽ.വി. പരഞ്ജ്പെ എന്നിവരുമായിരുന്നു.

ഹിന്ദു സംസ്കാരത്തിന്റെ ശ്രേഷ്ഠതയും ഏകീകൃത ഹിന്ദു രാഷ്ട്രത്തിന്റെ ആവശ്യകതയും ഊന്നിപ്പറയുന്ന ഹിന്ദുത്വ സങ്കൽപ്പത്തിലാണ് ആർഎസ്എസിന്റെ പ്രത്യയശാസ്ത്ര അടിത്തറ വേരുന്നിയിരിക്കുന്നത്. സംഘടനയുടെ തത്വശാസ്ത്രം സാംസ്കാരിക ദേശീയത, മതേതര വിരുദ്ധത എന്നീ തത്വങ്ങളെ അടിസ്ഥാനമാക്കിയുള്ളതാണ്. ഇന്ത്യൻ സമൂഹത്തിലും രാഷ്ട്രീയത്തിലും ഹിന്ദുക്കൾ പ്രബല ശക്തിയായ ഒരു ഹിന്ദു രാഷ്ട്രം സ്ഥാപിക്കുക എന്നതാണ് ആർഎസ്എസിന്റെ ആത്യന്തിക ലക്ഷ്യം.

ആർഎസ്എസിന്റെ രൂപീകരണവും പ്രത്യയശാസ്ത്ര അടിത്തറയും അക്കാലത്തെ രാഷ്ട്രീയ സാമൂഹിക കാലാവസ്ഥയെ സ്വാധീനിച്ചു. ഇന്ത്യൻ സ്വാതന്ത്രസമരം ശക്തിപ്രാപിച്ചിരുന്ന കാലഘട്ടമായിരുന്നു അത്. അതുകൊണ്ടുതന്നെ തങ്ങളുടെ രാഷ്ട്രീയ പ്രത്യയശാസ്ത്രത്തിന് അടിത്തറ പണിയാൻ ഏറ്റവും അനുയോജ്യമായ സന്ദർഭം ഇതു തന്നെയാണെന്ന് ആർഎസ്എസ് നേതൃത്വം മനസ്സിലാക്കുകയും

അത് കാട്ടാലാ..

അതിനനുസൃതമായ പ്രവർത്തനങ്ങൾ ആസൂത്രണം ചെയ്യുകയും ചെയ്തു.

സാംസ്കാരിക ദേശീയത, ദേശീയത, സൈനികത എന്നീ തത്വങ്ങളെ അടിസ്ഥാനമാക്കിയുള്ളതാണ് ആർഎസ്എസിന്റെ പ്രത്യയശാസ്ത്രം. പാകിസ്ഥാൻ, ബംഗ്ലാദേശ്, മറ്റ് അയൽ രാജ്യങ്ങൾ എന്നിവ ഉൾപ്പെടുന്ന "അഖണ്ഡ ഭാരതം" അല്ലെങ്കിൽ അവിഭക്ത ഇന്ത്യ എന്ന ആശയത്തിൽ അവർ വിശ്വസിക്കുന്നു.

ഡോ. കേശവ് ബലിറാംഹെഡ്ഗേവാർ

ശാരീരിക പരിശീലനം, സൈനിക അഭ്യാസങ്ങൾ, പ്രത്യയശാസ്ത്രപരമായ പ്രബോധനം എന്നിവയിൽ ശ്രദ്ധ കേന്ദ്രീകരിച്ചായിരുന്ന സംഘടനയുടെ ആദ്യകാലങ്ങൾ. ആർഎസ്എസിന്റെ സ്വാധീനം ആത്യന്തികമായി ഇന്ത്യയുടെ അതിർത്തികൾക്കപ്പുറത്തേക്ക് വ്യാപിക്കുകയും പ്രദേശത്തിന്റെ രാഷ്ട്രീയവും സാമൂഹികവുമായ ഭൂപ്രകൃതിയെ രൂപപ്പെടുത്തുകയും ചെയ്തു.

ഉദാഹരണത്തിന്, ആർഎസ്എസിന്റെ യൂണിഫോമും അഭ്യാസങ്ങളും സൈനിക പാരമ്പര്യങ്ങളിൽ നിന്ന് പ്രചോദനം ഉൾക്കൊണ്ടതാണ്. അച്ചടക്കത്തിനും ആയോധന മനോഭാവത്തിനും അവർ നൽകുന്ന ഊന്നലിനെ പ്രതിഫലിപ്പിക്കുന്നതാണ് ഇതെല്ലാം.

വ്യത്യസ്ത കാലങ്ങളിൽ വ്യത്യസ്ത കാരണങ്ങളാൽ ആർഎസ്എസിനെ നാല് തവണ ഇന്ത്യ ഗവൺമെന്റ് നിരോധിക്കുകയുണ്ടായി. 1947-ൽ 4 ദിവസത്തേക്കും, 1948-ൽ ആർഎസ്എസ് അംഗമായിരുന്ന നാഥുറാം വിനായക് ഗോദ്സെ മഹാത്മാഗാന്ധിയെ വെടിവെച്ച് കൊന്നതിനെ തുടർന്നും 1975 മുതൽ 1977 വരെ ദേശീയ അടിയന്തരാവസ്ഥക്കാലത്തും 1992-ൽ ബാബരി മസ്ജിദ് തകർത്ത സംഭവത്തെ തുടർന്നും ആർഎസ്എസിനെ ഗവൺമെന്റ് നിരോധിച്ചിരുന്നുവെങ്കിലും പിന്നീട് നിരോധനം പിൻവലിക്കുകയായിരുന്നു.

> *"ആർഎസ്എസ് ഒരു രാഷ്ട്രീയ സംഘടനയല്ല, മറിച്ച് ഒരു സാംസ്കാരിക സംഘടനയാണ്. ഹിന്ദുക്കളെ ഒന്നിപ്പിക്കുകയും നമ്മുടെ സംസ്കാരം പ്രോത്സാഹിപ്പിക്കുകയും ചെയ്യുക എന്നതാണ് ഞങ്ങളുടെ ലക്ഷ്യം"*
>
> *- എം.എസ്. ഗോൾവാൾക്കർ*

Note: The essay is a factual summary of the RSS's history and ideology, and does not imply endorsement or criticism of the organization's views.

മാ നിഷാദ
അത്ത് കാട്ടാളാ..

സംഘ്പരിവാർ

ഹിന്ദുത്വ സംഘടനകൾ ഒരു കുടക്കീഴിലേക്ക്

ഹിന്ദുത്വ ദേശീയതയെ പ്രോത്സാഹിപ്പിക്കുക എന്ന പൊതു പ്രത്യ യശാസ്ത്രവും ലക്ഷ്യവും പങ്കിടുന്ന, ആശയപരമായി ഒരേ അടിത്തറ പങ്കിടുന്ന സംഘടനകളുടെ കുടുംബമായ സംഘപരിവാറിന്റെ ഇടക്ക മായിരുന്നു ആർഎസ്എസിന്റെ രൂപീകരണം.

ഒരേ ആശയം പങ്കിടുന്ന ഹിന്ദുത്വ സംഘടനകളെ ഒരു കുടക്കീഴിൽ കൊണ്ടു വരുക എന്ന ലക്ഷ്യത്തോടെ ആർഎസ്എസ് മുൻകയ്യെടുത്ത് രൂപീകരിച്ച ഹിന്ദുത്വ സംഘടനകളുടെ കൂട്ടായ്മയാണ് സംഘ്പരിവാർ.

സംഘ്പരിവാറിന്റെ കുടക്കീഴിൽ അണിനിരക്കുന്ന ഹിന്ദുത്വ സംഘ ടനകൾ ഇനി പറയുന്നവയാണ്:

1- ഭാരതീയ ജനതാ പാർട്ടി (BJP):

ഇപ്പോൾ രാജ്യ ഭരണത്തിന് നേതൃത്വം നൽകുന്ന, ഇന്ത്യയിലെ പ്രബല രാഷ്ട്രീയ ശക്തിയായ ഭാരതീയ ജനതാ പാർട്ടി (BJP) സംഘ്പ രിവാർ കൂട്ടായ്മയുടെ രാഷ്ട്രീയ വിഭാഗമാണ്.

2- രാഷ്ട്രീയ സ്വയം സേവക് സംഘ് (RSS):

മറ്റെല്ലാ ഹിന്ദുത്വ സംഘടനകൾക്കും രൂപം നൽകിയതിന് പിന്നിൽ പ്രവർത്തിച്ച ബുദ്ധി കേന്ദ്രമാണ് ആർ.എസ്.എസ്.

3- വിശ്വഹിന്ദു പരിഷത്ത് (VHP):

1964-ൽ സ്ഥാപിതമായ വിശ്വഹിന്ദു പരിഷത്ത്, ഹിന്ദു താൽപ്പര്യ ങ്ങളും മൂല്യങ്ങളും പ്രോത്സാഹിപ്പിക്കുന്ന ഒരു മത സംഘടനയാണ്. ആഗോളതലത്തിൽ ഹിന്ദുക്കളെ ഒന്നിപ്പിക്കാനും ഹിന്ദു സംസ്കാരം, ക്ഷേത്രങ്ങൾ, പാരമ്പര്യങ്ങൾ എന്നിവ സംരക്ഷിക്കാനും വിശ്വഹിന്ദു പരിഷത്ത് ലക്ഷ്യമിടുന്നു. അയോധ്യ രാമക്ഷേത്രം, പശു സംരക്ഷണം തുടങ്ങിയ വിവാദ വിഷയങ്ങളിൽ വിഎച്ച്പി ശക്തമായ ഇടപെടലുകൾ നടത്തിയിട്ടുണ്ട്.

4- അഖില ഭാരതീയ വിദ്യാർത്ഥി പരിഷത്ത് (ABVP):

1948 ൽ സ്ഥാപിതമായ എബിവിപി, ഹിന്ദു ദേശീയവാദ പ്രത്യയശാസ്ത്രവും സാംസ്കാരിക മൂല്യങ്ങളം പ്രോത്സാഹിപ്പിക്കുന്ന വിദ്യാർത്ഥി സംഘടനയാണ്. സർവ്വകലാശാലകളിലും കോളേജുകളിലും ശക്തമായ സാന്നിധ്യമുള്ള ഇന്ത്യയിലെ ഏറ്റവും വലിയ വിദ്യാർത്ഥി സംഘടനകളിൽ ഒന്നാണിത്.

5- ബജ്‌റംശൾ:

തീവ്ര ഹിന്ദു ദേശീയതയ്ക്ക് പേരുകേട്ട വിശ്വഹിന്ദു പരിഷത്തിന്റെ (VHP) യുവജന വിഭാഗമാണ് ബജ്‌റംശൾ. 1984 ൽ സ്ഥാപിതമായ ബജ്‌റംശൾ, ഹിന്ദു സംസ്കാരവും താൽപ്പര്യങ്ങളും സംരക്ഷിക്കാൻ ലക്ഷ്യമിടുന്നു. ന്യൂനപക്ഷങ്ങൾക്കെതിരായ ആക്രമണങ്ങളിലും പശു ജാഗ്രതയുടെ പേരിൽ നടന്നുകൊണ്ടിരിക്കുന്ന ആൾക്കൂട്ട വിചാരണകളിലും കൊലപാതകങ്ങളിലും സജീവമായി ഇടപെടാറുള്ള സംഘടനയാണ് ബജ്‌റംശൾ.

6- ഭാരതീയ കിസാൻ സംഘ് (BKS):

1979 ൽ സ്ഥാപിതമായ ഭാരതീയ ഭാരതീയ കിസാൻ സംഘ് (BKS). കർഷകരുടെ താൽപ്പര്യങ്ങൾ സംരക്ഷിക്കുന്നതിനും സുസ്ഥിര കാർഷിക രീതികൾ പ്രോത്സാഹിപ്പിക്കുന്നതിനും വേണ്ടി സംഘ്പരിവാർ കൂട്ടായ്മയിൽ സ്ഥാപിക്കപ്പെട്ട സംഘടനയാണിത്.

7- ഹിന്ദു ജാഗരൺ മഞ്ച്:

ഹിന്ദു അവബോധവും അവകാശങ്ങളും പ്രോത്സാഹിപ്പിക്കുന്ന ഒരു സാമൂഹിക-മത സംഘടനയാണ്, സംഘ് പരിവാറിന് കീഴില്ലുള്ള ഹിന്ദു ജാഗരൺ മഞ്ച്. 1991 ൽ സ്ഥാപിതമായ ഹിന്ദു ജാഗരൺ മഞ്ച്, ഹിന്ദുക്കളെ ഒന്നിപ്പിക്കാനും ഹിന്ദു സംസ്കാരവും പാരമ്പര്യങ്ങളും സംരക്ഷിക്കാനും ലക്ഷ്യമിടുന്നു.

8- സംസ്കർ ഭാരതി:

ഹിന്ദു കല, സാഹിത്യം, മൂല്യങ്ങൾ എന്നിവ പ്രോത്സാഹിപ്പിക്കുന്നതിന് വേണ്ടി രൂപീകൃതമായ ഒരു സാംസ്കാരിക സംഘടനയാണ് സൻസ്കർ ഭാരതി. 1981 ൽ സ്ഥാപിതമായ സംസ്കർ ഭാരതി, ഇന്ത്യൻ സംസ്കാരവും പൈതൃകവും സംരക്ഷിക്കാനും പ്രോത്സാഹിപ്പിക്കാനും ലക്ഷ്യമിടുന്നു.

ആർ എസ് എസ് റൂട്ട് മാർച്ച്

9- വിദ്യാഭാരതി:

മൂല്യാധിഷ്ഠിത വിദ്യാഭ്യാസം നൽകുക, ഹിന്ദു പാരമ്പര്യങ്ങൾ പ്രോ ത്സാഹിപ്പിക്കുക എന്നീ ലക്ഷ്യങ്ങളോടെ, സ്കൂളുകൾ നടത്തുകയും ഹിന്ദു സാംസ്കാരിക മൂല്യങ്ങൾ പ്രോത്സാഹിപ്പിക്കുകയും ചെയ്യുക എന്ന ലക്ഷ്യ ത്തോടെ, 1979 ൽ സ്ഥാപിതമായ ഒരു വിദ്യാഭ്യാസ സംഘടനയാണ് വിദ്യാഭാരതി.

10- സേവാഭാരതി:

ഹിന്ദു മൂല്യങ്ങൾ പ്രോത്സാഹിപ്പിക്കുക, മാനുഷിക സഹായം നൽകുക എന്നീ ലക്ഷ്യങ്ങളോടെ 1979 ൽ സ്ഥാപിതമായ ഒരു സാമൂഹിക സേവന സംഘടനയാണ് സേവാഭാരതി.

11- സ്വദേശി ജാഗരൺ മഞ്ച്:

ഇന്ത്യൻ വ്യവസായങ്ങളെ പ്രോത്സാഹിപ്പിക്കുക, വിദേശ ഉൽപ്പ ന്നങ്ങളെ ആശ്രയിക്കുന്നത് കുറക്കുക എന്നീ ലക്ഷ്യങ്ങളോടെ 1991-ൽ സ്ഥാപിതമായ ഒരു സാമ്പത്തിക സ്ഥാപനമാണ് സ്വദേശി ജാഗ്രൺ മഞ്ച്.

ജനസംഘത്തിൽ നിന്നും ഭാരതീയ ജനതാപാർട്ടിയിലേക്ക്:
ബി.ജെ.പിയുടെ പരിണാമവും രാഷ്ട്രീയ വേഷപ്പകർച്ചയും

ഹിന്ദുത്വ ദേശീയതയും സാംസ്ക്കാരിക നവോത്ഥാനവും പ്രോത്സാഹി പ്പിക്കുകയെന്ന ലക്ഷ്യത്തോടെ, വലതുപക്ഷ ഹിന്ദുത്വ ദേശീയ സന്നദ്ധ സംഘടനയായ ആർഎസ്എസിന്റെ രാഷ്ട്രീയ വിഭാഗമായിട്ടായിരുന്നു ഭാരതീയ ജനസംഘം (BJS) രൂപീകരിക്കപ്പെട്ടത്.

ഇന്ത്യൻ നാഷണൽ കോൺഗ്രസിന്റെ മുൻ അംഗമായിരുന്ന ശ്യാമ പ്രസാദ് മുഖർജിയാണ്, 1951 ഒക്ടോബർ 21-ന് ഡൽഹിയിൽ സ്ഥാ പിതമായ ഭാരതീയ ജനസംഘം (BJS) രൂപീകരണത്തിന് നേതൃത്വം നൽകിയ പ്രമുഖ വ്യക്തി. പാർട്ടിയുടെ ആദ്യ പ്രസിഡന്റ് കൂടിയായ ശ്യാമ പ്രസാദ് മുഖർജിയുടെയും മറ്റ് സ്ഥാപക അംഗങ്ങളായ ബൽരാജ് മധോക്, ദീൻദയാൽ ഉപാധ്യായ എന്നിവരുടെയും നേതൃത്വത്തിലാണ് ജനസംഘം പ്രവർത്തനമാരംഭിച്ചത്.

വിശ്വസനീയമായ ഒരു രാഷ്ട്രീയ ശക്തിയായി സ്വയം സ്ഥാപിക്കാന ുള്ള പോരാട്ടമാണ് ആദ്യകാലങ്ങളിൽ ജനസംഘത്തെ ശ്രദ്ധേയമാക്കി യത്. പരിമിതമായ തിരഞ്ഞെടുപ്പ് വിജയം മാത്രമേ നേടാനായിരുന്ന ുള്ളവെങ്കിലും, ഇന്ത്യയിലെ രാഷ്ട്രീയ വ്യവഹാരം രൂപപ്പെടുത്തുന്നതിൽ, അക്കാലത്ത് ഭാരതീയ ജനസംഘം നിർണായക പങ്കുവഹിച്ചിരുന്നു.

1977-ൽ, അടിയന്തരാവസ്ഥക്കാലത്ത് ഭാരതീയ ജനസംഘം മറ്റ് രാഷ്ട്രീയ പാർട്ടികളുമായി ലയിച്ച് ജനതാ പാർട്ടി രൂപീകരിക്കുകയും പൊതു തെരഞ്ഞെടുപ്പിൽ വിജയിച്ച ജനതാ പാർട്ടിയുടെ നേതൃത്വ ത്തിൽ സർക്കാർ രൂപീകരിക്കുകയും ചെയ്തു. ജനതാ പാർട്ടിയുടെ കൂട്ട കക്ഷി രാഷ്ട്രീയ പരീക്ഷണം പരാജയപ്പെട്ടതോടെ 1980 ൽ ഭാരതീയ ജനസംഘം ജനതാ പാർട്ടിയിൽ നിന്നും പിരിഞ്ഞ്, ഭാരതീയ ജനതാ പാർട്ടി (BJP) രൂപീകരിക്കുകയായിരുന്നു.

1980-ൽ ഭാരതീയ ജനസംഘം, ഭാരതീയ ജനതാ പാർട്ടിയായി മാറിയ സംഭവം സംഘ്പരിവാറിന്റെ രാഷ്ട്രീയ യാത്രയിലെ സുപ്രധാന നാഴികക്കല്ലായി മാറി. ബിജെപിയുടെ ആദ്യകാലത്തെ പ്രമുഖ നേതാ ക്കളിൽ മുൻ പ്രധാനമന്ത്രി എ ബി വാജ്പേയി, എൽ കെ അഡ്വാനി, മുരളി മനോഹർ ജോഷി എന്നിവർ ഉൾപ്പെടുന്നു.

ജനസംഘത്തിൽ നിന്നും വ്യത്യസ്തമായി, ബി.ജെ.പി കൂടുതൽ പ്രായോഗികമായ സമീപനമാണ് സ്വീകരിച്ചത്. പരമ്പരാഗത ഹിന്ദു

ദേശീയ മണ്ഡലത്തിനപ്പറത്തേക്ക് ബി.ജെ.പി അതിന്റെ തെരഞ്ഞെ ടുപ്പ് അടിത്തറ വികസിപ്പിക്കാൻ ശ്രമിച്ചു. 1977-ൽ ജനതാദളമായുള്ള സഖ്യവും 1980-കളിൽ രാമജന്മഭൂമി പ്രസ്ഥാനത്തിനുള്ള പിന്തുണയും 1998-ൽ അടൽ ബിഹാരി വാജ്പേയിയുടെ നേതൃത്വത്തിൽ അധികാ രത്തിലെത്തിയയും പാർട്ടിയുടെ രാഷ്ട്രീയ പ്രയാണത്തിലെ നാഴികക്ക ല്ലുകൾ ആയിരുന്നു .

1998-ൽ അടൽ ബിഹാരി വാജ്പേയി പ്രധാനമന്ത്രിയായി ബിജെപി കേന്ദ്രത്തിൽ ഒരു കൂട്ടുകക്ഷി സർക്കാർ രൂപീകരിച്ചതോടെ ബിജെപിയുടെ സ്വാധീനം ദേശവ്യാപകമായി ശക്തി പ്രാപിക്കുകയാ യിരുന്നു

2014-ൽ സഖ്യകക്ഷികളെയൊന്നും ആശ്രയിക്കാതെ തന്നെ, ബിജെപി വൻ ഭരിപക്ഷം നേടുകയും നരേന്ദ്രമോദിയുടെ നേതൃ ത്വത്തിൽ കേന്ദ്രത്തിൽ സർക്കാർ രൂപീകരിക്കുകയും ചെയ്തു. ബിജെപിയുടെ 2014-ലെ പ്രചാരണ മുദ്രാവാക്യം "സബ്കാ സാത്ത്, സബ്കാ വികാസ്" (എല്ലാവരുടെയും വളർച്ചയ്ക്ക്, എല്ലാവരുടെയും കൂട്ടായ്മ) കൂടുതൽ ഉൾക്കൊള്ളുന്നതും വികസനോന്മുഖവുമായ അജണ്ട യിലേക്കുള്ള അതിന്റെ മാറ്റത്തെ പ്രതിഫലിപ്പിച്ചു.

ഹിന്ദുത്വത്തോടുള്ള പ്രത്യയശാസ്ത്രപരമായ പ്രതിബദ്ധതയും വിശാലമായ വോട്ടർമാരെ ആകർഷിക്കാനുള്ള രാഷ്ട്രീയ തന്ത്രജ്ഞ തയും തമ്മിലുള്ള സൂക്ഷ്മമായ സന്തുലിതാവസ്ഥയാണ് ബിജെപിയുടെ പരിണാമത്തിൽ അടയാളപ്പെടുത്തിയിരിക്കുന്നത്.

അടൽ ബിഹാരി വാജ്പേയ്

അധ്യായം: 4
സാമുദായിക സംഘർഷങ്ങളും വർഗീയ കലാപങ്ങളും

ആരാധനാലയങ്ങൾ തർക്ക ഭൂമികളായി മാറിയപ്പോൾ...

ബാബറി മസ്ജിദിന്റെ തകർച്ചയും ദൂരവ്യാപക പ്രത്യാഘാതങ്ങളും

ആരാധനാലയങ്ങൾ തർക്ക ഭൂമികളാക്കി മാറ്റിയപ്പോൾ...

ഹിന്ദു-മുസ്ലിം സംഘർഷങ്ങൾ ഇന്ത്യയിൽ ആവർത്തിച്ചുള്ള ഒരു പ്രതിഭാസമാണ്, ഇത് വർഗീയ കലാപങ്ങളിലേക്കും സാമൂഹിക അശാന്തിയിലേക്കും നയിക്കുന്നു. ഈ സംഘർഷങ്ങൾ പലപ്പോഴും ചരിത്രപരവും സാംസ്കാരികവും മതപരവുമായ വ്യത്യാസ ങ്ങളിൽ നിന്നാണ് ഉണ്ടാകുന്നത്. പ്രധാന തർക്കവിഷയങ്ങളിലൊന്ന് മതപരമായ സ്ഥലങ്ങളെച്ചൊല്ലിയുള്ള തർക്കമാണ്,

ഹിന്ദുത്വ പ്രത്യയശാസ്ത്രത്തിന്റെ ഉദയം മുതൽ, പ്രത്യേകിച്ച് 1925-ൽ രാഷ്ട്രീയ സ്വയംസേവക് സംഘ് (ആർഎസ്എസ്) രൂപീ കൃതമായതിനശേഷം, ആരാധനാലയങ്ങളുടെ ഉടമസ്ഥാവകാശ ത്തെ ചൊല്ലിയുള്ള നിരവധി ഹിന്ദു-മുസ്ലിം സംഘർഷങ്ങൾക്ക് ഇന്ത്യ സാക്ഷ്യം വഹിച്ചിട്ടുണ്ട്, പുരാതന മുസ്ലീം ആരാധനാലയങ്ങൾ യഥാർ ത്ഥത്തിൽ ഹിന്ദു ക്ഷേത്രങ്ങളായിരുന്നു എന്ന അവകാശവാദത്തിൽ നിന്നാണ് ഇത്തരത്തിൽപ്പെട്ട ഭൂരിഭാഗം തർക്കങ്ങളും ഉടലെടുത്തത്.

ഇക്കൂട്ടത്തിൽ, അയോധ്യയിലെ ബാബറി മസ്ജിദ് ഏറ്റവും പ്രധാന പ്പെട്ടതും വിവാദപരവുമായ ഉദാഹരണങ്ങളിൽ ഒന്നാണ്. ശ്രീരാമന്റെ ജന്മസ്ഥലത്താണ് ഇത് നിർമ്മിച്ചതെന്ന് അവകാശപ്പെട്ട ഹിന്ദു ദേശീ യവാദികൾ 1992 ൽ മസ്ജിദ് തകർത്ത സംഭവം രാജ്യത്തുടനീളം വ്യാപകമായ വർഗീയ കലാപങ്ങൾക്ക് കാരണമായി.

വാരണാസിയിലെ ഗ്യാൻവാപി മസ്ജിദാണ് മറ്റൊരു പ്രധാന തർക്ക സ്ഥലം. ഇത് ശിവന് സമർപ്പിച്ചിരിക്കുന്ന ഒരു ക്ഷേത്രം തകർത്ത് നിർമ്മിച്ചതാണെന്നാണ് ഹിന്ദുത്വ ദേശീയ വാദികളുടെ അവകാശവാദം. ഇരു സമുദായങ്ങളും പ്രസ്തുത ഭൂമിയിൽ അവകാശവാദം ഉന്നയിച്ചതി നാൽ, ഈ സ്ഥലത്തെ ചൊല്ലിയുള്ള തർക്കം പതിറ്റാണ്ടുകളായി നില നിൽക്കുന്നു, ശ്രീകൃഷ്ണന്റെ ജന്മസ്ഥലമെന്ന് ചില ഹിന്ദുക്കൾ വിശ്വസി ക്കുന്ന കൃഷ്ണ ജന്മഭൂമി ക്ഷേത്ര സമുച്ചയത്തോട് ചേർന്നുള്ള മഥുരയിലെ

ഷാഹി ഈദ്ഗാ പള്ളിയുടെ കാര്യത്തിലും സമാനമായ സംഘർഷങ്ങൾ ഉയർന്നുവന്നിട്ടുണ്ട്.

മധ്യപ്രദേശിലെ ധാർ പട്ടണത്തിൽ, ഭോജ്ശാല-കമൽ മൗല മസ്ജിദ് മറ്റൊരു ഫ്ലാഷ് പോയിന്റാണ്. അറിവിന്റെ ദേവതയായ സരസ്വതിക്ക് സമർപ്പിച്ചിരിക്കുന്ന ക്ഷേത്രത്തിന് മുകളിലാണ് പള്ളി പണിതതെന്നാണ് ഹൈന്ദവ പക്ഷത്തിന്റെ വാദം. ഈ സൈറ്റിലെ വാർഷിക ആചാരങ്ങളും പ്രാർത്ഥനകളും പലപ്പോഴും രണ്ട് സമുദായ ങ്ങൾ തമ്മിലുള്ള സംഘർഷത്തിലേക്ക് നയിച്ചിട്ടുണ്ട്.

ഈ തർക്കങ്ങൾ പലപ്പോഴും ചരിത്രപരമായ അവകാശവാദങ്ങ ളിൽ വേരൂന്നിയതാണെങ്കിലും, അവ സമകാലിക രാഷ്ട്രീയ സാമൂഹിക ഘടകങ്ങളാൽ സ്വാധീനിക്കപ്പെടുന്നു. രാഷ്ട്രീയ അവസരവാദവും വർഗീയ പ്രചാരണവും ഈ തർക്കങ്ങൾക്ക് പലപ്പോഴും ആക്കം കൂട്ടി. അവ അക്രമത്തിലും ജീവഹാനിയിലും കലാശിക്കുക മാത്രമല്ല, ഹിന്ദു ക്കളും മുസ്ലീങ്ങളും തമ്മിലുള്ള ഭിന്നത വർദ്ധിപ്പിക്കുകയും ചെയ്തു.

നിയമപരവും രാഷ്ട്രീയവുമായ മാർഗ്ഗങ്ങളിലൂടെ ഈ തർക്കങ്ങൾ പരിഹരിക്കാനുള്ള ശ്രമങ്ങൾ നടക്കുന്നുണ്ടെങ്കിലും ഇക്കാര്യത്തിൽ കാര്യമായ പുരോഗതിയൊന്നും ഉണ്ടായിട്ടില്ല, പല കേസുകളും ഇപ്പോഴും കോടതികളിൽ കെട്ടിക്കിടക്കുന്നു.

ആവർത്തിച്ചുള്ള അക്രമങ്ങൾ ഇന്ത്യൻ സമൂഹത്തിന്റെ മതേതരവും ബഹുസ്വരവുമായ ഘടന നിലനിർത്തുന്നതിന് സംവാദത്തിന്റെയും അനുരഞ്ജനത്തിന്റെയും അടിയന്തിര ആവശ്യത്തിന് അടിവരയിടുന്നു. ഈ തർക്കങ്ങൾ സമാധാനപരമായി പരിഹരിക്കുന്നതിനും പരസ്പര ധാരണയും ബഹുമാനവും പ്രോത്സാഹിപ്പിക്കുന്നതിനും സർക്കാരും സിവിൽ സമൂഹവും കമ്മ്യൂണിറ്റി നേതാക്കളും ഒരുമിച്ച് പരിശ്രമിക്കേണ്ട സമയം അതിക്രമിച്ചിരിക്കുന്നു.

ബാബറി മസ്ജിദിന്റെ തകർച്ചയും ദൂരവ്യാപക പ്രത്യാഘാതങ്ങളും.

ഇന്ത്യയുടെ മതേതരത്വ പാരമ്പര്യത്തിന് ഏറ്റവും വലിയ തിരിച്ചടിയും വലതുപക്ഷ വർഗീയ സംഘടനകളുടെ ഏറ്റവും വലിയ വിജയവുമായി രുന്ന ബാബരി മസ്ജിദിന്റെ തകർച്ച.

ഉത്തർപ്രദേശിലെ അയോധ്യയിൽ, പതിനാറാം നൂറ്റാണ്ടിൽ-1528ൽ, മുഗൾ ചക്രവർത്തി ബാബർ പണികഴിപ്പിച്ച മുസ്ലീം പള്ളിയായ

ബാബറി മസ്ജിദും അതു സ്ഥിതി ചെയ്തിരുന്ന സ്ഥലവും നൂറ്റാണ്ടുകളായി തർക്ക ഭൂമിയായി കിടക്കുകയായിരുന്നു. ഇത് 1992-ൽ ഹിന്ദുത്വ ദേശീയവാദികൾ എന്നവകാശപ്പെടുന്നവർ തകർത്തു തരിപ്പണമാക്കിയ സംഭവം, രാജ്യത്തെങ്ങും മതധ്രുവീകരണത്തിനും വർഗീയ കലാപങ്ങൾക്കും തിരികൊളുത്തി.

ഒന്നിലധികം വിവരങ്ങളും അവകാശവാദങ്ങളും നിലനിന്നിരുന്നത് കൊണ്ടുതന്നെ, ബാബറി മസ്ജിദിന്റെ ചരിത്രം സങ്കീർണ്ണമാണ്. ബ്രിട്ടീഷ് കൊളോണിയൽ കാലഘട്ടത്തിൽ ഹിന്ദു-മുസ്ലിം സംഘർഷങ്ങൾ ഉടലെടുക്കുകയും, മുസ്ലീം ഭരണത്തിന്റെയും ഹിന്ദു അമർഷത്തിന്റെയും പ്രതീകമായി ബാബരി മസ്ജിദ് മാറുകയും ചെയ്തു.

1949-ൽ, മസ്ജിദിനുള്ളിൽ രാമവിഗ്രഹങ്ങൾ സ്ഥാപിച്ചതും അത് അടച്ചുപൂട്ടുന്നതിലേക്ക് കാര്യങ്ങളെ കൊണ്ടെത്തിച്ചതും അക്കാലത്ത് രാജ്യം ഭരിച്ചിരുന്ന സർക്കാരിന്റെ അശ്രദ്ധയും അലംഭാവവും കാരണമായിരുന്നുവെന്ന പരാതി വ്യാപകമായി ഉയർന്നിരുന്നു. രാമക്ഷേത്രത്തിനായി വാദിക്കാൻ 1984-ൽ വിശ്വഹിന്ദു പരിഷത്തിന്റെ (വിഎച്ച്പി) രൂപീകരണം, 1990-ൽ ബിജെപി നേതാവ് എൽ.കെ. അദ്വാനി നയിച്ച "രഥയാത്ര"യെ തുടർന്നുണ്ടായ സംഘർഷഭരിതമായ അന്തരീക്ഷം എന്നിവക്കൊടുവിൽ, ഹിന്ദുത്വ ദേശീയ വാദികൾ, ബാബരി മസ്ജിദ് തല്ലി തകർക്കുന്നത് വരെ കാര്യങ്ങളെ കൊണ്ടെത്തിച്ചതിലും അക്കാലത്തെ കോൺഗ്രസ് സർക്കാരിനുള്ള പങ്ക് അനിഷേധ്യമായിരുന്നു.

1992 ഡിസംബർ 6-ന് ബാബറി മസ്ജിദ് തകർത്ത സംഭവം, ദൂരവ്യാപകവും വിനാശകരവുമായ പ്രത്യാഘാതങ്ങളുണ്ടാക്കി. ഹിന്ദു - മുസ്ലിം വർഗീയ സംഘർഷങ്ങൾ തീജ്വാല പോലെ രാജ്യമെങ്ങും ആളിപ്പടരുകയും 2,000-ത്തിലധികം പേർ മരിക്കുകയും ആയിരക്കണക്കിന് പേർക്ക് പരിക്കേൽക്കുകയും ചെയ്തു. മസ്ജിദ് തകർത്തത് ഇന്ത്യൻ മുസ്ലീങ്ങളെ സംബന്ധിച്ചിടത്തോളം ആഘാതകരമായ ഒരു സംഭവമായിരുന്നു, ഇത് അരക്ഷിതാവസ്ഥയിലേക്കും ദുർബലതയിലേക്കും നയിച്ചു.

ബാബരി തകർച്ചയുടെ ദീർഘകാല പ്രത്യാഘാതങ്ങൾ അഗാധമായിരുന്നു. പള്ളി പൊളിക്കലും തുടർന്നുണ്ടായ അന്വേഷണ പ്രഹസനങ്ങളും.

ഇന്ത്യയിലെ മതന്യൂനപക്ഷങ്ങളെ, പ്രത്യേകിച്ച് മുസ്ലിം സമുദായത്തെ ഉന്മൂലനം ചെയ്യുന്നതിന് അവസരം കാത്തു നിന്നിരുന്ന ഹിന്ദുത്വ ശക്തി കൾക്ക് ധൈര്യം പകരുന്നതായിരുന്നു, ഇത് വർഗീയ ധ്രുവീകരണത്തി ലേക്കും അക്രമത്തിലേക്കും നയിച്ചു. ബിജെപി ഒരു പ്രധാന രാഷ്ട്രീയ ശക്തിയായി ഉയർന്നുവന്നതോടെ ഇന്ത്യൻ രാഷ്ട്രീയത്തിൽ കാര്യമായ മാറ്റവും ഈ സംഭവം അടയാളപ്പെടുത്തി. അക്രമം നടത്തിയവരെ സത്യ സന്ധമായി നിയമത്തിനു മുന്നിൽ കൊണ്ടുവരുവാനോ അർഹിക്കുന്ന ശിക്ഷാവിധികൾ ഉറപ്പുവരുത്തുവാനോ ബന്ധപ്പെട്ടവർക്ക് സാധിക്കാ ത്തതിനാൽ   മതനിരപേക്ഷ മൂല്യങ്ങളുടെയും നിയമവാഴ്ചയുടെയും തകർച്ചയ്ക്കും ബാബരി മസ്ജിദ് പൊളിക്കൽ കാരണമായി.

ബാബരി മസ്ജിദ് തകർക്കൽ ഇന്ത്യൻ ചരിത്രത്തിലെ ആഘാത കരമായ ഒരു സംഭവമായി തുടരുന്നു, സാമുദായിക സംഘർഷങ്ങളും ഭിന്നതകളും ആഴത്തിൽ വേരുന്നിയതോടെ, വിശാലമായ സാമൂ ഹിക-സാംസ്കാരിക മണ്ഡലങ്ങളിലും അത് അനുഭവപ്പെട്ടു. ഇത് മതേതര ജനാധിപത്യ രാജ്യമെന്ന ഇന്ത്യയുടെ പ്രശസ്തിക്ക് ക്ഷതമേൽപ്പിച്ചു.

ബാബരി മസ്ജിദ് തകർത്തത് ഒരു ഒറ്റപ്പെട്ട സംഭവമായിരുന്നി ല്ലെന്ന്, 1993-ലെ ബോംബെ കലാപം, 1,000-ലധികം മുസ്ലീങ്ങളുടെ മരണത്തിൽ കലാശിച്ച 2002-ലെ ഗുജറാത്ത് കലാപം, 2013-ലെ മുസാ ഫർനഗർ കലാപം എന്നിവയൾപ്പെടെയുള്ള വർഗീയ കലാപങ്ങളുടെ ശാശ്വതാവസ്ഥയെ കുറിച്ച് നിരവധി കേസ് പഠനങ്ങൾ തെളിയിക്കുന്നു.

ഈ കേസ് പഠനങ്ങളുടെ വിശകലനം, സമുദായങ്ങളെ ധ്രുവീക രിക്കാനും അക്രമം നിലനിർത്താനുമുള്ള ബോധപൂർവമായ ശ്രമം വെളിപ്പെടുത്തുന്നു. സോഷ്യൽ മീഡിയയുടെയും മറ്റ് സാങ്കേതിക വിദ്യ കളുടെയും ഉപയോഗം വിദ്വേഷ പ്രസംഗവും അക്രമത്തിന് പ്രേരണയും വർദ്ധിപ്പിക്കുന്നു. കുറ്റവാളികളെ യഥാസമയം പിടികൂടുന്നതിലും ശിക്ഷ ഉറപ്പുവരുത്തുന്നതിലും ഭരണകൂടത്തിന്റെ പരാജയം എന്നിവ വർഗീയ വാദികൾക്ക് ധൈര്യം പകരുന്നു. തുടർച്ചയായ ഈ വർഗീയ അക്രമ സംഭവങ്ങൾ ഭരണകൂടത്തിലും അതിന്റെ സ്ഥാപനങ്ങളിലുമുള്ള വിശ്വാ സത്തെ ഇല്ലാതാക്കി, ഭയത്തിന്റെയും അവിശ്വാസത്തിന്റെയും അക്രമ ത്തിന്റെയും ഭയാനകമായ ഒരു അന്തരീക്ഷം രാജ്യത്ത് നിലനിർത്തുന്നു.

അധ്യായം 5
2014-ലെ പൊതു തെരഞ്ഞെടുപ്പും ബിജെപിയുടെ ഉയർച്ചയും

തെരഞ്ഞെടുപ്പ് പ്രചരണ തന്ത്രങ്ങളും കളിക്കളത്തിലെ രാഷ്ട്രീയ താരങ്ങളും

അധികാര കേന്ദ്രീകരണം : തെരഞ്ഞെടുപ്പ് വിജയങ്ങളും ഭരണവും

മോദി-ഷാ യുഗം: അധികാരത്തിന്റെയും ഭരണത്തിന്റെയും ഏകീകരണം

തെരഞ്ഞെടുപ്പ് പ്രചരണ തന്ത്രങ്ങളും കളിക്കളത്തിലെ രാഷ്ട്രീയ താരങ്ങളും

രാജ്യത്തിന്റെ രാഷ്ട്രീയ ചരിത്രത്തിൽ വഴിത്തിരിവായി മാറിയ ഒരു സുപ്രധാന സംഭവമായിരുന്ന 2014ലെ ലോക്സഭ തെരഞ്ഞെടുപ്പ്. ഗുജറാത്ത് രാഷ്ട്രീയത്തിൽ നിന്നും ദേശീയ രാഷ്ട്രീയത്തിലേക്ക് ഉയർത്തപ്പെട്ട ബിജെപി നേതാക്കളായ നരേന്ദ്രമോദിയുടെയും അമിത് ഷായുടെയും നേതൃത്വത്തിൽ നടത്തിയ ചിട്ടയാർന്ന ഹൈ വോൾട്ടേജ് തിരഞ്ഞെടുപ്പ് പ്രചരണം ഭാരതീയ ജനതാ പാർട്ടിയെ (BJP) വൻ വിജയത്തിലേക്ക് നയിച്ചു.

മോദിയുടെ കരിഷ്മാറ്റിക് നേതൃത്വവും അഴിമതി രഹിത സദ്ഭരണ വാഗ്ദാനങ്ങളും ആകർഷണീയമായ പ്രകടന പത്രികയും കേന്ദ്രീകരിച്ച് ബിജെപി ഒരുക്കിയ പ്രചരണ തന്ത്രങ്ങളും എണ്ണയിട്ട യന്ത്രം പോലെ പ്രവർത്തിച്ച പാർട്ടി മെഷിനറിയും 2014ലെ പൊതു തെരഞ്ഞെടുപ്പിനെ മറ്റ തെരഞ്ഞെടുപ്പുകളിൽ നിന്നും വ്യത്യസ്തമാക്കി.

രാജ്യത്തെ വലിയൊരു വിഭാഗം ജനങ്ങളിലേക്ക് പ്രത്യേകിച്ചും, യുവ ജനങ്ങളിലേക്ക് വളരെ വേഗത്തിൽ എത്തിച്ചേരുന്നതിന് സോഷ്യൽ മീഡിയയും മറ്റ് ഡിജിറ്റൽ പ്ലാറ്റ്ഫോമുകളും ഫലപ്രദമായി വിനിയോഗിക്കുവാൻ ബിജെപിയുടെ തെരഞ്ഞെടുപ്പ് തന്ത്രജ്ഞന്മാർക്ക് സാധിച്ചു.

"സബ്കാ സാത്ത്, സബ്കാ വികാസ്" (എല്ലാവർക്കും വികസനം) എന്ന ബി.ജെ.പിയുടെ ആകർഷണീയമായ മുദ്രാവാക്യങ്ങളും, അക്കാലത്ത് രാജ്യഭരണം നടത്തിയിരുന്ന മൻമോഹൻസിംഗിന്റെ നേതൃത്വത്തിലുള്ള രണ്ടാം യുപിഎ സർക്കാറിന്റെ പേരിൽ ഉയർന്നുവന്ന കോടിക്കണക്കിന് രൂപയുടെ കുംഭകോണങ്ങളിലും ദുർഭരണത്തിലും നിരാശരായ വോട്ടർമാരിൽ പ്രതിധ്വനിച്ചു.

ബിജെപിയുടെ പ്രധാനമന്ത്രി സ്ഥാനാർത്ഥിയായിരുന്ന നരേന്ദ്ര മോദി, തന്റെ കരിസ്മാറ്റിക് നേതൃത്വവും പ്രസംഗ വൈദഗ്ധ്യവും കൊണ്ട് ബിജെപിയുടെ ഹൈ വോൾട്ട് പ്രചരണത്തിന് നേതൃത്വം നൽകി.

ബൂത്ത് ലെവൽ മാനേജ്മെന്റിലും വോട്ടർ റീച്ചിലും ശ്രദ്ധ കേന്ദ്രീക രിച്ച് പ്രചാരണ തന്ത്രങ്ങൾ മെനയകയും സൂക്ഷ്മമായി നിയന്ത്രിക്കുകയും ചെയ്തത്, രാഷ്ട്രീയ ചാണക്യനും ബിജെപിയുടെ ദേശീയ അധ്യക്ഷനുമാ യിരുന്ന അമിത് ഷായായിരുന്നു.

മോദിയുടെ വികസന അജണ്ടയെ ചുറ്റിപ്പറ്റിയുള്ള ഒരു ആഖ്യാനം തയ്യാറാക്കുകയും വിവിധ മാധ്യമങ്ങളെ ബുദ്ധിപൂർവ്വം ഉപയോഗപ്പെട്ട ത്തുകയും ചെയ്ത പാർട്ടിയുടെ മുഖ്യ തന്ത്രജ്ഞൻ അരുൺ ജെയ്റ്റ്ലിയും തെരഞ്ഞെടുപ്പ് പ്രചരണത്തിൽ സുപ്രധാന പങ്ക് വഹിച്ചു.

ഇവരെ കൂടാതെ, അജിത് ഡോവൽ തുടങ്ങിയ മോദിയുടെ അടുത്ത സഹായികളും ബിജെപിയുടെ പ്രചരണ തന്ത്രങ്ങൾക്ക് ചുക്കാൻ പിടിച്ച കൊണ്ട് സദാ ജാഗരൂകരായിരുന്നു. ആർഎസ്എസിന്റെ വിപുലമായ കേഡർമാരുടെയും സന്നദ്ധപ്രവർത്തകരുടെയും ശൃംഖലയും പാർട്ടി യുടെ തിരഞ്ഞെടുപ്പ് യന്ത്രത്തിന് കരുത്തേകി.

കൂടാതെ, തെലുങ്കുദേശം പാർട്ടി (ടിഡിപി), ശിവസേന, ശിരോമണി അകാലികൾ (SAD) തുടങ്ങിയ പ്രാദേശിക പാർട്ടികളുമായുള്ള ബിജെപിയുടെ സഖ്യവും പാർട്ടിയെ അതിന്റെ തിരഞ്ഞെടുപ്പ് കാൽ പ്പാടുകൾ വികസിപ്പിക്കാൻ സഹായിച്ചു. ലോക്സഭയിലെ 543ൽ 282 സീറ്റും നേടി, ഇന്ത്യൻ രാഷ്ട്രീയത്തിൽ പുതിയൊരു യുഗത്തിന് തുടക്കമിട്ട ബി.ജെ.പിയുടെ ചരിത്രവിജയത്തിൽ കുറ്റമറ്റ പ്രചരണ തന്ത്രത്തിന്റെ മികവ് പ്രകടമായിരുന്നു.

അധികാര കേന്ദ്രീകരണം:
തെരഞ്ഞെടുപ്പ് വിജയങ്ങളും ഭരണവും

ഇന്ത്യൻ രാഷ്ട്രീയത്തിലെ പ്രബല ശക്തിയെന്ന നിലയിൽ ബിജെപിയുടെ സ്ഥാനം ഉറപ്പിച്ച തിരഞ്ഞെടുപ്പ് വിജയങ്ങളുടെ ഒരു പരമ്പരയാണ് മോദി-ഷാ ജോഡിയുടെ അധികാര ദൃഢീകരണം അടയാളപ്പെടുത്തിയത്. ഉത്തർപ്രദേശ്, മധ്യപ്രദേശ്, മഹാരാഷ്ട്ര, ഹരിയാന തുടങ്ങിയ സംസ്ഥാന നിയമസഭാ തെരഞ്ഞെടുപ്പുകളിൽ പാർട്ടി നേടിയ വിജയങ്ങൾ ദേശീയതലത്തിൽ മാത്രമല്ല, വിവിധ സംസ്ഥാനങ്ങളിലും ബിജെപിക്ക് ആഴത്തിൽ വേരോട്ടം ഉണ്ടാക്കാൻ സാധിച്ചിട്ടുണ്ടെന്നതിന്റെ തെളിവായിരുന്നു.

ബിജെപിയുടെ ഭരണ തന്ത്രം കേന്ദ്രീകൃത തീരുമാനങ്ങൾ എടുക്ക ന്നതിൽ ശ്രദ്ധ കേന്ദ്രീകരിച്ച, മോദിയും ഷായും കൂടിച്ചേർന്നുകൊണ്ട് പ്രധാന തീരുമാനങ്ങൾ എടുക്കുന്നു. ചരക്ക് സേവന നികുതി (ജിഎസ്ടി),

പൗരത്വ ഭേദഗതി നിയമം (സിഎഎ) എന്നിവയുൾപ്പെടെ നിരവധി വിവാദ നയങ്ങൾ സർക്കാർ നടപ്പാക്കി.

ക്ഷേമ പദ്ധതികളുടെ കാര്യക്ഷമമായ വിതരണം (ഉദാ. ആയുഷ്മാൻ ഭാരത്, ഉജ്ജ്വല യോജന), അടിസ്ഥാന സൗകര്യ വികസനം (ഉദാ. ബുള്ളറ്റ് ട്രെയിനകൾ, ഹൈവേകൾ), ഭീകരവാദത്തിനും ദേശീയ സുരക്ഷയ്ക്കും എതിരായ കടുത്ത നിലപാടുകൾ എന്നിവ മോദി-ഷാ ഭരണകാലഘട്ടത്തിലെ പ്രധാന നേട്ടങ്ങളായി ഉയർത്തി കാട്ടപ്പെടുന്ന

വിമർശനങ്ങൾക്കിടയിലും ബിജെപിയുടെ തിരഞ്ഞെടുപ്പ് വിജയ ങ്ങൾ തുടർന്നു, 2019 ലെ ലോക്സഭാ പൊതു തെരഞ്ഞെടുപ്പിലും പാർട്ടി വൻ വിജയം നേടി. "ആയുഷ്മാൻ ഭാരത്" ഹെൽത്ത് കെയർ പ്രോഗ്രാം, "പ്രധാൻമന്ത്രി ആവാസ് യോജന" ഭവന പദ്ധതി തുടങ്ങിയ ജനകീയ പദ്ധതികളാണ് ഇന്ത്യൻ വോട്ടർമാർക്കിടയിൽ മോദി സർക്കാരിനെ സ്വീകാര്യമാക്കിയതെന്ന് വിശ്വസിക്കുന്നവരാണ് രാഷ്ട്രീയ നിരീക്ഷക രിൽ ഭൂരിഭാഗവും.

അതേസമയം, വർഗീയ അജണ്ടയുടെ ഭാഗമായി, വിദ്വേഷ പ്രസം ഗങ്ങളിലൂടെയും വെറുപ്പും വിദ്വേഷവും വളർത്തുന്ന സോഷ്യൽ മീഡിയ പ്രചരണങ്ങളിലൂടെയും സാമുദായിക ധ്രുവീകരണം സൃഷ്ടിച്ചുകൊണ്ടാണ് മോദി സർക്കാർ തെരഞ്ഞെടുപ്പ് വിജയങ്ങൾ ആവർത്തിക്കുന്നതെന്ന് ചൂണ്ടിക്കാണിക്കുന്ന രാഷ്ട്രീയ നിരീക്ഷകരും തെരഞ്ഞെടുപ്പ് വിശകലന വിദഗ്ധരുമുണ്ട്.

തന്ത്രപരമായ പ്രചാരണ മാനേജ്മെന്റ്, സോഷ്യൽ മീഡിയയുടെയും മീഡിയ മാനേജ്മെന്റിന്റെയും ഫലപ്രദമായ ഉപയോഗം, മോദിയുടെ ജനപ്രീതിയും കരിഷ്മയും, ജനപിന്തുണയുള്ള പ്രാദേശിക നേതാക്കളെ കണ്ടെത്തിയ ശേഷം അവരെ സ്വാധീനിച്ചുകൊണ്ട് പ്രാദേശിക രാഷ്ട്രീയ സഖ്യങ്ങൾ രൂപപ്പെടുത്താനുള്ള അമിത് ഷായുടെ പ്രത്യേക മിടുക്ക് തുട ങ്ങിയവയാണ്ബിജെപിയുടെ തിരഞ്ഞെടുപ്പ് വിജയങ്ങൾക്ക് കാരണ മായിത്തീരുന്ന പ്രധാന ഘടകങ്ങൾ എന്ന് വിലയിരുത്താവുന്നതാണ്

ഉദാഹരണം: 2019ലെ പൊതുതിരഞ്ഞെടുപ്പിൽ 303 സീറ്റുകൾ നേടിയ ബിജെപിയുടെ വിജയം അവരുടെ തിരഞ്ഞെടുപ്പ് ആധിപത്യം പ്രകട മാക്കി.

അധികാരത്തിന്റെ ദൃഢീകരണം പ്രതിപക്ഷ ശബ്ദങ്ങളുടെ പാർ ശ്വവൽക്കരണത്തിലേക്ക് നയിച്ചു, ബി.ജെ.പി അതിന്റെ ഭൂരിപക്ഷം ഉപയോഗിച്ച് നിയമനിർമ്മാണം നടത്താനും വിയോജിപ്പുകളെ നിശ ബ്ദമാക്കാനും ശ്രമിച്ചു. ഗവൺമെന്റിന്റെ സ്വേച്ഛാധിപത്യ പ്രവണതകളും ജനാധിപത്യ സ്ഥാപനങ്ങളോടുള്ള അവഗണനയും ഇന്ത്യയുടെ ജനാധി പത്യ ഘടനയുടെ ശോഷണത്തെക്കുറിച്ചുള്ള ആശങ്കകൾ ശക്തമാക്കി.

മോദി-ഷാ യുഗം:
അധികാരത്തിന്റെയും ഭരണത്തിന്റെയും ഏകീകരണം

2014-ൽ ആരംഭിച്ച മോദി-ഷാ അച്ചതണ്ടിന്റെ ആധിപത്യം, ഇന്ത്യ യുടെ രാഷ്ട്രീയ ഭൂപ്രകൃതിയിൽ സുപ്രധാനമായ മാറ്റം അടയാളപ്പെടുത്തി. പ്രധാനമന്ത്രിയെന്ന നിലയിൽ നരേന്ദ്ര മോദിയും ബിജെപി അധ്യക്ഷ നെന്ന നിലയിൽ അമിത് ഷായും അവരുടെ തന്ത്രപരമായ ചിന്തയ്ക്കും രാഷ്ട്രീയ കരുനീക്കങ്ങൾക്കും പേരുകേട്ട അതിശക്തമായ ഒരു നേതൃത്വ ജോഡിയായി, ദേശീയ രാഷ്ട്രീയത്തിൽ ഉയർന്നുവന്നു.

ബ്രാൻഡിംഗിലും വിപണനത്തിലും കേന്ദ്രീകൃതമായ തീരുമാനങ്ങളെ ടുക്കുന്ന സമീപനമാണ് മോദിയുടെ നേതൃശൈലിയുടെ സവിശേഷത. പരമ്പരാഗത മാധ്യമ ചാനലുകളെ മറികടന്ന്, ജനങ്ങളുമായി നേരിട്ട് സംവദിക്കുവാൻ അദ്ദേഹം തന്റെ കരിഷ്മയും ആശയവിനിമയ കഴിവുകളും പ്രയോജനപ്പെടുത്തി. അതേസമയം, അമിത് ഷായാകട്ടെ ബിജെപിയുടെ സംഘടനാ ശക്തി ഉറപ്പിക്കുന്നതിൽ നിർണായക പങ്കുവഹിച്ച, പാർട്ടിയുടെ കാൽപ്പാടുകൾ വിപുലീകരിക്കുന്നതിന് തിര ഞ്ഞെടുപ്പ് കണക്കിലെ തന്റെ വൈദഗ്ധ്യം ഉപയോഗപ്പെടുത്തി.

പാർട്ടിക്കുള്ളിൽ അധികാരം ഉറപ്പിക്കുക, രാഷ്ട്രീയ എതിരാളികളെ പാർശ്വവൽക്കരിക്കുക, പ്രാദേശിക നേതാക്കളുടെ കൂട്ടുകെട്ട് ഇടങ്ങി നിരവധി രാഷ്ട്രീയ നീക്കങ്ങൾക്ക് അവർ ഇരുവരും ഒരുമിച്ച് നേതൃത്വം നൽകി. അവരുടെ "മത്സരാധിഷ്ഠിത വർഗീയ കുതന്ത്രങ്ങൾ", "തീവ്ര ദേശീയത" എന്നീ തന്ത്രങ്ങൾ രാഷ്ട്രീയ ഭൂപ്രകൃതിയെ കൂടുതൽ ധ്രുവീ കരിക്കുകയും ബിജെപിയെ ഇന്ത്യൻ രാഷ്ട്രീയത്തിലെ ഒരു അജയ്യ ശക്തിയാക്കി മാറ്റുകയും ചെയ്തു.

നോട്ട് നിരോധനം, പൗരത്വ ഭേദഗതി നിയമം (സിഎഎ) നടപ്പാ ക്കൽ തുടങ്ങിയ വിവാദ നയങ്ങളാൽ മോദി-ഷാ യുഗത്തെ അടയാള പ്പെടുത്തിയിട്ടുണ്ട്. സമ്പദ്‌വ്യവസ്ഥ, മനുഷ്യാവകാശങ്ങൾ, ജനാധിപത്യ സ്ഥാപനങ്ങളുടെ ശോഷണം എന്നിവ കൈകാര്യം ചെയ്യുന്നതിന്റെ പേരിലും അവരുടെ നേതൃത്വം വിമർശിക്കപ്പെട്ടിട്ടുണ്ട്. ഈ വിമർശന ങ്ങൾക്കിടയിലും, വിശ്വസ്ത പിന്തുണയുള്ള രാഷ്ട്രീയ കുതന്ത്രത്തിന്റെ പ്രശസ്തിയും ഉള്ള ഇരുവരും ഇന്ത്യൻ ദേശീയ രാഷ്ട്രീയ മണ്ഡലത്തിലെ അഭിനവ ചാണക്യൻ മാരായി ഇടങ്ങുന്നു.

PART III:
ഹിന്ദുത്വ രാഷ്ട്രീയത്തിന്റെ ആഘാതം

Impact of Hindutva Politics

അധ്യായം 6
ഹിന്ദുത്വ അജണ്ട നടപ്പിലാക്കുമ്പോൾ

ഹിന്ദുത്വത്തിന്റെ അടിസ്ഥാന തത്വങ്ങൾ:
സാംസ്ക്കാരിക ദേശീയതയും മതപരമായ സ്വത്വവും

വിദ്യാഭ്യാസം | സംസ്ക്കാരം | ചരിത്രം

ഇന്ത്യൻ ചരിത്രം അവർ തിരുത്തി എഴുതിക്കൊണ്ടിരിക്കുക യാണ്!

പുരാതന ഇന്ത്യൻ ശാസ്ത്രത്തെക്കുറിച്ചുള്ള അവകാശവാദങ്ങൾ:

ഹിന്ദുത്വത്തിന്റെ അടിസ്ഥാന തത്വങ്ങൾ :
സാംസ്കാരിക ദേശീയതയും മതപരമായ സ്വത്വവും

ആർഎസ്എസ്സും ബിജെപിയും ഉയർത്തിപ്പിടിക്കുന്ന ഹിന്ദുത്വ ദേശീയതയുടെ അടിസ്ഥാന തത്വങ്ങൾ സാംസ്കാരിക ദേശീ യതയെയും മതപരമായ സ്വത്വത്തെയും ചുറ്റിപ്പറ്റിയുള്ളതാണ്. ഇന്ത്യ ഒരു ഹിന്ദു രാഷ്ട്രമാണെന്നാണ് ഹിന്ദുത്വത്തിന്റെ വക്താക്കൾ അവകാ ശപ്പെടാറുള്ളത്, ഭാരത സമൂഹത്തിലും രാഷ്ട്രീയത്തിലും ഹിന്ദുക്കൾ തങ്ങളുടെ ആധിപത്യം സ്ഥാപിക്കേണ്ടതിന്റെ ആവശ്യകത അവർ ഊന്നിപ്പറയുന്നു.

താഴെപ്പറയുന്നവയാണ് ഹിന്ദുത്വ ദേശീയതയുടെ അടിസ്ഥാന തത്വങ്ങൾ

1- സാംസ്കാരിക ദേശീയത:

ഇന്ത്യൻ ഐഡന്റിറ്റിയുടെ അടിത്തറയായി ഹിന്ദു സംസ്കാരം, മൂല്യ ങ്ങൾ, പാരമ്പര്യങ്ങൾ എന്നിവയെ പ്രോത്സാഹിപ്പിക്കുന്നതിന് വേണ്ടി ഹിന്ദുത്വം വാദിക്കുന്നു. ഹിന്ദുത്വ വക്താക്കളുടെ പ്രധാന വാദമുഖങ്ങൾ ഇനി പറയുന്നവയാണ്:

1- ഇന്ത്യൻ സംസ്കാരത്തിന്റെ നിർവചിക്കുന്ന സവിശേഷതയാണ് ഹിന്ദുമതം

2- ഹിന്ദു ഉത്സവങ്ങൾ, ആചാരങ്ങൾ, അനുഷ്ഠാനങ്ങൾ എന്നിവയുടെ പ്രചാരണം

3- പൊതുജീവിതത്തിൽ ഹൈന്ദവ മൂല്യങ്ങൾക്കും ധാർമ്മികതയ്ക്കും ഊന്നൽ നൽകൽ.

4- ഹിന്ദു താൽപര്യങ്ങൾക്കും ആശങ്കകൾക്കും മുൻഗണന നൽകൽ

5- ഇന്ത്യൻ ദേശീയ സ്വത്വത്തിന്റെ കാതൽ ആയി ഹിന്ദുമതത്തെ സ്ഥാപിക്കൽ.

ഈ സമീപനം, പലപ്പോഴും മതന്യൂനപക്ഷങ്ങളുടെയും അവരുടെ തനത് സംസ്കാരങ്ങളുടെയും ചെലവിൽ, ഇന്ത്യയിൽ ഹിന്ദു സാംസ്കാരികവും മതപരവുമായ ആധിപത്യം സ്ഥാപിക്കാൻ ലക്ഷ്യമിട്ടന്നവയാണ്.

2- മതപരമായ ഐഡന്റിറ്റി:

ഹിന്ദുത്വ പ്രത്യയശാസ്ത്രം ഹിന്ദുമതത്തെ പ്രബല മതമായി ഊന്നി പ്പറയുകയും പലപ്പോഴും ന്യൂനപക്ഷങ്ങളെ, പ്രത്യേകിച്ച് മുസ്ലീങ്ങളെയും ക്രിസ്ത്യാനികളെയും, ഹിന്ദു ആധിപത്യത്തിന് ഭീഷണിയായി കരുതുന്ന "പുറത്തുള്ളവർ" അല്ലെങ്കിൽ "വിദേശികൾ" ആയി ചിത്രീകരിക്കുകയും ചെയ്യന്നു.

ന്യൂനപക്ഷ സമുദായങ്ങൾക്കെതിരായ വിവേചനം, ബഹിഷ്കരണം, അക്രമം എന്നിവ ന്യായീകരിക്കാനും ഇന്ത്യ ഒരു ഹിന്ദു രാഷ്ട്രമാണെന്നും, അവിടെ ഹിന്ദുമത വിശ്വാസികൾക്ക് മാത്രമേ മാന്യതയും അംഗീകാരവും പ്രതീക്ഷിക്കേണ്ടതുള്ളവെന്നും പറയാതെ പറയുകയാണ് അവർ. അവരുടെ ഇത്തരം വാചാടോപങ്ങൾ ഇന്ത്യയിലെ ന്യൂനപക്ഷ സമു ദായങ്ങളെ പാർശ്വവൽക്കരിക്കുന്നതിലേക്കും ആക്രമിക്കുന്നതിലേക്കും അടിച്ചമർത്തലുകളിലേക്കും നയിക്കുന്നവയാണ്.

3- ഐക്യവും ഏകീകൃതവൽക്കരണവും:

ഹിന്ദുത്വം, ജാതി, പ്രാദേശിക അതിർത്തികൾക്കപ്പറം ഹിന്ദുക്കളെ ഏകീകരിക്കാൻ ശ്രമിക്കുന്ന, ഏകതാനമായ ഒരു ഹിന്ദു സ്വത്വത്തെ പ്രോത്സാഹിപ്പിക്കുന്നു. ഇനി പറയുന്ന കാര്യങ്ങളിലൂടെയാണ് ഹിന്ദുത്വ പ്രചാരകർ, ഹിന്ദുക്കളെ ഏകീകരിക്കാൻ ലക്ഷ്യമിട്ടന്നത്:-

● വ്യത്യസ്ത ജാതി ഗ്രൂപ്പകൾക്കിടയിലുള്ള വിടവുകൾ നികത്തി, ഒരൊറ്റ ഹിന്ദു സ്വത്വത്തെ പ്രോത്സാഹിപ്പിക്കുക.

● പ്രാദേശിക വ്യത്യാസങ്ങൾ മറികടന്ന്, ഒരു ഇന്ത്യൻ ഹിന്ദു ഐഡന്റിറ്റിക്ക് ഊന്നൽ നൽകുക.

● ഭാഷാപരമായി ഹിന്ദുക്കളെ ഏകീകരിക്കുക

● ആചാരങ്ങളിലും അനുഷ്ഠാനങ്ങളിലും ഹിന്ദുമതത്തിന്റെ ഒരു സ്റ്റാൻ ഡേർഡ് പതിപ്പ് പ്രോത്സാഹിപ്പിക്കുക, പ്രാദേശിക വ്യതിയാനങ്ങൾ അടിച്ചമർത്തുക

ഈ സമീപനം ഹിന്ദു ഐക്യദാർഡ്യവും രാഷ്ട്രീയ ഐക്യവും ശക്തി പ്പെടുത്താൻ ലക്ഷ്യമിട്ടന്നു, പലപ്പോഴും ന്യൂനപക്ഷ അവകാശങ്ങളുടെയും

വൈവിധ്യങ്ങളുടെയും ചെലവിലാണ് അവർ ഇക്കാര്യങ്ങൾ നടപ്പിലാ ക്കുന്നതെന്ന് പ്രത്യേകം മനസ്സിലാക്കുക.

4- തീവ്ര ദേശീയത:

മത ന്യൂനപക്ഷങ്ങളിൽ നിന്നും വിദേശ ശക്തികളിൽ നിന്നുമുള്ള ഭീഷണികൾ നേരിടുന്നതിനായി ഹിന്ദുത്വ പ്രത്യയശാസ്ത്രം ശക്തവും ദൃഢവുമായ ഒരു ഭാരതത്തിനു വേണ്ടി ശക്തിയുക്തം വാദിക്കുന്നു,

ഭീഷണികൾക്കുള്ള പ്രതികരണമായി അവർ രൂപപ്പെടുത്താറുള്ള ആഖ്യാനങ്ങൾ ഇനി പറയുന്നവയാണ്:-

● മുസ്ലീങ്ങളെയും ക്രിസ്ത്യാനികളെയും മറ്റ് മതന്യൂനപക്ഷങ്ങളെയും ഹിന്ദു ആധിപത്യത്തിന് ഭീഷണിയായി ചിത്രീകരിക്കുന്നു

● പാശ്ചാത്യ രാജ്യങ്ങളെയും പാകിസ്ഥാനെയും ചൈനയെയും ഇന്ത്യയുടെ പരമാധികാരത്തിന്റെയും ഹിന്ദു സ്വത്വത്തിന്റെയും ശത്രു ക്കളായി ചിത്രീകരിക്കുന്നു.

● ഉപരോധത്തിൻ കീഴിലുള്ള ഒരു ഹിന്ദു ഇന്ത്യ എന്ന മിഥ്യാ സങ്ക ല്പത്തെ ശക്തിപ്പെടുത്തുന്നതിന് വേണ്ടി, അവർ തീവ്രവാദത്തെ മുസ്ലീം തീവ്രവാദവുമായി ബന്ധിപ്പിക്കുന്നു,

ഈ ആഖ്യാനം ശക്തവും കേന്ദ്രീകൃതവുമായ ഒരു ഗവൺമെന്റി നെയും പേശീബലമുള്ള ഒരു വിദേശനയത്തെയും പ്രബലമായ ഹിന്ദു സ്വത്വത്തെയും ന്യായീകരിക്കാൻ ലക്ഷ്യമിടുന്നു. അത് പലപ്പോഴും പൊതുസമൂഹം ന്യൂനപക്ഷ മതവിഭാഗങ്ങളെ സംശയദൃഷ്ടിയോടെ വീക്ഷിക്കുന്നതിന് കാരണമായിത്തീരുന്നു.

വിദ്യാഭ്യാസം | സംസ്കാരം | ചരിത്രം

ഹിന്ദുത്വ അജണ്ടയുടെ കീഴിൽ, നടപ്പിലാക്കുന്ന നയങ്ങൾ, രാജ്യത്ത് നിലവിലുള്ള വിദ്യാഭ്യാസം, സംസ്കാരം, ചരിത്ര വിവരണങ്ങൾ എന്നിവയെ കാര്യമായി സ്വാധീനിച്ചിട്ടുണ്ട്. ഈ മാറ്റങ്ങൾ രാജ്യത്തിന്റെ സ്വത്വത്തെ ഹിന്ദു രാഷ്ട്രത്തെക്കുറിച്ചുള്ള ഹിന്ദുത്വ കാഴ്ചപ്പാടുമായി യോജി പ്പിക്കാൻ ലക്ഷ്യമിട്ട കൊണ്ടുള്ളവയാണ്.

1- വിദ്യാഭ്യാസം:

ഇന്ത്യൻ ചരിത്രത്തിന്റെയും സംസ്കാരത്തിന്റെയും കൂടുതൽ ഹിന്ദു കേന്ദ്രീകൃത വീക്ഷണം പ്രതിഫലിപ്പിക്കുന്നതിന് വേണ്ടി പാഠപുസ്ത കങ്ങൾ പരിഷ്കരിപ്പിക്കാനുള്ള ശ്രമങ്ങൾ വിദ്യാഭ്യാസ മേഖലയിൽ നടന്നുകൊണ്ടിരിക്കുന്നു. ഈ പുനരവലോകനങ്ങൾ പലപ്പോഴും ഹിന്ദു നേട്ടങ്ങളെ ബോധപൂർവ്വം ഉയർത്തിക്കാട്ടുന്നവയാണ്. അതേസമയം, മറ്റ മതസമൂഹങ്ങളിൽ നിന്നുള്ള സംഭാവനകളെ കുറച്ച കാണുകയും ചെയ്യുന്നു. ഈ സെലക്ടീവ് പ്രാതിനിധ്യം ചരിത്രപരമായ വസ്തുതകളെ വളച്ചൊടിക്കുകയും ഇന്ത്യയുടെ മതേതര അടിത്തറയെ തകർക്കുകയും ചെയ്യുന്നുവെന്ന് പ്രാഗല്ഭ്യം തെളിയിച്ച ഒട്ടേറെ വിദ്യാഭ്യാസ വിച ക്ഷണർ ചൂണ്ടിക്കാട്ടിയിട്ടുണ്ട്.

വിദ്യാഭ്യാസം, സംസ്കാരം, ചരിത്രം എന്നിവയെ അവരുടെ ആശയ പരമായ അജണ്ടയുമായി യോജിപ്പിക്കാൻ ലക്ഷ്യമിട്ടുള്ള നയങ്ങൾ ഹിന്ദുത്വ ഭരണകൂടം സജീവമായി നടപ്പാക്കി തുടങ്ങിയിട്ടുണ്ട്.

വിദ്യാഭ്യാസത്തിന്റെ കാവിവൽക്കരണത്തിന് ഉദാഹരണങ്ങൾ:

- ഹിന്ദുമതത്തിനും ഇന്ത്യൻ സംസ്കാരത്തിനും ഊന്നൽ നൽകുന്ന പാഠ്യപദ്ധതി പരിഷ്കരണങ്ങൾ,

- സംസ്കൃതത്തിന്റെയും പുരാതന ഇന്ത്യൻ ഗ്രന്ഥങ്ങളുടെയും പരിചയ പ്പെടുത്തൽ

- ഹിന്ദു ദേശീയവാദ പ്രത്യയശാസ്ത്രം പ്രോത്സാഹിപ്പിക്കൽ.

വിദ്യാഭ്യാസത്തിന്റെ "ഇന്ത്യൻവൽക്കരണം" ലക്ഷ്യമിട്ടുകൊണ്ടുള്ള പുതിയ വിദ്യാഭ്യാസ നയം (NEP) 2020-ന്റെ ബിജെപി നേതൃത്വത്തിലുള്ള സർക്കാർ അവതരിപ്പിച്ചത് ഒരു ഹിന്ദു ദേശീയവാദ അജണ്ടയെ പ്രോ ത്സാഹിപ്പിക്കുന്നതിന് വേണ്ടിയുള്ളതാണെന്ന് വിവിധ കോണുകളിൽ നിന്നും വിമർശനങ്ങൾ ഉയർന്നുവന്നത് ശ്രദ്ധിച്ചിട്ടുണ്ടാവുമല്ലോ.

2- സംസ്കാരം:

പരമ്പരാഗത ഹൈന്ദവ മൂല്യങ്ങളും ആചാരങ്ങളും പ്രോത്സാഹിപ്പി ക്കുന്നതിന് സാംസ്കാരിക നയങ്ങളിൽ വെള്ളം ചേർക്കുന്നു:

ഹിന്ദു ഉത്സവങ്ങൾക്കും ആചാരങ്ങൾക്കും ചിഹ്നങ്ങൾക്കും ഔദ്യോഗിക പിന്തുണയും പ്രാധാന്യവും ലഭിക്കുന്ന, ഇത് മതന്യൂനപക്ഷ ങ്ങളുടെ സാംസ്കാരിക പ്രകടനങ്ങളെ ദോഷകരമായി ബാധിക്കുന്നുണ്ട്.

മാ നിഷാദ
അതത് കാട്ടാളാ..

ഹിന്ദു പാരമ്പര്യങ്ങളെ കേന്ദ്രീകരിച്ച് ഒരു ദേശീയ സ്വത്വം സൃഷ്ടിക്കുക എന്നതാണ് ഇത്തരം മാറ്റങ്ങളിലൂടെ അവർ ലക്ഷ്യമിടുന്നത്.

3- ചരിത്രം

ചരിത്രം തിരുത്തിയെഴുതുന്നത് ഹിന്ദുത്വ നയ നിർവഹണത്തിന്റെ നിർണായക വശമാണ്. ഹിന്ദു മേൽക്കോയ്മയുടെ ആഖ്യാനത്തെ പിന്തുണയ്ക്കുന്നതിനായി ചരിത്ര സംഭവങ്ങളെയും കണക്കുകളെയും പുനർവ്യാഖ്യാനം ചെയ്യുന്നത് ഇതിൽ ഉൾപ്പെടുന്നു. ശാസ്ത്ര-സാങ്കേതിക രംഗത്തെ പുരാതന ഇന്ത്യൻ നേട്ടങ്ങളെക്കുറിച്ചുള്ള വിവാദപരമായ അവകാശവാദങ്ങൾ ദേശീയ അഭിമാനവും ഹിന്ദു സ്വത്വവും ഉയർത്തി പ്പിടിക്കാൻ ലക്ഷ്യമിട്ടിട്ടുള്ളവയാണ്.

- ഹൈന്ദവ സംഭാവനകൾക്ക് ഊന്നൽ നൽകുന്നതിനായി പാഠപ്പ സ്തകങ്ങൾ പരിഷ്കരിക്കുന്നു

- പുരാതന ഹിന്ദു സാമ്രാജ്യങ്ങളെയും ഭരണാധികാരികളെയും മഹത്വവൽക്കരിക്കുന്നു

- മുസ്ലീം, യൂറോപ്യൻ സംഭാവനകളെ കുറച്ചുകാണുന്നു

ചരിത്രപരമായ അനീതികൾക്ക് ആവശ്യമായ തിരുത്തലായി ഇതിനെ പിന്തുണയ്ക്കുന്നവർ വീക്ഷിക്കുമ്പോൾ, രാജ്യത്തിന്റെ ബഹുസ്വ രവും മതേതരവുമായ സ്വഭാവത്തിന് ഇത് ഭീഷണിയാകുമെന്ന് വിമർ ശകർ മുന്നറിയിപ്പ് നൽകുന്നു.

ഇന്ത്യാ ചരിത്രം അവർ തിരുത്തി എഴുതിക്കൊണ്ടിരിക്കുകയാണ്!

ബഹുസ്വരതയുടെ ഭൂമികയാണ് നമ്മുടെ ജന്മഭൂമി. നൂറ്റാണ്ടുകൾ നീണ്ട കൊട്ടക്കൽ വാങ്ങലുകളിലൂടെയും അധിനിവേശങ്ങളിലൂടെയും കുടിയേറ്റങ്ങളിലൂടെയും എല്ലാ വിഭാഗങ്ങളിലും പെട്ട ആളുകൾ ഇന്ത്യ യിൽ എത്തിച്ചേരുകയും ഈ മണ്ണിലെ അവിഭാജ്യഭാഗമായി മാറുകയും ചെയ്തു.

ഭാരതീയ സംഗീതത്തിലും ഭാഷയിലും ഭക്ഷണരീതികളിലും നിർമാ ണശൈലികളിലും വസ്ത്ര ധാരണത്തിലും ശിൽപകലയിലുമെല്ലാം ഈ കൂടിച്ചേരലുകൾ വളരെ പ്രകടമാണ്. ഇത്തരം സാംസ്കാരിക സമന്വയ ങ്ങളുടെ വൈവിധ്യമേറിയ കലവറയാണ് ഇന്ത്യൻ ചരിത്രം.

1947 ഓഗസ്റ്റ് 15-ന് സ്വാതന്ത്ര്യദിന പ്രസംഗത്തിൽ പ്രഥമ ഇന്ത്യൻ പ്രധാനമന്ത്രി പണ്ഡിറ്റ് ജവഹർലാൽ നെഹ്റു പ്രസ്താവിച്ചത് "ദുരിത ങ്ങളുടെ മുൾപ്പടർപ്പുകളിൽനിന്നും നമുക്ക് റോസാദളങ്ങൾ പൊട്ടിച്ചെ ട്ടുക്കാം' എന്നായിരുന്നു. ഈ ലക്ഷ്യം മുന്നിൽ കണ്ടുകൊണ്ടായിരുന്ന സ്വതന്ത്ര ഇന്ത്യയിലെ ഓരോ സ്ഥാപനങ്ങളും സംവിധാനവും കെട്ടിപ്പ ടുത്തത്. വിദ്യാഭ്യാസരംഗത്തും ഇത് പ്രകടമായിരുന്നു.

വർഗീയ-മതചിന്തകളിൽ നിന്നും മോചിപ്പിച്ച കൊണ്ടും ബ്രിട്ടീഷ് ഭരണത്തിനെ അനുകൂലിച്ച് എഴുതപ്പെട്ട ചരിത്രത്തെ തള്ളിക്കളഞ്ഞു കൊണ്ടുമാണ് ദേശീയപ്രസ്ഥാനകാലം മുതൽ ഇങ്ങോട്ട് ഇന്ത്യൻ ചരിത്രരചന സഞ്ചരിച്ചത്. എന്നാൽ 77 വർഷങ്ങൾ പിന്നിട്ട സ്വതന്ത്ര ഇന്ത്യയിൽ മറ്റ് പല രാജ്യങ്ങളിലെയും പോലെ ശക്തമായ വെല്ലുവി ളികൾ നേരിടുന്ന ഒരു വിജ്ഞാനമേഖലയാണ് ചരിത്രം.

ഇന്ത്യയെ അതിന്റെ വൈവിധ്യങ്ങളെയും വൈജാത്യങ്ങളെയും പരി ഗണിക്കാതെ, ഏകത്വത്തിലേക്ക് വെട്ടിച്ചുരുക്കാനാണ് ചരിത്രം പുനർ രചിക്കുന്നതിലൂടെ വർഗീയ ശക്തികൾ ശ്രമിച്ച കൊണ്ടിരിക്കുന്നത്. ഫാസിസ്റ്റുകളുടെയും സ്വേച്ഛാധിപതികളുടെയും കയ്യിലുള്ള മൂർച്ചയേറിയ ആയുധമാണല്ലോ ചരിത്രം. ഭൂതകാലത്തെ തങ്ങൾക്ക് അനുകൂലമാക്കി മാറ്റി എഴുതുക എന്നത് ഫാസിസ്റ്റുകളുടെ എക്കാലത്തെയും തന്ത്രവ മാണ്. നമ്മുടെ രാജ്യത്ത് നിലവിൽ സംഭവിച്ചു കൊണ്ടിരിക്കുന്നതും അതു തന്നെയാണ്.

നൂറ്റാണ്ടുകളായി നടന്നുകൊണ്ടിരിക്കുന്ന കൊട്ടക്കൽ വാങ്ങലുകൾ, അധിനിവേശങ്ങൾ, കുടിയേറ്റങ്ങൾ എന്നിവയാൽ രൂപപ്പെട്ട വൈവി ധ്യമാർന്ന സംഗീതം, ഭാഷകൾ, ഭക്ഷണം, വാസ്തുവിദ്യ, ഫാഷൻ, കല എന്നിവയ്ക്ക് സംഭാവന നൽകിക്കൊണ്ട് വിവിധ ജാതി ഗ്രൂപ്പുകൾ ഇന്ത്യൻ സമൂഹത്തിന്റെ ഘടനയിൽ സമന്വയിപ്പിച്ചിരിക്കുന്നു.

മതനിരപേക്ഷവും എല്ലാവരെയും ഉൾക്കൊള്ളുന്നതുമായ ചരിത്ര രചന വീണ്ടെടുക്കാൻ ദേശീയ പ്രസ്ഥാനത്തിന്റെ കാലത്ത് ശ്രമിച്ചിട്ടും, സ്വതന്ത്ര ഇന്ത്യ ഇക്കാര്യത്തിൽ വെല്ലുവിളികൾ നേരിടുന്നു. വർഗീയ അജണ്ടകളാൽ നയിക്കപ്പെടുന്ന റിവിഷനിസ്റ്റ് വിവരണങ്ങൾ ഇന്ത്യ യുടെ വൈവിധ്യമാർന്ന പൈതൃകത്തെ ഏകീകരിക്കാൻ ശ്രമിക്കുന്നു, അതിന്റെ ബഹുസ്വരതയെയും സങ്കീർണ്ണതയെയും തുരങ്കം വയ്ക്കുകയും ചെയ്യുന്നു.

ചരിത്രത്തെ വർഗീയവത്കരിക്കാനുള്ള നീക്കങ്ങൾ തുടങ്ങിയത് ഇന്നും ഇന്നലെയും അല്ല. 1964-ൽ പുരുഷോത്തം നാഗേഷ് ഓക്ക് എന്ന

മാ നിഷാദ
അത് കാട്ടാളാ..

സ്വയം പ്രഖ്യാപിത ചരിത്രകാരൻ, ഇൻസ്റ്റിറ്റ്യൂട്ട് ഫോർ റീറൈറ്റിംഗ് ഇന്ത്യൻ ഹിസ്റ്ററി (Institute for Rewriting Indian History) സ്ഥാപിച്ചതോടെ ചരിത്രത്തെ വർഗീയവൽക്കരിക്കുന്ന പ്രവണത ശക്തി പ്രാപിച്ചു. ശാസ്ത്രീയ അടിത്തറയില്ലാത്ത അദ്ദേഹത്തിന്റെ വാദങ്ങൾ യുക്തിരാഹിത്യത്തിന്റെ കുതിച്ചചാട്ടത്തിന് കാരണമായി.

ഇദ്ദേഹമാണ് താജ് മഹൽ ശിവക്ഷേത്രമായ തേജോ മഹാലയ ആണെന്ന് പ്രസ്താവിച്ചത്. ക്രിസ്ത്യാനിറ്റി എന്നാൽ കൃഷ്ണനീതി ആണെന്നം മക്കയിലെ കഅബ ഉജ്ജയിനിയിലെ രാജാവായിരുന്ന വിക്രമാദിത്യൻ സ്ഥാപിച്ചതാണെന്നും ചെക് റിപ്പബ്ലിക്കിന്റെ തലസ്ഥാനമായ പ്രേഗ് പ്രാഗ്ജ്യോതിഷപുര ആയിരുന്നെന്നും ലാത്വിയയിലെ റിഗ എന്ന നഗരം ഋഗ്വേദവുമായി ബന്ധപ്പെട്ടതാണെന്നും ഗവേഷണം നടത്തി ഇദ്ദേഹം കണ്ടു പിടിച്ചിരുന്നവത്രേ! തീവ്ര ഹിന്ദുത്വ സംഘടനകൾക്കിടയിൽ വലിയ സ്വീകാര്യതയാണ് ഇദ്ദേഹത്തിന് ലഭിച്ചത്.

വേദകാലഗ്രന്ഥങ്ങളെമാത്രം ഗവേഷണ ഉറവിടമായി എടുത്തിരുന്ന, സനാതന ഹിന്ദുധർമത്തിന്റെ വക്താവും ഗവേഷണമികവു തെളിയിക്കാത്ത അധ്യാപകനുമായ വൈ. സുദർശൻ റാവുവിനെ ഇന്ത്യൻ ചരിത്രഗവേഷണ കൗൺസിലിന്റെ (ICHR) തലവനാക്കി 2014-ൽ നിയമിക്കുകയുണ്ടായി. ആർ.എസ്.എസ് അനുകൂല സംഘടനയായ അഖില ഭാരതീയ ഇതിഹാസ് സങ്കലൻ യോജനയിലെ അംഗമാണ് ഇദ്ദേഹം.

2016-ൽ കേന്ദ്ര സാംസ്കാരികവകുപ്പ് ഇന്ത്യാചരിത്രം പഠിക്കാൻ കെ എൻ ദീക്ഷിത്തിന്റെ നേതൃത്വത്തിൽ പന്ത്രണ്ട് അംഗ സമിതിയെ നിയമിക്കുകയുണ്ടായി. 12000 വർഷം പഴക്കമുള്ള ഭാരതീയ സംസ്കാരത്തിന്റെ ഉത്ഭവത്തെയും വികാസത്തെയും സമഗ്രമായി പഠിക്കുക എന്നതായിരുന്ന ഇതിന്റെ ഉദ്ദേശ്യം. ഇന്ത്യയിലെ ആദിമനിവാസികളുടെ പിൻ തലമുറക്കാരാണ് ആര്യന്മാർ എന്ന സംഘപരിവാർ സിദ്ധാന്തത്തെ അരക്കിട്ടുറപ്പിക്കലും, പുരാണങ്ങളും ഇതിഹാസങ്ങളും കെട്ടുകഥകൾ അല്ലെന്ന് സ്ഥാപിക്കലുമായിരുന്ന ഇതിന്റെ ആത്യന്തികമായ ലക്ഷ്യം. ചരിത്രവും കെട്ടുകഥകളും തമ്മിലുള്ള വിടവ് നികത്താനും ഇന്ത്യ ഒരു ഹിന്ദുരാഷ്ട്രമായിരുന്ന എന്ന് തെളിയിക്കാനുമുള്ള കൃത്രിമ തെളിവുകൾ സൃഷ്ടിക്കാനുള്ള ശ്രമങ്ങളും ഇതിന്റെ ഭാഗമായിരുന്ന.

കഥകൾക്കും യാഥാർത്ഥ്യങ്ങൾക്കും ഇടയില്ലുള്ള ശാസ്ത്രീയമായി അപഗ്രഥിക്കപ്പെടാത്ത സംശയങ്ങൾ നൽകുന്ന സാഹചര്യം മുതലെടുത്തുകൊണ്ട് പല മിത്തുകളെയും യാഥാർത്ഥ്യത്തിന്റെ പരിവേഷമണിയിക്കാനുള്ള ശ്രമം എല്ലാകാലത്തും പാരമ്പര്യ സംസ്കാരവാദികളും

ഹിന്ദുത്വവാദികളും നടത്തിയിട്ടുണ്ട്. പരശുരാമൻ മഴുവെറിഞ്ഞുണ്ടാക്കിയ കേരളോല്പത്തി കഥയും രാമസേതുവ്വമെല്ലാം ഇതിന് ഉദാഹരണങ്ങ ളാണ്. അത്തരത്തിലുള്ള എല്ലാ ശ്രമങ്ങളെയും ഒരു പരിധിവരെ ചെറുത്ത നിർത്തിയിട്ടുള്ളത്, അക്കാദമികതലത്തിലുള്ള ഗവേഷണ ങ്ങളും പഠനങ്ങളുമായിരുന്നു.

'മലബാർ കലാപം', കേവലം മതപരിവർത്തനവുമായി ബന്ധപ്പെ ട്ടതാണെന്നും അതിന് ഇന്ത്യൻ സ്വാതന്ത്ര്യസമരവുമായി യാതൊരു ബന്ധവുമില്ലെന്നും കേന്ദ്ര സാംസ്ക്കാരികവകുപ്പും ചരിത്ര ഗവേഷണ കൗൺസിലും പ്രഖ്യാപിച്ചിരിക്കുന്നു. വാരിയംകുന്നത്ത് കുഞ്ഞഹമ്മദ് ഹാജിയും ആലിമുസ്ലിയാരുമടക്കം 387 സമര പോരാളികളെയാണ് ഇന്ത്യൻ സ്വാതന്ത്ര്യ സമരത്തിലെ രക്തസാക്ഷികളുടെ പട്ടികയിൽ നിന്നും നീക്കം ചെയ്തത്. ഇന്ത്യയുടെ ചരിത്രപരമായ മുന്നേറ്റത്തിൽ മുസ്ലിം മത വിഭാഗത്തിൽപ്പെട്ടവർക്ക് യാതൊരു പങ്കുമില്ല എന്ന് വരു ത്തിത്തീർക്കലാ യിരുന്ന ഇവരുടെ ഉദ്ദേശം. ബ്രിട്ടീഷുകാരോട് നേരിട്ട് പടവെട്ടി മൃത്യുവരിച്ച മൈസൂർ രാജാവായിരുന്ന ടിപ്പു സുൽത്താനെ മതഭ്രാന്തനും ദേശദ്രോഹിയുമായി ചിത്രീകരിക്കാനുള്ള ശ്രമങ്ങളും ഇതേ അജണ്ടയുടെ ഭാഗമാണ്.

എന്തുകൊണ്ടാണ് വർഗീയവാദികൾ ചരിത്രത്തെ ഭയക്കുന്നതും എപ്പോഴും അതിനെ ആക്രമണങ്ങൾക്ക് വിധേയമാക്കുന്നതും? വർഗീയത ഒരു ആശയസംഹിതയാണെന്ന് മറ്റെല്ലാവരെക്കാളും നന്നായി അറിയാവുന്നത് വലതുപക്ഷ ഹിന്ദു തീവ്രവാദികൾക്കാണ്. അത് കുരുന്നമനസ്സുകളിൽ കുത്തിവെക്കാൻ വേണ്ടി അവർ നടത്തിയ ഇടപെടൽ ആയിരുന്നു 1998 മുതൽ 2004 വരെയുള്ള കാലത്ത് എൻ. സി.ഇ.ആർ.ടി പുസ്തകങ്ങളിൽ ഹിന്ദുത്വ ആശയങ്ങളും തീവ്ര ചിന്തകളും സ്വാഭാവികതയോടെ അവതരിപ്പിക്കാൻ നടത്തിയ ശ്രമം.

ചരിത്ര-സാമൂഹികശാസ്ത്ര പാഠപുസ്തകങ്ങളിൽ നിന്നും ചില പ്രധാന ഭാഗങ്ങൾ നീക്കം ചെയ്യാൻ കേന്ദ്രഗവൺമെന്റ് തീരുമാനമെടുത്തിരുന്നു. 6 മുതൽ 12 വരെയുള്ള സി.ബി.എസ്.ഇ പാഠപുസ്തകങ്ങളിൽ നിന്നും മുഗൾ രാജഭരണത്തിന്റെ സംഭാവനകൾ, ഗുജറാത്ത് കലാപം, അടി യന്തരാവസ്ഥ, ദളിത് എഴുത്തുകാരുടെ രചനകൾ, നക്സലൈറ്റ് മുന്നേ റ്റങ്ങൾ, സമത്വത്തിനവേണ്ടിയുള്ള പോരാട്ടങ്ങൾ എന്നീ ഭാഗങ്ങൾ നീക്കം ചെയ്തു. ഒരു പ്രത്യേക ആശയത്തിന് സാധുത നൽകാൻ ചരി ത്രപരമല്ലാത്ത വസ്തുതകളെ വളച്ചൊടിക്കുന്നതിനെതിരെ നൂറിലധികം ചരിത്രകാരന്മാരാണ് പാർലമെന്ററി കമ്മിറ്റിക്ക് എഴുതിയത്.

മാ നിഷാദ
അരുത് കാട്ടാല്ലാ..

പുരാതന ഇന്ത്യൻ ശാസ്ത്രത്തെക്കുറിച്ചുള്ള അവകാശവാദങ്ങൾ:

തങ്ങളുടെ അവകാശ വാദങ്ങളെ പിന്തുണയ്ക്കാൻ വേദങ്ങൾ, രാമായണം, മഹാഭാരതം തുടങ്ങിയ പുരാതന ഗ്രന്ഥങ്ങളെയും ഇതി ഹാസങ്ങളെയുമാണ്, സംഘപരിവാർ ബുദ്ധിജീവികൾ പലപ്പോഴും ഉദ്ധരിക്കാറുള്ളത്.

ഈ ഗ്രന്ഥങ്ങളിൽ ആധുനിക സാങ്കേതിക വിദ്യകളുടേയും ചികിത്സാ രീതികളുടേയും വിവരണങ്ങൾ അടങ്ങിയിട്ടുണ്ടെന്ന് അവർ വാദിക്കുന്നു, അവ പുരാതന ഇന്ത്യയുടെ ശാസ്ത്ര നേട്ടങ്ങളുടെ തെളിവായി വ്യാഖ്യാനി ക്കുകയും ചെയ്യുന്നു. ഇങ്ങനെയുള്ള പല കെട്ടുകഥകളും സത്യങ്ങളായി ചിത്രീകരിക്കുന്നത് നിരവധി പുതിയ മിത്തുകൾ സൃഷ്ടിക്കുന്നതിലേക്ക് നയിച്ചു.

വൈദിക ശാസ്ത്ര ശ്രേഷ്ഠത എന്ന മിഥ്യ:

പുരാതന വേദ ഗ്രന്ഥങ്ങളിൽ ആധുനിക ശാസ്ത്രത്തെ വെല്ലുന്ന ആധുനമായ ശാസ്ത്രീയ അറിവുകൾ അടങ്ങിയിട്ടുണ്ടെന്നാണ് അവരുടെ അവകാശവാദം. ഇതുവഴി അവർ ഈ ഗ്രന്ഥങ്ങളുടെ ചരിത്രപരവും സാംസ്കാരികവുമായ സന്ദർഭത്തെയും ആധുനിക ശാസ്ത്രത്തിന്റെ കർശ നമായ രീതിശാസ്ത്രങ്ങളെയും അവഗണിക്കുന്നു.

ചരിത്രപരമായ റിവിഷനിസം:

പുരാതന ഗ്രന്ഥങ്ങളിലെ 'പുഷ്പക വിമാനം' തുടങ്ങിയ പറക്കുന്ന യന്ത്ര ങ്ങളെകുറിച്ചുള്ള പരാമർശങ്ങൾ ആദ്യകാല വ്യോമയാന സാങ്കേതിക വിദ്യയുടെ തെളിവായി ഇവർ പലപ്പോഴും ചൂണ്ടിക്കാട്ടാറുണ്ട്.

ഗണപതിയുടെ ആനയുടെ തല മനുഷ്യന്റേതാക്കി മാറ്റിയ കഥ പോലുള്ള ശസ്ത്രക്രിയാ നടപടിക്രമങ്ങളുടെ വിവരണങ്ങൾ പ്ലാസ്റ്റിക് സർജറിയെക്കുറിച്ചുള്ള പുരാതന ഇന്ത്യൻ അറിവിന്റെ തെളിവാണെന്ന് ഇക്കൂട്ടർ വാദിക്കാറുണ്ട്. പ്ലാസ്റ്റിക് സർജറി തുടങ്ങിയ ശ്രദ്ധേയമായ സാങ്കേതിക നേട്ടങ്ങൾ പ്രാചീന ഇന്ത്യ കൈവരിച്ചുവെന്ന വിശ്വാസ ത്തെ പ്രോത്സാഹിപ്പിക്കുന്നതിന് വേണ്ടിയാണ് അബദ്ധജഡിലമായ ഇത്തരം ഭാവന സൃഷ്ടികൾ ഇവർ പടച്ചുണ്ടാക്കുന്നത്. അവ പലപ്പോഴും ചരിത്ര ഗ്രന്ഥങ്ങളുടെ തെറ്റായ വ്യാഖ്യാനങ്ങളെയോ അതിശയോ ക്തികളെയോ അടിസ്ഥാനമാക്കിയുള്ളതാണ്. ഇത്തരത്തിൽപ്പെട്ട അവകാശവാദങ്ങൾക്ക് ഒന്നിനും തന്നെ വിശ്വസനീയമായ തെളിവുകൾ നിരത്തുവാൻ ഇന്നേവരെ ഇവർക്ക് സാധിച്ചിട്ടുമില്ല.

ശാസ്ത്രത്തിന്റെ പൈശാചികവൽക്കരണം:

ശാസ്ത്രീയ തെളിവുകൾ ഒന്നും ഇന്നേവരെ ലഭ്യമായിട്ടില്ലാത്ത, ജ്യോതിഷം, വാസ്തു ശാസ്ത്രം തുടങ്ങിയ ആശയങ്ങളെ മികച്ച ബദലുകളായി പ്രോത്സാഹിപ്പിക്കുമ്പോൾ തന്നെ, ഇവർ പാശ്ചാത്യ ശാസ്ത്രത്തെ ഭൗതികവാദവും നിരീശ്വരവാദവുമാക്കി അപകീർത്തിപ്പെടുത്തുകയും ചെയ്യുന്നു!

ഈ മിത്തുകൾ യുക്തിരഹിതമാണ്, അനുഭവപരമായ തെളിവുകളുടെയും ശാസ്ത്രീയ സാധുതയുടെയും അഭാവം കൊണ്ടാണ്, യുക്തിരഹിതമായ ഈ മിത്തുകളെ മുഖ്യധാരാ ചരിത്രകാരന്മാരും ശാസ്ത്രജ്ഞരും പലപ്പോഴും വിമർശിക്കുന്നത്. പുരാണ ഗ്രന്ഥങ്ങളെ ചരിത്ര സംഭവങ്ങളുടെയോ ശാസ്ത്രീയ കണ്ടുപിടുത്തങ്ങളുടെയോ അക്ഷരീയ വിവരണങ്ങളായി വ്യാഖ്യാനിക്കുന്നത് പ്രശ്നകരമാണെന്നും ഇത് ചരിത്രത്തെയും ശാസ്ത്രീയ ധാരണയെയും വളച്ചൊടിക്കാൻ ഇടയാക്കുമെന്നും ശാസ്ത്രരംഗത്തെ വിദഗ്ധർ ചൂണ്ടിക്കാണിക്കുന്നു.

ചരിത്രപരമായ അവകാശവാദങ്ങൾ വിലയിരുത്തുന്നതിൽ കർശനമായ ഗവേഷണത്തിന്റെയും വിമർശനാത്മക വിശകലനത്തിന്റെയും പ്രാധാന്യം അവർ ഊന്നിപ്പറയുകയും ചെയ്യുന്നു.

അധ്യായം 7
ഇസ്ലാമോഫോബിയ:
വെറുപ്പിന്റെയും വിദ്വേഷത്തിന്റെയും വ്യാപനം

ഇസ്ലാമോഫോബിയയുടെ വേരുകൾ:

ഇസ്ലാമോഫോബിയയുടെ ഉയർച്ച:
വർഗീയ സംഘർഷങ്ങളുടെ വർദ്ധനവ്

ലവ് ജിഹാദും പശു സംരക്ഷണവും:
പ്രത്യേക പ്രചാരണങ്ങളും അനന്തരഫലങ്ങളും

ജാഗ്രത ഗ്രൂപ്പുകൾ:
ആൾക്കൂട്ട വിചാരണകൾ, കൊലപാതകങ്ങൾ

ഇസ്ലാമോഫോബിയയുടെ വേരുകൾ:

ഇസ്ലാമിനോടോ മുസ്ലിംകളോടോ കാണിക്കുന്ന യുക്തിരഹിതമായ ഭയം, ശത്രുത അല്ലെങ്കിൽ മുൻവിധി എന്നിവയെ സൂചിപ്പിക്കുന്ന ഒരു പുതിയകാല പ്രയോഗമാണ് ഇസ്ലാമോഫോബിയ എന്നത്. 1980 കളുടെ ഒടുവിലാണ് ഈ പദം രൂപം കൊള്ളുന്നതെങ്കിലും, അമേരിക്കൻ സമ്പന്നതയുടെ പ്രതീകമായി തലയുയർത്തി നിന്നിരു ന്ന ലോകവ്യാപാര കേന്ദ്രത്തിന്റെ (World Trade Centre) ഏറ്റവും പൊക്കംകൂടിയ രണ്ട് ടവറുകൾ, വിർജീനിയയിൽ ഉള്ള പ്രതിരോധ വകുപ്പ് ആസ്ഥാനം എന്നിവ വിമാനങ്ങൾ ഇടിച്ചുകയറ്റി നിശ്ശേഷം തകർത്ത 2001 സെപ്റ്റംബർ 11-ലെ ഭീകരാക്രമണങ്ങൾക്ക് ശേഷമാണ് ഇസ്ലാമോഫോബിയ ഒരു പൊതുപ്രയോഗമായി മാറിയത് മുസ്ലീങ്ങളെ രാഷ്ട്രീയ ഭീഷണിയായോ തീവ്രവാദത്തിന്റെ ഉറവിടമായോ ചിത്രീകരി ക്കുന്ന സ്റ്റീരിയോടൈപ്പിലൂടെ ഇത്തരം വികാരങ്ങൾ പ്രകടിപ്പിക്കാറുണ്ട്.

ആഴത്തിൽ വേരുകളുള്ള സങ്കീർണ്ണവും ബഹുമുഖവുമായ ഒരു പ്രതി ഭാസമാണ് ഇന്ത്യയിലെ ഇസ്ലാമോഫോബിയ. മതാടിസ്ഥാനത്തിൽ ഇന്ത്യ, പാകിസ്ഥാൻ എന്നീ രണ്ട് രാജ്യങ്ങളായി വിഭജിക്കപ്പെട്ട 1947 ലെ ഇന്ത്യാ വിഭജനം, ഹിന്ദു, മുസ്ലിം ജനവിഭാഗങ്ങൾക്കിടയിൽ സ്പർദ്ധ വളർത്തുകയും വർഗീയ സംഘർഷത്തിന്റെയും അവിശ്വാസ ത്തിന്റെയും വിത്ത് പാകുകയും ചെയ്തിരുന്നു. വിഭജനത്തിന്റെ അക്ര മാസക്തവും രക്തത്രുക്ഷിതവുമായ സ്വഭാവം, ദശലക്ഷക്കണക്കിന് ആളുകളുടെ കുടിയൊഴിപ്പിക്കലിലും മരണത്തിലും കലാശിച്ചത്, വിദ്വേ ഷത്തിന്റെയും സംശയത്തിന്റെയും ശാശ്വത ബോധം സൃഷ്ടിച്ചു.

സ്വാതന്ത്ര്യാനന്തര കാലഘട്ടത്തിൽ, ഇന്ത്യയുടെ മതനിരപേക്ഷ, ജനാധിപത്യ ചട്ടക്കൂട് പലപ്പോഴും ഹിന്ദു ദേശീയവാദ ഗ്രൂപ്പുകളാൽ വെല്ലുവിളിക്കപ്പെട്ടു, അവർ ഹിന്ദു ആധിപത്യമുള്ള അജണ്ടയെ പ്രോ ത്സാഹിപ്പിക്കാൻ ശ്രമിച്ചു. 1992-ൽ ഹിന്ദു തീവ്രവാദികൾ ബാബരി മസ്ജിദ് തകർത്ത സംഭവം, ഇന്ത്യൻ മണ്ണിൽ വർഗീയചിന്താഗതി

ശാശ്വതീകരിക്കുകയും വ്യാപകമായ വർഗീയ കലാപങ്ങൾക്ക് തിരി കൊളുത്തുകയും ചെയ്തതോടെ ഇസ്ലാമോഫോബിയ വ്യാപകമാവുക യായിരുന്നു.

വർഗീയ സ്വഭാവമുള്ള വലതുപക്ഷ തീവ്ര ഹിന്ദുത്വ പാർട്ടിയായ ബി.ജെ.പി യുടെ ഉയർച്ചയും അതിന്റെ ഹിന്ദുത്വ പ്രത്യയശാസ്ത്രവും ഇസ്ലാമോഫോബിയയുടെ വ്യാപനത്തിന് കരുത്തേകി. ബിജെപിയുടെ ഹിന്ദുത്വ പ്രീണന നയങ്ങൾ, മുസ്ലിംകൾക്ക് ചുറ്റം ഒരു "അപരത്വ" ബോധം സൃഷ്ടിച്ചു. മുസ്ലിം സംബന്ധിയായ വിഷയങ്ങളിൽ മാധ്യമ ങ്ങളുടെ സംവേദനാത്മക കവറേജും മുസ്ലിംകളെ തീവ്രവാദികളോ ദേശവിരുദ്ധരോ ആയി ചിത്രീകരിക്കുന്നതും നിഷേധാത്മകമായ സ്റ്റീരി യോടൈപ്പുകളെ കൂടുതൽ നിലനിർത്തി.

വിദ്വേഷ കുറ്റകൃത്യങ്ങളും ആൾക്കൂട്ട കൊലപാതകങ്ങളും മുതൽ പൗരത്വ ഭേദഗതി നിയമം (CAA) പോലുള്ള വിവേചനപരമായ നിയ മങ്ങളും നയങ്ങളും വരെ, ഇന്ന്, ഇന്ത്യയിൽ ഇസ്ലാമോഫോബിയ വിവിധ രൂപങ്ങളിൽ പ്രകടമാണ്.

ഇസ്ലാമോഫോബിയയുടെ വ്യാപനത്തിലേക്ക് നയിച്ച ചരിത്രപര മായ സന്ദർഭവും സാഹചര്യങ്ങളും മനസ്സിലാക്കുന്നത് ഈ അടിയന്തിര പ്രശ്നത്തെ അഭിസംബോധന ചെയ്യുന്നതിനും കൂടുതൽ ഉൾക്കൊള്ള ന്നതും യോജിപ്പുള്ളതുമായ ഒരു സമൂഹത്തെ പ്രോത്സാഹിപ്പിക്കുന്നതി നും നിർണായകമാണ്.

ഇസ്ലാമോഫോബിയയുടെ ഉയർച്ച:
വർഗീയ സംഘർഷങ്ങളുടെ വർദ്ധനവ്

ഇന്ത്യയിൽ ഇസ്ലാമോഫോബിയയുടെ വളർച്ച, മുസ്ലിംകൾ ക്കെതിരായ അക്രമ സംഭവങ്ങളുടെയും വിവേചനത്തിന്റെയും വർദ്ധ നവിന് കാരണമായി. ഹിന്ദുത്വ പ്രത്യയശാസ്ത്രം സ്റ്റീരിയോടൈപ്പുകൾ നിലനിർത്തുകയും വിദ്വേഷം വളർത്തുകയും ന്യൂനപക്ഷ സമുദായത്തിന് ശത്രുതാപരമായ അന്തരീക്ഷം സൃഷ്ടിക്കുകയും ചെയ്തു.

വിദ്വേഷ കുറ്റകൃത്യങ്ങൾ, അക്രമം, മതന്യൂനപക്ഷങ്ങൾക്കെതിരായ വിവേചനം എന്നിവയിൽ ഗണ്യമായ വർദ്ധനവാണ് സ്ഥിതിവിവര ക്കണക്കുകൾ കാണിക്കുന്നത്. ഭയം, അക്രമം, പാർശ്വവൽക്കരണം എന്നിവ ആധിപത്യം പുലർത്തുന്ന ഇന്ത്യൻ മതേതര ഘടനയുടെ ബോധപൂർവമായ തകർച്ചയെ ഈ ഭയാനകമായ പ്രവണത

പ്രതിഫലിപ്പിക്കുന്നു.

നാഷണൽ ക്രൈം റെക്കോർഡ്സ് ബ്യൂറോയുടെ (NCRB) കണക്ക നുസരിച്ച്, വർഗീയ കലാപങ്ങളിലും സംഘർഷങ്ങളിലും അക്രമങ്ങളിലും ക്രമാനുഗതമായ വർദ്ധനവാണ് രേഖപ്പെടുത്തിയത്. പ്രത്യേകിച്ചും 2018 ലും 2019 ലും. അതുപോലെ, 2018-ൽ വിദ്വേഷ കുറ്റകൃത്യങ്ങളിൽ കുത്തനെ വർദ്ധനവ് ഉണ്ടായതായി IndiaSpend ഡാറ്റാബേസ് റിപ്പോർട്ട് ചെയ്യന്നു. 2009 ന് ശേഷമാണ് ഇത്തരത്തിൽ പെട്ട കുറ്റകൃത്യങ്ങൾ ഏറ്റവും കൂടുതൽ റിപ്പോർട്ട് ചെയ്യപ്പെട്ടത്.

ആൾക്കൂട്ട ആക്രമണവും ജാഗ്രതയും ഇന്ത്യയിൽ, പ്രത്യേകിച്ച് പശു സംരക്ഷണത്തിന്റെയും "ലൗ ജിഹാദിന്റെയും" മറവിൽ കൂടുതൽ സാധാ രണമായിരിക്കുന്നു. ഈ പ്രതിഭാസങ്ങൾ പശുവിനെ കൊല്ലുകയോ ഗോമാംസം ഭക്ഷിക്കുകയോ ചെയ്തതായി ആരോപിക്കപ്പെടുന്നവരോ മതാന്തര ബന്ധങ്ങളിൽ ഏർപ്പെട്ടതായി സംശയിക്കുന്നവരോ ആയ അനേകം വ്യക്തികളെ, (കൂടുതലും മുസ്ലീങ്ങളും താഴ്ന്ന ജാതിക്കാരായ ഹിന്ദുക്കളും) ആൾക്കൂട്ടക്കൊലയിലേക്ക് നയിച്ചു.

ഈ ഭയാനകമായ പ്രവണത, ഇന്ത്യയുടെ മതേതര ജനാധിപത്യ ത്തെ അപകടപ്പെടുത്തുകയും ന്യൂനപക്ഷ അവകാശങ്ങൾക്കും സുരക്ഷ യ്ക്കും ഭീഷണിയുയർത്തുകയും ചെയ്യുന്ന, വിഭജന രാഷ്ട്രീയവും മതധ്രുവീകര ണവും അധഃപതിച്ചുകൊണ്ടിരിക്കുന്ന ഒരു സാമൂഹിക ഘടനയെയാണ് പ്രതിഫലിപ്പിക്കുന്നത്.

ഈ സംഭവങ്ങളുടെ ക്രൂരതയും ശിക്ഷാനടപടിയും വ്യക്തമാക്ക ന്നതാണ് കേസ് പഠനങ്ങൾ. മുസ്ലിം വിഭാഗത്തിൽപ്പെട്ട ആളുകളുടെ സ്വത്തുക്കളും ആരാധനാലയങ്ങളും ഏറ്റവും കൂടുതൽ നശിപ്പിക്കപ്പെട്ട, 50-ലധികം ആളുകളുടെ മരണത്തിൽ കലാശിച്ച 2020-ലെ ഡൽഹി കലാപം, ന്യൂനപക്ഷങ്ങൾക്കെതിരെ നടത്തിയ അക്രമത്തിനും വിദ്വേ ഷത്തിനും ഉദാഹരണമാണ്. ഈ സംഭവങ്ങൾ, ഹിന്ദുത്വ നേതാക്കളുടെ യും സൈദ്ധാന്തികരുടെയും വിദ്വേഷ പ്രസംഗങ്ങളും കൊലവിളികളും സൃഷ്ടിക്കപ്പെട്ട ഉന്മാദ രാഷ്ട്രീയത്തിന്റെ അനന്തരഫലമായിരുന്നു എന്ന വസ്തുത പ്രത്യേകം ശ്രദ്ധിക്കേണ്ടതാണ്.

ഇത്തരം കുറ്റകൃത്യങ്ങൾ ഫലപ്രദമായി അന്വേഷിക്കുന്നതിലും വിചാരണ ചെയ്യുന്നതിലും ഭരണകൂടത്തിന്റെ പരാജയം കുറ്റവാളി കൾക്ക് ക്രൂരതകൾ ആവർത്തിക്കാൻ പ്രേരണയായിത്തീരുകയും നിയമവാഴ്ചയും ക്രമസമാധാനവും തകർക്കുകയും ചെയ്യുന്നതായിട്ടാണ് കാണുന്നത്. വിദ്വേഷത്തിന്റെയും അക്രമത്തിന്റെയും നിസ്സാരവൽക്ക രണം ഭയാനകമായ ഒരു സ്ഥിതി വിശേഷത്തിലേക്കാണ് രാജ്യത്തെ കൊണ്ടെത്തിച്ചത്.

മുസ്ലിംകൾക്കെതിരെയുള്ള വിവേചനം:-

1- തൊഴിലിടങ്ങളിലും വിദ്യാഭ്യാസ സ്ഥാപനങ്ങളിലും.

2- ഭവന, വാടക വിപണികളിൽ

3- സർക്കാർ സേവനങ്ങളുടെയും പദ്ധതികളുടെയും നിഷേധങ്ങ ളിൽ.

4- നഗരങ്ങളിലെ ഹൗസിംഗ് കോളനികളിൽ താമസിക്കുന്നതിന ുള്ള വിലക്കുകൾ.

5- സ്ഥലം വാങ്ങിക്കുന്നതിലും പുരയിടങ്ങൾ പണിയുന്നതിലുമുള്ള ബുദ്ധിമുട്ടുകൾ.

6- മുസ്ലിം, ദലിത് വിഭാഗങ്ങളിൽ പെട്ട വ്യാപാരികൾക്ക് ക്ഷേത്ര പരിസരങ്ങളിലും മറ്റ പൊതുസ്ഥലങ്ങളിലും കച്ചവടം നടത്തുന്നതി നുള്ള വിലക്കുകൾ.

7- വിദ്യാഭ്യാസ സ്ഥാപനങ്ങളിൽ, മുസ്ലിം പെൺകുട്ടികൾ തലമുടി മറയ്ക്കുന്നത് വിലക്കിക്കൊണ്ടുള്ള ഹിജാബ് വിരുദ്ധ സമരങ്ങൾ

> *"മുസ്ലിംകൾക്കെതിരായ വിദ്വേഷവും അക്രമവും സമൂഹത്തെ പൈശാ ചികവൽക്കരിക്കുന്നതിനും പാർശ്വവത്കരിക്കുന്നതിനുമുള്ള ചിട്ടയായ പ്രചാ രണത്തിന്റെ ഫലമാണ്"*
>
> *- ഹർഷ് മന്ദർ, ആക്ടിവിസ്റ്റ്*

ലവ് ജിഹാദും പശു സംരക്ഷണവും:
പ്രത്യേക പ്രചാരണങ്ങളും അനന്തരഫലങ്ങളും

രാജ്യം ഭരിക്കുന്ന ഭരണകൂടത്തിന്റെ ഒത്താശയോടെ, സംഘപരി വാർ നടത്തിയ പ്രത്യേക വർഗീയ പ്രചാരണങ്ങൾ ധ്രുവീകരണത്തിലേ ക്കും അക്രമത്തിലേക്കും നയിച്ചു. "ലവ് ജിഹാദ്", "പശു സംരക്ഷണം" എന്നീ കാമ്പെയ്നുകളാണ് ശ്രദ്ധേയമായ രണ്ട് ഉദാഹരണങ്ങൾ.

ഹിന്ദു സ്ത്രീകളെ പ്രലോഭിപ്പിച്ച്, ഇസ്ലാം മതത്തിലേക്ക് മാറ്റാൻ മുസ്ലീം പുരുഷന്മാർ ശ്രദ്ധാലോചന നടത്തുകയാണെന്ന് ആരോപിക്കുന്ന "ലവ് ജിഹാദ്" കാമ്പെയ്ൻ, വ്യാപകമായ കയ്യേറ്റങ്ങൾക്കും അതിക്ര മങ്ങൾക്കും മിശ്രവിശ്വാസികളായ ദമ്പതികളെയും വ്യക്തികളെയും,

പ്രത്യേകിച്ച് മുസ്ലിം യുവാക്കളെയും കുടുംബങ്ങളെയും ഭീഷണിപ്പെടു ത്തുന്നതിലേക്കും നയിച്ചു.

വിവാഹത്തിന വേണ്ടിയുള്ള മതപരിവർത്തനം ക്രിമിനൽ കുറ്റമാക്കുന്ന ഉത്തർപ്രദേശ് നിയമവിരുദ്ധ മതപരിവർത്തന ഓർഡിനൻസ്-2020 പോലുള്ള നിയമങ്ങൾ പാസാക്കുന്നതിനും ഈ പ്രചാരണം കാരണമായി.

"ലവ് ജിഹാദ്" എന്ന ആശയം 2000-കളുടെ അവസാനത്തിൽ ഇന്ത്യയിൽ, പ്രാഥമികമായി ഹിന്ദു ദേശീയവാദ ഗ്രൂപ്പുകൾക്കിടയിൽ ഉടലെടുത്ത ഒരു പദമാണ്. തെറ്റായ വിവരണങ്ങൾ ശാശ്വതമാക്കുകയും വർഗീയ സംഘർഷങ്ങൾക്ക് ആക്കം കൂട്ടുകയും ചെയ്യുന്ന, "ലവ് ജിഹാദ്" എന്ന ആശയം ഇന്ത്യയിൽ ഇസ്ലാമോഫോബിയയുടെ ഒരു പ്രധാന വശമായി ഉയർന്നുവന്നിട്ടുണ്ട്.

പ്രണയം, വിവാഹം, പ്രലോഭനങ്ങൾ അല്ലെങ്കിൽ പ്രകോപനങ്ങൾ തുടങ്ങിയ ഏതെങ്കിലും മാർഗ്ഗങ്ങൾ ഉപയോഗിച്ച, ഹിന്ദു യുവതികളെ ഇസ്ലാമിലേക്ക് പരിവർത്തനം ചെയ്യുന്നതിനായി മുസ്ലീം പുരുഷന്മാർ ആസൂത്രിതമായി നടത്തുന്ന ഒരു ഏകോപിത പ്രചാരണത്തിന്റെ അസ്തിത്വത്തെ ചുറ്റിപ്പറ്റിയാണ് പ്രധാന ആരോപണങ്ങൾ.

മുസ്ലീം പുരുഷന്മാർ, ദുർബലരായ ഹിന്ദു സ്ത്രീകളെ ലക്ഷ്യമിടുന്ന എന്നാണ്, ഈ ഗൂഢാലോചന സിദ്ധാന്തത്തിന്റെ വക്താക്കൾ അവകാ ശപ്പെടുന്നത്. പലപ്പോഴും വ്യാജ ഐഡന്റിറ്റിയും ചാരുതയും വഞ്ചനയും ഉപയോഗിച്ച് അവരെ ബന്ധങ്ങളിലേക്ക് ആകർഷിക്കുന്നു. ഈ മതപ രിവർത്തനങ്ങൾ സുഗമമാക്കുന്നതിന് ഈ പുരുഷന്മാർക്ക് ഇസ്ലാമിക സംഘടനകളിൽ നിന്ന് ധനസഹായവും പിന്തുണയും ലഭിക്കുന്നുണ്ടെന്ന് അവർ ആരോപിക്കുന്നു.

എന്നിരുന്നാലും, ഒരു ഏകോപിത "ലവ് ജിഹാദ്" കാമ്പെയ്നിന്റെ നിലനിൽപ്പിനെ പിന്തുണയ്ക്കുന്നതിന് വിശ്വസനീയമായ തെളിവുകൾ ഒന്നും ഇതുവരെയും ലഭ്യമായിട്ടില്ല എന്നതാണ് യാഥാർത്ഥ്യം.

ഇസ്ലാമോഫോബിയ പ്രോത്സാഹിപ്പിക്കുന്നതിനും മതാന്തര ബന്ധങ്ങളെ കളങ്കപ്പെടുത്തുന്നതിനും ഭാവി, വിവാഹബന്ധം കുടുംബ ജീവിതം എന്നിവയുടെ കാര്യത്തിൽ സ്വയം തീരുമാനമെടുക്കാനുള്ള സ്ത്രീകളുടെ അവകാശത്തെ നിയന്ത്രിക്കുന്നതിനും ഈ പദം വ്യാപക മായി വിമർശിക്കപ്പെട്ടിട്ടുണ്ട്.

ലവ് ജിഹാദിന്റെ ഉദാഹരണങ്ങളായി ഇനിപ്പറയുന്നവ ഉൾപ്പെടെ നിരവധി ഉന്നതമായ കേസുകൾ ഉദ്ധരിക്കപ്പെട്ടിട്ടുണ്ട്.

2009-ൽ കേരളത്തിലെ ഹിന്ദു വിഭാഗത്തിൽപ്പെട്ട ഒരു യുവതി ഇസ്ലാം മതം സ്വീകരിച്ച് മുസ്ലീം യുവാവിനെ വിവാഹം കഴിക്കുകയും ചെയ്ത കേസ്, ബലപ്രയോഗത്തിന്റെ ആരോപണത്തിന് കാരണമായി.

എന്നിരുന്നാലും, അന്വേഷണങ്ങളും വസ്തുതാ പരിശോധനയും സ്ഥിരമായി ഈ അവകാശവാദങ്ങളെ നിരാകരിക്കുകയും അവ അടിസ്ഥാനരഹിതമോ അതിശയോക്തിപരമോ ആണെന്ന് വെളി പ്പെടുത്തുന്നു. പല കേസുകളിലും, ബലപ്രയോഗത്തിന്റെയോ കൃത്രിമ ത്വത്തിന്റെയോ ആരോപണങ്ങൾ, ബന്ധപ്പെട്ട യുവതികൾ തന്നെ നിഷേധിക്കുകയും ചെയ്തു.

തെളിവുകളുടെ അഭാവത്തിൽ പോലും, ഹിന്ദു ദേശീയ ഗ്രൂപ്പുകളും മാധ്യമങ്ങളും ചില രാഷ്ട്രീയക്കാരും ചേർന്ന് ലവ് ജിഹാദ് ആഖ്യാനം ശാശ്വതമായി തുടരുന്നു, ഇത് മുസ്ലീങ്ങളോടുള്ള ഭയത്തിന്റെയും അവി ശ്വാസത്തിന്റെയും ശത്രുതയുടെയും അന്തരീക്ഷത്തിന് കാരണമാകുന്നു.

സമുദായങ്ങളെ ധ്രുവീകരിക്കാനും വ്യക്തിസ്വാതന്ത്ര്യത്തിന്മേലുള്ള നിയന്ത്രണങ്ങളെ ന്യായീകരിക്കാനും ഉപയോഗിക്കുന്ന രാഷ്ട്രീയ ഉപക രണമാണിതെന്ന് പലരും വാദിക്കുന്നു.

ലവ് ജിഹാദിന്റെ പേരിൽ ഉയരുന്ന പ്രധാന വിവാദങ്ങളിൽ ഇവ ഉൾപ്പെടുന്നു:

1. നിർബന്ധിത മതപരിവർത്തനങ്ങൾ: ബലപ്രയോഗത്തിലൂടെയു ള്ള മതപരിവർത്തനങ്ങളുടെ ആരോപണങ്ങൾ, പലപ്പോഴും ദുർബ ലമായ തെളിവുകളോ കേട്ടുകേൾവികളോ അടിസ്ഥാനമാക്കിയുള്ള താണ്.

2. മിശ്രവിവാഹ നിയന്ത്രണങ്ങൾ: ലൗ ജിഹാദിനെ ന്യായീകരിച്ച് മിശ്രവിവാഹങ്ങളെ എതിർക്കുക.

3. നിരീക്ഷണവും ഉപദ്രവവും: ഹിന്ദു സ്ത്രീകളുമായുള്ള ബന്ധത്തിൽ മുസ്ലീം പുരുഷന്മാരെ നിരീക്ഷിക്കുകയും ഉപദ്രവിക്കുകയും ചെയ്യുക.

4. നിയമനിർമ്മാണ നടപടികൾ: മിശ്രവിവാഹങ്ങളെയോ മതപ രിവർത്തനങ്ങളെയോ നിയന്ത്രിക്കുന്ന നിയമങ്ങൾ നിർമ്മിക്കാനുള്ള ശ്രമങ്ങൾ.

5. മീഡിയ സെൻസേഷണലിസം: സെൻസേഷണലൈസ്ഡ് റിപ്പോർട്ടിംഗ്, വർഗീയ സംഘർഷങ്ങൾക്ക് ആക്കം കൂട്ടൽ.

6. അക്രമവും ജാഗ്രതയും: മതാന്തര ബന്ധങ്ങളിലുള്ള മുസ്ലീം പുരുഷ ന്മാർക്ക് നേരെയുള്ള അക്രമം, ഭീഷണിപ്പെടുത്തൽ, ആൾക്കൂട്ട ആ ക്രമണങ്ങൾ.

തെറ്റായ വിവരങ്ങളും സാമുദായിക ധ്രുവീകരണവും മൂലമുണ്ടാകുന്ന ദോഷം തിരിച്ചറിഞ്ഞ് വിമർശനാത്മക വീക്ഷണത്തോടെ ഈ പ്രശ്ന ങ്ങളെ സമീപിക്കേണ്ടത് അത്യാവശ്യമാണ്.

മറ്റൊരു ഹിന്ദുത്വ സംരംഭമായ "പശു സംരക്ഷണം" എന്ന കാമ്പയിൻ പശുക്കളെ കശാപ്പിൽ നിന്നും ഉപഭോഗത്തിൽ നിന്നും സംരക്ഷിക്കാൻ ലക്ഷ്യമിടുന്നു. ഗോവധത്തിനെതിരായി കർക്കശ മായ നിയമങ്ങൾ സൃഷ്ടിക്കുന്നതിലേക്കും നടപ്പാക്കുന്നതിലേക്കും ഈ പ്രചാരണം നയിച്ചപ്പോൾ, ഗോഹത്യ അല്ലെങ്കിൽ ഗോമാംസ ഉപഭോഗം ആരോപിക്കപ്പെടുന്ന മുസ്ലിംകൾ, ദലിതുകൾ, മറ്റ് ന്യൂനപ ക്ഷ സമുദായങ്ങൾ തുടങ്ങിയവർക്കെതിരെ അക്രമം, ആൾക്കൂട്ടക്കൊല, ഭീഷണിപ്പെടുത്തൽ എന്നിവയ്ക്കും ഇത് വഴി തെളിയിച്ചു.

വെറുപ്പിന്റെയും വിദ്വേഷത്തിന്റെയും അക്രമത്തിന്റെയും വിഷലിപ്ത മായ അന്തരീക്ഷം സൃഷ്ടിക്കപ്പെട്ട ഇത്തരം കുപ്രചാരണങ്ങൾ, ഇന്ത്യയുടെ മതേതര ഘടനയെ തുരങ്കം വയ്ക്കുകയും ന്യൂനപക്ഷ അവകാശങ്ങൾക്ക് ഭീഷണിയുയർത്തുകയും ചെയ്യുന്നു.

മോദി സർക്കാരിന് കീഴിൽ, ആൾക്കൂട്ട വിചാരണകളും അക്രമങ്ങളും കൊലപാതകങ്ങളും ഇന്ത്യയിൽ, അസ്വസ്ഥജനകമായ ഒരു പ്രവണത യായി മാറിയിരിക്കുന്നു. ഈ അക്രമ സംഭവങ്ങൾ പലപ്പോഴും ഗോവധം, ഗോമാംസ ഉപഭോഗം, അല്ലെങ്കിൽ "സദാചാരലംഘനങ്ങൾ" എന്നിവ ആരോപിച്ച് പാർശ്വവൽക്കരിക്കപ്പെട്ട സമുദായങ്ങളെ ലക്ഷ്യം വച്ച് നടത്തുന്നവയാണ്.

ആൾക്കൂട്ട കൊലപാതകങ്ങളുടെ പൊതുസ്വഭാവങ്ങളിൽ ചിലത്:

● സോഷ്യൽ മീഡിയയിലൂടെ പൊതുവേയും വാട്സ്ആപ്പ് ഗ്രൂപ്പുകളി ലൂടെ പ്രത്യേകിച്ചും തെറ്റായ ആരോപണങ്ങളും കിംവദന്തികളും പ്രച രിക്കുന്നു

● വളരെ പെട്ടെന്ന് തന്നെ ഹിന്ദുത്വ ഗ്രൂപ്പുകളുടെയും പ്രാദേശിക നേ താക്കളുടെയും സഹകരണത്തോടെ ജനക്കൂട്ടത്തെ സംഘടിപ്പിക്ക പ്പെടുന്നു.

● തുടർന്ന്, "പ്രതികൾ" എന്ന് ആരോപിച്ച് പിടിക്കപ്പെടുന്ന നിരപരാ

ധികളെ ചോദ്യം ചെയ്യുകയും ക്രൂരമായി മർദ്ദിക്കുകയും ചെയ്യുന്നു. ഇ ത്തരം ആൾക്കൂട്ട വിചാരണകളും മർദ്ദനങ്ങളും പലപ്പോഴും ഗുരുതര മായി പരിക്കേൽക്കുന്നതിലോ മരണത്തിലോ കലാശിക്കുകയാണ് പതിവ്.

● കാര്യമായ കുറ്റാന്വേഷണമോ വിചാരണകളോ ഇല്ലാതെ നിസ്സാ രമായ ശിക്ഷകൾ വിധിച്ച കൊണ്ടുള്ള ഉത്തരവില്ലൂടെ കുറ്റവാളികൾ രക്ഷപ്പെടുകയും അവർ യാതൊരു കുറ്റബോധവും ഇല്ലാതെ, അടുത്ത ഇരകളെ തേടി പോകുകയും ചെയ്യുന്നു!

● മഹാരാഷ്ട്ര ഗോവധ നിരോധന നിയമം പോലെ ജാഗ്രത ഗ്രൂപ്പക ൾക്ക് വളം വെക്കുന്ന നിയമങ്ങൾ പാസാക്കുന്നു.

ഈ സംഭവങ്ങൾക്ക് ആക്കം കൂട്ടിയിരിക്കുന്നത് ഹിന്ദു ദേശീയവാദ വാചാടോപങ്ങളും ഗോസംരക്ഷണ സ്ക്വാഡുകൾ പോലുള്ള വിജിലൻറ് ഗ്രൂപ്പുകളുടെ മഹത്വവൽക്കരണവുമാണ്. നിയമവാഴ്ചയെയും ജനാധിപ ത്യ മൂല്യങ്ങളെയും തുരങ്കം വയ്ക്കുന്ന ഈ അക്രമസംസ്കാരം ഭയത്തിന്റെ അന്തരീക്ഷം സൃഷ്ടിച്ചിരിക്കുന്നു. ഗവൺമെന്റിന്റെ നിഷ്ക്രിയത്വവും ശ്രദ്ധ പദ്ധതികളും കുറ്റവാളികൾക്ക് ധൈര്യം പകരുകയും കുറ്റകൃത്യങ്ങൾ ആവർത്തിക്കാനുള്ള പ്രോത്സാഹനം നൽകുകയും ചെയ്യുന്നു.

ജാഗ്രത ഗ്രൂപ്പുകൾ:
ആൾക്കൂട്ട വിചാരണകൾ, കൊലപാതകങ്ങൾ
നോക്കുകുത്തിയായി സർക്കാർ സംവിധാനങ്ങളും !

മോദി സർക്കാരിന് കീഴിൽ, ആൾക്കൂട്ട വിചാരണകളും അക്രമങ്ങളും കൊലപാതകങ്ങളും ഇന്ത്യയിൽ, അസ്വസ്ഥജനകമായ ഒരു പ്രവണത യായി മാറിയിരിക്കുന്നു. ഈ അക്രമ സംഭവങ്ങൾ പലപ്പോഴും ഗോവധം, ഗോമാംസ ഉപഭോഗം, അല്ലെങ്കിൽ "സദാചാരലംഘനങ്ങൾ" എന്നിവ ആരോപിച്ച് മതന്യൂനപക്ഷങ്ങൾ, ദലിതുകൾ, പാർശ്വവൽക്കരിക്കപ്പെട്ട മറ്റ സമുദായങ്ങൾ എന്നിവയെ ലക്ഷ്യം വയ്ക്കുന്നവയാണ്.

2014 മുതൽ ഇന്ത്യയിൽ ഗോവധ നിരോധനവുമായി ബന്ധപ്പെട്ട ആൾക്കൂട്ട അക്രമങ്ങളുടെയും കൊലപാതകങ്ങളുടെയും ശ്രദ്ധേയമായ ചില കേസുകൾ ഇതാ:

1. 2015 ഉത്തർപ്രദേശിലെ ധാദ്രിയിൽ മുഹമ്മദ് അഖ്ലാഖ് എന്ന

മാ നിഷാദ
അത് കാട്ടാല..

മുസൽമാനെ വീട്ടിൽ ഗോമാംസം സൂക്ഷിച്ചു എന്ന അഭ്യൂഹത്തിന്റെ പേരിൽ ആൾക്കൂട്ടം തല്ലിക്കൊന്നു. 18 പേർ അറസ്റ്റിൽ, 4 പേരെ വെറു തെവിട്ടു, കേസ് ഇപ്പോഴും നിലനിൽക്കുന്നു.

2. 2016ൽ ജാർഖണ്ഡിലെ ലത്തേഹാറിൽ മജ്ലൂം അൻസാരിയെ കന്നുകാലികളെ കൊണ്ടുപോകുന്നതിനിടെ ജനക്കൂട്ടം തല്ലിക്കൊന്നു. 8 പേർ അറസ്റ്റിൽ, കേസ് ഇപ്പോഴും നിലനിൽക്കുന്നു

3. 2017-ൽ രാജസ്ഥാനിലെ ആൽവാറിൽ പെ ഹറ്ല ഖാനെ കന്നു കാലികളെ കൊണ്ടുപോകുന്നതിനിടെ ജനക്കൂട്ടം പിടിക്കൂടുകയും തല്ലി ക്കൊല്ലുകയും ചെയ്തു. 6 പേർ അറസ്റ്റിൽ, 3 പേരെ വെറുതെവിട്ടു, കേസ് ഇപ്പോഴും നിലനിൽക്കുന്നു

4. 2017-ൽ ഹരിയാനയിലെ ബല്ലഭ്ഗഡിൽ ബീഫ് കഴിച്ചെന്ന വാർ ത്തയുടെ പേരിൽ ജുനൈദ് ഖാൻ, ട്രെയിനിൽ വെച്ച് കുത്തേറ്റ് മരിച്ചു. 6 പേർ അറസ്റ്റിൽ, കേസ് ഇപ്പോഴും നിലനിൽക്കുന്നു

5. 2018 ൽ രാജസ്ഥാനിലെ ആൽവാറിൽ അക്ബർ ഖാൻ (2018) കന്നുകാലികളെ കൊണ്ടുപോകുന്നതിനിടെ ജനക്കൂട്ടത്താൽ വധിക്ക പ്പെട്ടു. 3 പേർ അറസ്റ്റിൽ, കേസ് ഇപ്പോഴും നിലനിൽക്കുന്നു

6. 2019ൽ ജാർഖണ്ഡിലെ സെറൈകേല ഖർസവൻ എന്നസ്ഥലത്ത് വെച്ച്, പശുവിനെ മോഷ്ടിച്ചെന്ന് ആരോപിച്ച് തബ്രെസ് അൻസാരിയെ ജനക്കൂട്ടം തല്ലിക്കൊന്നു. 11 പേർ അറസ്റ്റിൽ, കേസ് ഇപ്പോഴും നില നിൽക്കുന്നു

ഈ കേസുകൾ ഇന്ത്യയിൽ ഗോവധ നിരോധനവുമായി ബന്ധപ്പെട്ട ആൾക്കൂട്ട അക്രമങ്ങളുടെയും കൊലപാതകങ്ങളുടെയും അസ്വസ്ഥജന കമായ പ്രവണത പ്രകടമാക്കുന്നു, പലപ്പോഴും അധികാരികളുടെ മൗനാ നുവാദമോ നിഷ്ക്രിയത്വമോ ആണ്. മന്ദഗതിയിലുള്ള നീതിയും ചില കേസുകളിൽ കുറ്റവിമുക്തരാക്കലും ശിക്ഷിക്കപ്പെടാത്ത ഒരു സംസ്കാരം നിലനിറുത്തുന്നു, ഇത് കൂടുതൽ അക്രമത്തിന് ധൈര്യം നൽകുന്നു.

IndiaSpend ഡാറ്റാബേസ് അനുസരിച്ച്, 2010 നും 2020 നും ഇടയിൽ, പശുവുമായി ബന്ധപ്പെട്ട അക്രമങ്ങളുടെ 137 കേസുകൾ റിപ്പോർട്ട് ചെയ്യപ്പെട്ടിട്ടുണ്ട്, അതിന്റെ ഫലമായി 195 മരണങ്ങളും 430 പരിക്കുകളും ഉണ്ടായി.

ഇതിൽ 75% കേസുകളിലും ഇരകൾ മുസ്ലീങ്ങളാണ്. 50% കേസുകളിലും, കുറ്റവാളികൾ ഹിന്ദു ദേശീയവാദ ഗ്രൂപ്പുകളുമായി ബന്ധ മുള്ളവരാണ്.

വിദ്വേഷം പ്രചരിപ്പിക്കാൻ പലതരം ജിഹാദുകൾ!

ഹിന്ദുത്വ ദേശീയ സംഘടനകളുടെ കൂട്ടായ്മയായ സംഘപരിവാർ ലൗ ജിഹാദിന് പുറമെ വിവിധ തരത്തിലുള്ള മറ്റനേകം ജിഹാദുകളെകുറിച്ചും പറഞ്ഞു നടക്കാറുണ്ട്. അവയിൽ ഏറ്റവും പ്രധാനപ്പെട്ടത് എന്ന് അവർ വിശേഷിപ്പിക്കാറുള്ള അഞ്ചുതരം "ജിഹാദുകൾ" ആണ് താഴെ:

1. ലാൻഡ് ജിഹാദ്:

മുസ്ലിം പള്ളികളോ മദ്രസകളോ സ്ഥാപിക്കുന്നതിന് വ്യാജരേഖ ചമച്ചോ നിർബന്ധിച്ചോ മറ്റ നിയമവിരുദ്ധ മാർഗ്ഗങ്ങളിലൂടെയോ ഭൂമി കൈവശപ്പെടുത്തുന്നു എന്ന ആരോപണമാണിത്.

2. പോപ്പുലേഷൻ ജിഹാദ്:

ഉയർന്ന ജനനനിരക്കിലൂടെയും ഹിന്ദുക്കളെക്കാൾ കൂടുതലായി മതപരിവർത്തനത്തിലൂടെയും മുസ്ലിംകളുടെ ജനസംഖ്യ വർദ്ധിച്ച കൊണ്ടിരിക്കുകയാണെന്നും അത് ഒരു ആസൂത്രിത പദ്ധതിയുടെ ഭാഗമാണെന്നും പ്രചരിപ്പിക്കുന്നതാണ് പോപ്പുലേഷൻ ജിഹാദ്.

3. സാമ്പത്തിക ജിഹാദ്:

ഹിന്ദു സമ്പദ്‌വ്യവസ്ഥയെ ദുർബലപ്പെടുത്തുന്നതിന് മുസ്ലീങ്ങൾ ഹലാൽ മാംസവ്യാപാരം അല്ലെങ്കിൽ റിയൽ എസ്റ്റേറ്റ് പോലുള്ള സാമ്പത്തിക പ്രവർത്തനങ്ങളിൽ ഏർപ്പെടുന്നു എന്ന ആരോപണ ത്തിൽ നിന്നാണ് ഇത്തരം ഒരു ജിഹാദ് പിറവിയെടുത്തത്.

4. വിദ്യാഭ്യാസ ജിഹാദ്:

സ്ഥാപനങ്ങളിലൂടെയും സ്കോളർഷിപ്പുകളിലൂടെയും മുസ്ലിംകൾ ഇസ്ലാമിക വിദ്യാഭ്യാസവും സംസ്കാരവും പ്രോത്സാഹിപ്പിക്കുന്ന എന്ന ആരോപണം.

5. സാംസ്കാരിക ജിഹാദ്:

കല, സാഹിത്യം, മാധ്യമങ്ങൾ എന്നിവയിലൂടെ ഇസ്ലാമിക സംസ്കാരവും മൂല്യങ്ങളും പ്രോത്സാഹിപ്പിക്കുന്ന മുസ്ലീങ്ങളുടെ അവകാശ വാദങ്ങൾ ഹിന്ദു സംസ്കാരത്തെ തുരങ്കം വയ്ക്കുന്ന എന്ന ആശങ്ക പങ്കുവെ ച്ചുകൊണ്ടാണ് ഇത്തരം ഒരു ജിഹാദിനെ കുറിച്ച് പറഞ്ഞുനടക്കുന്നത്.

മാ നിഷാദ
അത് കാട്ടാളാ..

ഈ ആശയങ്ങൾ പ്രചരിപ്പിക്കുന്നതിന്റെ ഉദ്ദേശ്യം:

1. മുസ്ലീം ഉദ്ദേശ്യങ്ങളെക്കുറിച്ച് ഹിന്ദുക്കൾക്കിടയിൽ ഭയവും അവിശ്വാസവും ഉണ്ടാക്കുക.

2. മുസ്ലീങ്ങൾക്കെതിരായ വിവേചന നയങ്ങളെയും നടപടികളെയും ന്യായീകരിക്കുക.

3. രാഷ്ട്രീയ നേട്ടത്തിനായി സമുദായങ്ങളെ ധ്രുവീകരിക്കുകയും ഹിന്ദു വോട്ടുകൾ ഏകീകരിക്കുകയും ചെയ്യുക.

4. ഇന്ത്യയുടെ മതേതര ഘടനയെ ദുർബലപ്പെടുത്തുകയും ഹിന്ദു ദേശീയവാദ അജണ്ട പ്രോത്സാഹിപ്പിക്കുകയും ചെയ്യുക.

ഈ ആശയങ്ങൾ അടിസ്ഥാനരഹിതവും അതിശയോക്തിപരവും അല്ലെങ്കിൽ വളച്ചൊടിച്ചതും ഇസ്ലാമോഫോബിയ പ്രചരിപ്പിക്കുന്നതിനും വർഗീയ സംഘർഷങ്ങൾക്കും ആക്കം കൂട്ടാൻ മാത്രമാണെന്നും വിമർശകർ വാദിക്കുന്ന. വിമർശനാത്മക ചിന്ത, വസ്തുതാ പരിശോധന, ഉൾക്കൊള്ളുന്നതും തെളിവുകൾ അടിസ്ഥാനമാക്കിയുള്ളതുമായ വിവരണങ്ങൾ എന്നിവ പ്രോത്സാഹിപ്പിക്കേണ്ടതിന്റെ ആവശ്യകത അവർ ഊന്നിപ്പറയുന്നു.

അധ്യായം 8:
ജനിച്ച മണ്ണിൽ അന്യരാക്കപ്പെട്ട വരുടെ വേദന:

പൗരത്വ ഭേദഗതി നിയമവും പ്രക്ഷോഭങ്ങളും

പൗരത്വ ഭേദഗതി നിയമങ്ങളിലെ കാണാപ്പുറങ്ങൾ:

പട്ടക്കൂട്ടം ലക്ഷ്യങ്ങളും

പ്രക്ഷോഭങ്ങളും ചെറുത്തുനിൽപ്പും:

ആളിപ്പടർന്ന ജനരോഷത്തിനു മുന്നിൽ പകച്ച് സർക്കാരും!

അനീതിക്കെതിരെ യുവരക്തം തിളച്ചപ്പോൾ, ഉണർന്നെണീറ്റ ക്യാമ്പസുകൾ

മാ നിഷാദ
അത് കാട്ടാളാ..

പൗരത്വ ഭേദഗതി നിയമങ്ങളിലെ കാണാപ്പുറങ്ങൾ:
ചട്ടക്കൂടും ലക്ഷ്യങ്ങളും

പൗരത്വ ഭേദഗതി നിയമവും (CAA) ദേശീയ പൗരത്വ രജിസ്റ്ററും (NRC) ഇന്ത്യൻ ഗവൺമെന്റ് അവതരിപ്പിച്ച രണ്ട് വിവാദ നയങ്ങളാണ്, ഇത് വ്യാപകമായ പ്രതിഷേധങ്ങൾക്കും ചർച്ചകൾക്കും കാരണമായി. 2019-ൽ പ്രാബല്യത്തിൽ വന്ന CAA, അയൽ രാജ്യങ്ങ ളിൽ നിന്നുള്ള മുസ്ലീം ഇതര കുടിയേറ്റക്കാർക്ക് പൗരത്വം നൽകാനാണ് ലക്ഷ്യമിടുന്നത്, അതേസമയം, 2018-ൽ അസമിൽ ആദ്യമായി നടപ്പി ലാക്കിയ NRC ഇന്ത്യൻ പൗരന്മാരുടെ ഒരു രജിസ്ട്രിയാണ്.

സി.എ.എയുടെയും എൻ.ആർ.സിയുടെയും നിയമ ചട്ടക്കൂട് ഇന്ത്യൻ ഭരണഘടനയിലും 1955-ലെ പൗരത്വ നിയമത്തിലും വേരുന്നിയതാണ്. അഫ്ഗാനിസ്ഥാൻ, ബംഗ്ലാദേശ്, പാഖിസ്ഥാൻ എന്നിവിടങ്ങളിൽ നിന്നുള്ള ഹിന്ദുക്കൾ, സിഖുകാർ, ബുദ്ധമതക്കാർ, ജൈനർ, പാർസികൾ, ക്രിസ്ത്യാനികൾ എന്നിവരെ ഉൾപ്പെടുത്തുന്നതിനായി പൗരത്വ നിയമം ഭേദഗതി ചെയ്യാൻ സി.എ.എ ശ്രമിക്കുന്നു.

അതേസമയം, അനധികൃത കുടിയേറ്റക്കാരെ തിരിച്ചറിയാനും ഒഴിവാക്കാനും ലക്ഷ്യമിട്ടുള്ള ഇന്ത്യൻ പൗരന്മാരുടെ സമഗ്രമായ പട്ടി കയാണ് എൻആർസി.

ഈ നയങ്ങളുടെ ലക്ഷ്യങ്ങൾ വിവാദപരമാണ്, അയൽ രാജ്യങ്ങ ളിലെ, പീഡിപ്പിക്കപ്പെടുന്ന ന്യൂനപക്ഷങ്ങളെ സംരക്ഷിക്കാനും ദേശീയ സുരക്ഷ ഉറപ്പാക്കാനുമാണ് തങ്ങൾ ലക്ഷ്യമിടുന്നതെന്ന് സർക്കാർ അവകാശപ്പെടുന്നു. അതേസമയം, ഈ വിവാദ നിയമങ്ങളെ എതിർ ക്കുന്ന നിയമ വിദഗ്ധരും ആക്ടിവിസ്റ്റുകളും വാദിക്കുന്നത്, നിയമം മുസ്ലിം സമുദായത്തോട് മാത്രം വിവേചനം കാണിക്കുന്നുവെന്നും ഇന്ത്യയുടെ മതേതര ഘടനയെ ലംഘിക്കുന്നുവെന്നുമാണ്.

ഈ നയങ്ങൾ നടപ്പിലാക്കുന്നത് ജനാധിപത്യ മൂല്യങ്ങളുടെ ശോഷണം, മനുഷ്യാവകാശ ലംഘനങ്ങൾ, ഹിന്ദു ഭൂരിപക്ഷ രാഷ്ട്രത്തി ലേക്കുള്ള മാറ്റം എന്നിവയെക്കുറിച്ചുള്ള ആശങ്കകളിലേക്ക് നയിച്ചു.

പ്രക്ഷോഭങ്ങളും ചെറുത്തുനിൽപ്പും:
ആളിപ്പടർന്ന ജനരോഷത്തിനു മുന്നിൽ പകച്ച് സർക്കാരും!

സി.എ.എ, എൻ.ആർ.സി തുടങ്ങിയ വിവാദ നിയമങ്ങളുടെ രംഗപ്ര വേശനം രാജ്യവ്യാപകമായ പ്രതിഷേധത്തിനും ചെറുത്തുനിൽപ്പിനും കാരണമായി, ദശലക്ഷക്കണക്കിന് ആളുകൾ അവരുടെ വിയോജിപ്പ് പ്രകടിപ്പിക്കാൻ തെരുവിലിറങ്ങി.

വിവേചനം, പൗരത്വം, മനുഷ്യാവകാശങ്ങൾ എന്നിവയെ കുറിച്ചുള്ള ആശങ്കകൾ ചൂണ്ടിക്കാട്ടി സിഎഎയും എൻആർസിയും പിൻവലിക്ക ണമെന്ന് ആവശ്യപ്പെട്ട് വിദ്യാർത്ഥികൾ, ആക്ടിവിസ്റ്റുകൾ, സിവിൽ സൊസൈറ്റി ഓർഗനൈസേഷനുകൾ എന്നിവരുടെ നേതൃത്വത്തിൽ നടന്ന പ്രതിഷേധം 2019-20 കാലഘട്ടത്തിൽ രാജ്യത്തെ ഒന്നാകെ ഇളക്കിമറിച്ചു.

പ്രതിഷേധങ്ങൾ അടിച്ചമർത്തുന്നതിന് വേണ്ടി സെക്ഷൻ 144 ചുമ ത്തുകയും ഇന്റർനെറ്റ് കണക്ഷൻ വിച്ഛേദിക്കുകയും പോലീസിനെയും അർദ്ധസൈനിക സേനയെയും വിന്യസിക്കുകയും ചെയ്തുകൊണ്ടാണ് സർക്കാർ പ്രക്ഷോഭകരെ നേരിട്ടത്. കണ്ണീർ വാതകം, ബാറ്റൺ, ബുള്ള റ്റുകൾ എന്നിവ ഉപയോഗിച്ച് പ്രതിഷേധക്കാരെ നേരിട്ട, ഇത് പരിക്ക കളിലും അറസ്റ്റുകളിലും മരണങ്ങളിലും കലാശിച്ചു. പ്രതിഷേധക്കാരെ "ദേശവിരുദ്ധർ", "രാജ്യദ്രോഹികൾ" എന്നിങ്ങനെ മുദ്രകുത്തി സർക്കാർ ഒരു സമാന്തര പ്രചരണ പരിപാടിയും സംഘടിപ്പിച്ചു.

അടിച്ചമർത്തൽ ഉണ്ടായിരുന്നിട്ടും, പ്രതിഷേധങ്ങൾ തുടർന്നു, ഐക്യദാർഢ്യ മാർച്ചുകളും പ്രകടനങ്ങളും ആഗോളതലത്തിൽ പൊട്ടി പ്പുറപ്പെട്ടു. പ്രമുഖ ബുദ്ധിജീവികളും കലാകാരന്മാരും സെലിബ്രിറ്റികളും ജനകീയ പ്രക്ഷോഭത്തിൽ പങ്കുചേർന്നതോടെ പ്രക്ഷോഭം രാജ്യവ്യാ പകമായി ആളിപ്പടർന്നു.

ഇന്ത്യയുടെ ജനാധിപത്യ ഘടനയും മതേതര മൂല്യങ്ങളും സംരക്ഷി ക്കണമെന്ന് ആവശ്യപ്പെട്ട് കൂടുതൽ പൗരന്മാർ പ്രസ്ഥാനത്തിന്റെ ഭാഗമായി മുന്നോട്ട വന്നപ്പോൾ പ്രതിഷേധങ്ങളെ അടിച്ചമർത്താനുള്ള സർക്കാരിന്റെ ശ്രമങ്ങൾക്ക് തിരിച്ചടിയേറ്റു. ഇന്ത്യൻ സ്വാതന്ത്ര്യ സമര

കാലഘട്ടത്തിന് ശേഷം ആദ്യമായി ജനങ്ങൾ തങ്ങളുടെ അവകാശ ങ്ങൾ ഉന്നയിക്കുകയും സർക്കാരിന്റെ വിഭജന നയങ്ങളെ വെല്ലുവിളി ക്കുകയും ചെയ്തപ്പോൾ പ്രതിഷേധങ്ങൾ ഇന്ത്യൻ ജനാധിപത്യത്തിൽ ഒരു സുപ്രധാന അധ്യായത്തിന് തുടക്കമിട്ടു.

പൗരത്വ ഭേദഗതി നിയമത്തിനെതിരായ പ്രതിഷേധ ങ്ങളും സമരങ്ങളും

2019 ഡിസംബറിൽ ഇന്ത്യൻ പാർലമെന്റ് പാസാക്കിയ പൗരത്വ ഭേദഗതി നിയമം (സിഎഎ) രാജ്യത്തുടനീളം വ്യാപകമായ പ്രതിഷേ ധങ്ങൾക്കും കുത്തിയിരിപ്പ് സമരങ്ങൾക്കും കാരണമായി. അഫ്ഗാ നിസ്ഥാൻ, ബംഗ്ലാദേശ്, പാകിസ്ഥാൻ എന്നിവിടങ്ങളിൽ നിന്നുള്ള അമുസ്ലിം അഭയാർത്ഥികൾക്ക് പൗരത്വ അവകാശം നൽകുന്ന നൽകുന്ന ഈ നിയമം മുസ്ലിം സമുദായത്തോട് മാത്രം വിവേചനപര മായ നിലപാട് കൈക്കൊള്ളുന്നത് ഇന്ത്യയുടെ മതേതര ഭരണഘട നയെ തുരങ്കം വയ്ക്കുന്നതായും വിമർശിക്കപ്പെട്ടു.

ഡൽഹി, മുംബൈ, കൊൽക്കത്ത, ബെംഗളൂരു തുടങ്ങിയ പ്രധാന നഗരങ്ങളിൽ പ്രതിഷേധം പൊട്ടിപ്പുറപ്പെട്ടു, വിദ്യാർത്ഥികളും സിവിൽ സൊസൈറ്റി അംഗങ്ങളും രാഷ്ട്രീയ പ്രവർത്തകരും നേതൃത്വം നൽകി. ഈ പ്രതിഷേധങ്ങളിൽ ഏറ്റവും ശ്രദ്ധേയമായത് ഡൽഹിയിലെ ഷഹീൻ ബാഗിലാണ്, അവിടെ ഒരു കൂട്ടം മുസ്ലീം സ്ത്രീകൾ സമാധാന പരമായ കുത്തിയിരിപ്പ് സമരം ആരംഭിക്കുകയും, തുടർച്ചയായി നൂറു ദിവസത്തിലധികം സമരക്കാർ സദാസമയവും സജീവമായി നില കൊള്ളുകയും ചെയ്തു. സിഎഎയ്ക്കെതിരായ ചെറുത്തുനിൽപ്പിന്റെ പ്രതീകമായി ഈ പ്രതിഷേധം മാറി.

ആസാമിലും മറ്റ് വടക്കുകിഴക്കൻ സംസ്ഥാനങ്ങളിലും, പ്രദേശ ത്തിന്റെ സാംസ്കാരികവും ജനസംഖ്യാപരവുമായ സന്തുലിതാവസ്ഥയെ ഭീഷണിപ്പെടുത്തുന്ന, കുടിയേറ്റക്കാരുടെ കുത്തൊഴുക്കിലേക്ക് ഈ നിയമം നയിക്കുമെന്ന ഭയമാണ് സിഎഎയോടുള്ള എതിർപ്പിന് കാര ണമായത്. ഈ പ്രദേശങ്ങളിലെ പ്രതിഷേധക്കാർ അവരുടെ ഐഡന്റി റ്റിയിലും വിഭവങ്ങളിലും സിഎഎ ചെലുത്തുന്ന സ്വാധീനത്തെക്കുറിച്ചുള്ള ആശങ്കകൾ ഊന്നിപ്പറഞ്ഞുകൊണ്ട് "ആസാമിനെ സംരക്ഷിക്കുക, ഭരണഘടനയെ സംരക്ഷിക്കുക" തുടങ്ങിയ മുദ്രാവാക്യങ്ങൾ ഉയർത്തി.

CAA വിരുദ്ധ സമരത്തിൽ വിദ്യാർത്ഥി സമൂഹം ഒരു പ്രധാന പങ്ക് വഹിച്ചു. ഡൽഹിയിലെ ജാമിയ മില്ലിയ ഇസ്ലാമിയ, ജവഹർലാൽ നെഹ്റു യൂണിവേഴ്സിറ്റി തുടങ്ങിയ സർവ്വകലാശാലകൾ പോലീസിന്റെ അക്രമാസക്തമായ അടിച്ചമർത്തലുകൾക്ക് ശേഷം പ്രതിഷേധ

കേന്ദ്രങ്ങളായി മാറി. ജാമിയയിൽ പോലീസിനെ നേരിടുന്ന ആയിഷ റെന്ന എന്ന ചോര പുരണ്ട വിദ്യാർത്ഥിയുടെ ചിത്രം സമരത്തിന്റെ പ്രതീ കമായി മാറി. പ്രമുഖ ബുദ്ധിജീവികളും കലാകാരന്മാരും പ്രസ്ഥാനത്തിൽ ചേർന്നു, എഴുത്തുകാരി അരുന്ധതി റോയ് സിഎഎയെ "ഫാസിസ്റ്റ് നിയമം" എന്ന് വിളിക്കുകയും അതിനെ ചെറുക്കാൻ ആളുകളെ പ്രേരി പ്പിക്കുകയും ചെയ്തു.

പ്രതിഷേധങ്ങൾ മതപരവും സാംസ്കാരികവുമായ ലൈനകൾക്ക പ്പുറമുള്ള ഐക്യദാർഢ്യത്തിന്റെ അലയൊലിയിൽ കലാശിച്ച, ഇത് ഇന്ത്യയുടെ ജനാധിപത്യത്തിന്റെ പ്രതിരോധശേഷി പ്രകടമാക്കി. അറസ്റ്റകളിലൂടെയും മാധ്യമങ്ങളുടെ ഇരുട്ടടികളിലൂടെയും പ്രസ്ഥാ നത്തെ അടിച്ചമർത്താൻ സർക്കാർ ശ്രമിച്ചിട്ടും, സിഎഎ വിരുദ്ധ പ്രതിഷേധങ്ങൾ സമാധാനപരമായ ചെറുത്തുനിൽപ്പിന്റെ ശക്തിയും ഇന്ത്യയിലെ മതനിരപേക്ഷത സംരക്ഷിക്കേണ്ടതിന്റെ പ്രാധാന്യവും എടുത്തുകാണിച്ചു.

സമാധാനപരമായ മാർച്ചുകൾ, മെഴുകുതിരി കത്തിക്കൽ, കവിതാപാരായണം എന്നിവയിലൂടെ പ്രതിഷേധം ശ്രദ്ധേയമായി. "മതഭേദമന്യേ നാമെല്ലാവരും ഇന്ത്യക്കാരാണ്", "സിഎഎ നമ്മുടെ ഭരണഘടനയ്ക്ക് ഭീഷണിയാണ്" എന്നിങ്ങനെ എഴുതിയ ബോർഡുകൾ പ്രതിഷേധക്കാർ പിടിച്ചിരുന്നു.

പ്രതിഷേധങ്ങളോടുള്ള സർക്കാരിന്റെ പ്രതികരണം പലപ്പോഴും കനത്തതായിരുന്നു, പോലീസ് അടിച്ചമർത്തലും അറസ്റ്റും. എന്നാൽ പ്രതിഷേധക്കാർ ഉറച്ചുനിന്നു.

മാ നിഷാദ
അരുത് കാട്ടാളാ..

സിഎഎയ്ക്കെതിരായ പ്രതിഷേധങ്ങളും കുത്തിയിരിപ്പ് സമരങ്ങളും സമാധാനപരമായ ചെറുത്തുനിൽപ്പിന്റെ ശക്തിയുടെയും ഇന്ത്യയുടെ ജനാധിപത്യ ചൈതന്യത്തിന്റെ ശക്തിയുടെയും തെളിവായിരുന്നു.

അനീതിക്കെതിരെ യുവരക്തം തിളച്ച പ്പോൾ, ഉണർന്നെണീറ്റ ക്യാമ്പസുകൾ

2020-ൽ, പൗരത്വ ഭേദഗതി നിയമത്തിനും (CAA) ദേശീയ പൗരത്വ രജിസ്റ്ററിനും (NRC) സർക്കാരിന്റെ മറ്റ് ജനാധിപത്യ വിരുദ്ധ നടപടി കൾക്കും എതിരെ, രാജ്യത്തെങ്ങും വീശിയടിച്ച പ്രതിഷേധ കൊടുങ്കാറ്റ്, ഇന്ത്യൻ നഗരങ്ങളെയും ഗ്രാമങ്ങളെയും പ്രകമ്പനം കൊള്ളിച്ചപ്പോൾ, കേവലം കാഴ്ചക്കാരായി നോക്കി നിൽക്കാതെ, ഉത്തരവാദിത്വം നിറവേറ്റുവാൻ യുവാക്കളും രംഗത്തിറങ്ങിയതോടെ രാജ്യത്തങ്ങോളമി ങ്ങോളമുള്ള ക്യാമ്പസുകൾ ഉണർന്നെണീറ്റു.

സിഎഎ വിരുദ്ധ പ്രതിഷേധങ്ങളുടെ പ്രഭവകേന്ദ്രമായിരുന്ന ന്യൂഡൽഹിയിലെ ജാമിയ മില്ലിയ ഇസ്ലാമിയ (JMI) സർവകലാശാല യിലെ വിദ്യാർത്ഥികൾ. 2019 ഡിസംബർ 13-ന് സർക്കാരിന്റെ പൗരത്വ നിയമങ്ങളിൽ പ്രതിഷേധിച്ച് ഇന്ത്യൻ പാർലമെന്റിലേക്ക് നടത്തിയ സമാധാനപരമായ മാർച്ചിൽ പങ്കെടുത്ത വിദ്യാർത്ഥികൾക്ക് നേരെ യാതൊരു പ്രകോപനവും ഇല്ലാതെ പോലീസ് ഗിയർ ഗ്യാസ് പ്രയോ ഗിക്കുകയും ലാത്തിച്ചാർജ് നടത്തുകയും ചെയ്തതോടെയാണ് സംഭവ പരമ്പരകളുടെ തുടക്കം.

2019 ഡിസംബർ 15-ന് വൈകുന്നേരം നൂറുകണക്കിന് പോലീസ് ഉദ്യോഗസ്ഥർ കോളേജ് അധികാരിയുടെ അനുമതിയില്ലാതെ ജാമിയ മില്ലിയ കാമ്പസിലേക്ക് ഇടിച്ച് കയറുകയും പ്രതിഷേധിച്ച വിദ്യാർഥി കളെ ക്രൂരമായി മർദ്ദിക്കുകയും ചെയ്തു.

2019 ഡിസംബർ 15 ന് രാത്രി അലിഗഡ് മുസ്ലീം യ്യൂണിവേഴ്സിറ്റി (AMU) ക്യാമ്പസിലും സമാനമായ പ്രതിഷേധ പ്രകടനങ്ങളും അതിനെ തുടർന്ന് പോലീസ് അതിക്രമങ്ങളും ഉണ്ടായി.

രാഷ്ട്രീയ പ്രബുദ്ധതക്കും ആക്ടിവിസത്തിനും പേരുകേട്ട ഡൽഹി ജവഹർലാൽ നെഹ്റു സർവകലാശാലയിൽ മുഖംമൂടി ധരിച്ചെത്തിയ സർക്കാർ അനുകൂല ഗുണ്ടകൾ വിദ്യാർത്ഥികൾക്ക് നേരെ നടത്തിയ അക്രമ സംഭവങ്ങൾ മറ്റു സർവ്വകലാശാല ക്യാമ്പസുകളിലും പ്രതിഷേധം ശക്തമാക്കി.

പോലീസ് നടത്തിയ അതിക്രമങ്ങൾക്ക് മറുപടിയായി ഐഐടി കാൺപൂർ, ഐഐടി മദ്രാസ്, ജാദവ്പൂർ യ്യൂണിവേഴ്സിറ്റി, ടാറ്റ ഇൻസ്റ്റി റ്യൂട്ട് ഓഫ് സോഷ്യൽ സയൻസ്, ഐഐഎസ്സി, പോണ്ടിച്ചേരി യ്യൂണിവേഴ്സിറ്റി, ഐഐഎം അഹമ്മദാബാദ് തുടങ്ങിയ വിദ്യാഭ്യാസ സ്ഥാപനങ്ങളിലെ വിദ്യാർത്ഥികളും പ്രതിഷേധത്തിൽ പങ്കുചേർന്നു.

ഉസ്മാനിയ യ്യൂണിവേഴ്സിറ്റി, ഹൈദരാബാദ് യ്യൂണിവേഴ്സിറ്റി, യ്യൂണി വേഴ്സിറ്റി ഓഫ് ഡൽഹി, പഞ്ചാബ് യ്യൂണിവേഴ്സിറ്റി, ഗുവാഹത്തി യ്യൂണി വേഴ്സിറ്റി, ഐഐടി ബോംബെ, മദ്രാസ് യ്യൂണിവേഴ്സിറ്റി, ബാംഗ്ലൂർ പ്രസിഡൻസി യ്യൂണിവേഴ്സിറ്റി എന്നിവയുൾപ്പെടെ രാജ്യത്തുടനീളമുള്ള സർവകലാശാലകളിലും പ്രതിഷേധസമരങ്ങൾ നടന്നു.

രാജ്യത്തിന്റെ വിവിധ ഭാഗങ്ങളിൽ പ്രവർത്തിക്കുന്ന ഇന്ത്യയുടെ അഭിമാന സാങ്കേതിക വിദ്യാഭ്യാസ സ്ഥാപനങ്ങളായ ഇന്ത്യൻ ഇൻസ്റ്റിറ്റ്യൂട്ട് ഓഫ് ടെക്‌നോളജി (IIT), നാഷണൽ ഇൻസ്റ്റിറ്റ്യൂട്ട് ഓഫ് ടെക്‌നോളജി (NIT) എന്നീ പ്രൊഫഷണൽ കോളേജുകളിലെ വിദ്യാർഥി കളും സമാധാനപരമായ മാർച്ചുകളും സംവാദങ്ങളും സോഷ്യൽ മീഡിയ കാമ്പെയ്‌നുകളും സംഘടിപ്പിച്ചു.

പൗരാവകാശങ്ങൾക്ക്‌വേണ്ടിയുള്ള വിദ്യാർഥികളുടെ മുറവിളികൾക്ക് അന്താരാഷ്ട്ര മാധ്യമ കവറേജ് ലഭിച്ചതോടെ, ആഗോള നേതാക്കള ടെയും മനുഷ്യാവകാശ സംഘടനകളുടെയും പ്രസ്താവനകൾ വിഷയം ലോക ശ്രദ്ധയിലേക്ക് കൊണ്ടുവന്നു.

വിദ്യാർത്ഥി പ്രക്ഷോഭത്തെ അടിച്ചമർത്താൻ ക്രൂരമായ മാർഗങ്ങ ളാണ് പോലീസ് അവലംബിച്ചത്. തടങ്കലിൽ വയ്ക്കപ്പെട്ടുമെന്ന ഭയം ഉണ്ടായിരുന്നിട്ടും, പതിനായിരക്കണക്കിന് ആളുകൾ ഹൈദരാബാദ്, പട്ന, ചണ്ഡീഗഡ്, മുംബൈ തുടങ്ങിയ നഗരങ്ങളിൽ പ്രതിഷേധിച്ചു.

ആംനസ്റ്റി ഇൻർനാഷണൽ ഇന്ത്യ, ജാമിയ മില്ലിയ ഇസ്‌ലാമിയ, അലിഗഡ്‌മുസ്ലീം സർവകലാശാലകളിലെ വിദ്യാർത്ഥികൾക്ക് നേരെ യുണ്ടായ അതിക്രമങ്ങൾക്ക് പോലീസിനെ കുറ്റപ്പെടുത്തുകയും ചെയ്തു.

മാ നിഷാദ
അത് കാട്ടാളാ..

2019 ഡിസംബർ 20-ന് രണ്ട് ഡൽഹി മെട്രോ സ്റ്റേഷനുകൾ, ജാമിയ മില്ലിയ ഇസ്ലാമിയ, ഷഹീൻ ബാഗ് എന്നിവ അടച്ചു. ഇന്ത്യൻ തലസ്ഥാന നഗരിയുടെ ചില ഭാഗങ്ങളിൽ ഇന്റർനെറ്റ് സേവനങ്ങൾ നിർത്തിവച്ചു.

വർഗീയതയിൽ അധിഷ്ഠിതമായ കരി നിയമങ്ങൾക്കെതിരെയുള്ള വിദ്യാർത്ഥി- യുവജന പ്രക്ഷോഭം സമകാലിക ഇന്ത്യൻ ചരിത്രത്തിൽ ഒരു സുപ്രധാന അദ്ധ്യായം കൂടി എഴുതിച്ചേർത്തു.

സർക്കാരിന്റെ ജനാധിപത്യ വിരുദ്ധ നടപടികൾക്കും സ്വച്ഛാധിപ ത്യ-ഫാസിസ്റ്റ് പ്രവണതകൾക്കും എതിരെ, രാജ്യത്തുടനീളമുള്ള ക്യാ മ്പസുകളിലെ വിദ്യാർത്ഥികളെ സംഘടിപ്പിക്കുന്നതിലും സമരങ്ങളിൽ അണിനിരത്തുന്നതിലും നിർണായക പങ്കുവഹിച്ച നിരവധി ഊർജ്ജ സ്വലരായ വിദ്യാർത്ഥി നേതാക്കളുടെ പങ്കിനെ നമുക്ക് വിസ്മരിക്കാൻ ആവില്ല.

ഐഷെ ഘോഷ്, കനയ്യ കുമാർ, ഉമർ ഖാലിദ്, ഗുൽ മെഹർ കൗർ, രവീന്ദർ കുമാർ എന്നിവരാണ് ഇക്കൂട്ടത്തിലെ ഏറ്റവും ശ്രദ്ധേയരായ നേതാക്കൾ.

ജാമിയ മില്ലിയ യൂണിവേഴ്സിറ്റി വിദ്യാർത്ഥിനികൾ പ്രക്ഷോഭത്തിൽ

PART IV
ജനാധിപത്യ-മതേതര സ്ഥാപനങ്ങളുടെ ശോഷണം

അധ്യായം 9
ഭരണഘടനാ സ്ഥാപനങ്ങളിലെ ഇടപെടലും ജനാധിപത്യത്തിന്റെ തകർച്ചയും

കടുത്ത ഭീഷണിയെ നേരിട്ടുകയാണ് ജൂഡീഷ്യൽ സ്വാതന്ത്ര്യം

ജനാധിപത്യ പ്രക്രിയകളും തെരഞ്ഞെടുപ്പ് കമ്മീഷനും

മാധ്യമപ്രവർത്തകർക്ക് കൂച്ച വിലങ്ങ്! മാധ്യമങ്ങൾ കൂട്ടിലട
ക്കപ്പെട്ട തത്തകൾ!!

കടുത്ത ഭീഷണിയെ നേരിട്ടുകയാണ് ജുഡീഷ്യൽ സ്വാതന്ത്ര്യം

ജനാധിപത്യ സംവിധാനത്തിന്റെ അടിത്തറയാണ് കുറ്റമറ്റ നീതിന്യായ വ്യവസ്ഥ. നിയമങ്ങൾ ന്യായമായി പ്രയോഗിക്ക പ്പെടുന്നവെന്നും പക്ഷപാതമില്ലാതെ നടപ്പാക്കപ്പെടുന്നവെന്നും ഉറപ്പ വരുത്തുന്ന ഒരു ജുഡീഷ്യൽ സിസ്റ്റമാണണല്ലോ നമ്മുടെ ഏവരുടെയും സങ്കൽപ്പങ്ങളില്ലുള്ളത്.

എന്നാൽ, സമീപകാലത്തായി ഇന്ത്യയിലെ ജുഡീഷ്യൽ സ്വാതന്ത്ര്യം കാര്യമായ ഭീഷണി നേരിട്ടുകയാണ്. രാഷ്ട്രീയ ഇടപെടൽ, ജഡ്ജിമാ രുടെ മേലുള്ള സമ്മർദ്ദം, ജുഡീഷ്യൽ നിയമനങ്ങളിലെ ഇടപെടലുകൾ തുടങ്ങിയ തെറ്റായ പ്രവണതകൾ, നിയമവ്യവസ്ഥയുടെ സമഗ്രതയെ ക്കുറിച്ചുള്ള ആശങ്കകൾ ഉയർത്തുന്നു.

ജുഡീഷ്യറിയിൽ എക്സിക്യൂട്ടീവ് ബ്രാഞ്ചിന്റെ സ്വാധീനമാണ് ഒരു പ്രധാന പ്രശ്നം. ജുഡീഷ്യറിയുടെ സ്വയംഭരണാധികാരം അട്ടിമറിച്ച് ജുഡീഷ്യൽ നിയമനങ്ങളിലും സ്ഥാനക്കയറ്റങ്ങളിലും എക്സിക്യൂട്ടീവ് നിയന്ത്രണം ഏർപ്പെടുത്താൻ ശ്രമിച്ച സംഭവങ്ങളുണ്ട്. തങ്ങളുടെ മുന്നി ലുള്ള കേസുകളുടെ മെറിറ്റിനെ മാത്രം അടിസ്ഥാനമാക്കിയല്ല, അധി കാരത്തിലിരിക്കുന്നവരുടെ താൽപ്പര്യങ്ങളുമായി പൊരുത്തപ്പെടുന്ന തീരുമാനങ്ങൾ എടുക്കാൻ ചില ജഡ്ജിമാർ നിർബന്ധിതരാകുമെന്ന ധാരണയിലേക്ക് ഇത് നയിച്ചു.

മാത്രമല്ല, രാഷ്ട്രീയ വ്യക്തിത്വങ്ങളും സെൻസിറ്റീവായ വിഷയങ്ങളും ഉൾപ്പെടുന്ന ഉന്നതമായ കേസുകളിൽ ചിലപ്പോൾ കാലതാമസമോ വിവാദപരമോ ആയ വിധികൾ ഉണ്ടാകുന്നത് ജുഡീഷ്യറിയുടെ നിഷ്പ ക്ഷതയെക്കുറിച്ചുള്ള പൊതുജനങ്ങളുടെ സംശയം വർദ്ധിപ്പിക്കുന്നു. സർക്കാർ നിലപാടുകളുമായി വിയോജിക്കുന്നവരെയും പ്രതിപ ക്ഷ നേതാക്കളെയും ലക്ഷ്യമിടാൻ അന്വേഷണ ഏജൻസികളെ

ഉപയോഗിക്കുന്നത് രാഷ്ട്രീയ പകപോക്കലിനുള്ള ഉപകരണമായി നിയമവ്യവസ്ഥയെ ദുരുപയോഗം ചെയ്യപ്പെടുന്നു എന്ന ആശങ്കാജന കമായ പ്രവണതയിലേക്കാണ് വിരൽ ചൂണ്ടുന്നത്.

ജുഡീഷ്യൽ സ്വാതന്ത്ര്യത്തിന്റെ അപചയം ജനാധിപത്യത്തിന്റെ അടിത്തറയെ തന്നെ ഭീഷണിപ്പെടുത്തുന്ന, ജുഡീഷ്യറിയുടെ സ്വയം ഭരണാവകാശം പുനഃസ്ഥാപിക്കുകയും സംരക്ഷിക്കുകയും ചെയ്യുന്നത് നിയമവ്യവസ്ഥയിലും ജനാധിപത്യ പ്രക്രിയയിലും പൊതുജനവിശ്വാസം നിലനിർത്തുന്നതിന് അനിവാര്യമാണ്.

ജനാധിപത്യ പ്രക്രിയകളും തെരഞ്ഞെടുപ്പ് കമ്മീഷനും

രാജ്യത്തെ ജനാധിപത്യ പ്രക്രിയകളുടെ സമഗ്രത നിലനിർത്തുന്ന തിൽ ഇന്ത്യൻ തിരഞ്ഞെടുപ്പ് കമ്മീഷൻ (ECI) സുപ്രധാന പങ്ക് വഹി ക്കുന്നു. ഒരു സ്വയംഭരണ ഭരണഘടനാ അധികാരം എന്ന നിലയിൽ, അതിന്റെ പ്രാഥമിക ഉത്തരവാദിത്തം കേന്ദ്ര, സംസ്ഥാന നിയമനിർ മ്മാണ സഭകളിലേക്കും രാഷ്ട്രപതി, ഉപരാഷ്ട്രപതി പദവികളിലേക്കും സ്വതന്ത്രവും നീതിയുക്തവുമായ തിരഞ്ഞെടുപ്പ് നടത്തുക എന്നതാണ്. എന്നിരുന്നാലും, സമീപകാല സംഭവവികാസങ്ങൾ ഇന്ത്യൻ തെര ഞ്ഞെടുപ്പ് കമ്മീഷന്റെ നിഷ്പക്ഷതയെയും ഫലപ്രാപ്തിയെയും കുറിച്ച് ആശങ്ക ഉയർത്തിയിട്ടുണ്ട്.

കമ്മീഷന്റെ നടപടികളിലെ പക്ഷപാതപരമായ ധാരണയാണ് ഒരു പ്രധാന പ്രശ്നം. ഭരണകക്ഷിയോട്ടുള്ള പ്രീണന ആരോപണങ്ങൾ, തിരഞ്ഞെടുപ്പ് ലംഘനങ്ങൾ പരിഹരിക്കുന്നതിലെ കാലതാമസം, തെരഞ്ഞെടുപ്പ് ചട്ടങ്ങൾ ലംഘിച്ച് കൊണ്ടുള്ള തെരഞ്ഞെടുപ്പ് പ്രച രണങ്ങളിൽ കർശന നടപടികളുടെ അഭാവം എന്നിവ E C I യുടെ നിഷ്പക്ഷതയില്ലുള്ള ജനങ്ങളുടെ വിശ്വാസം ഇല്ലാതാക്കി. ഉദാഹരണ മായി, മാതൃകാ പെരുമാറ്റച്ചട്ടത്തിന്റെ ലംഘനങ്ങളെക്കുറിച്ചുള്ള പരാ തികളോട്ടുള്ള കമ്മീഷൻ പ്രതികരണം ചില രാഷ്ട്രീയ സ്ഥാപനങ്ങളോട് പൊരുത്തമില്ലാത്തയും സൗമ്യവുമാണെന്ന് കണ്ട സന്ദർഭങ്ങളുണ്ട്.

കൂടാതെ, തിരഞ്ഞെടുപ്പിന്റെ സമയവും പെരുമാറ്റവും സൂക്ഷ്മപരി ശോധനയ്ക്ക് വിധേയമായിട്ടുണ്ട്. തിരഞ്ഞെടുപ്പ് ഷെഡ്യൂളിംഗ് സംബ ന്ധിച്ച തീരുമാനങ്ങൾ, പ്രത്യേകിച്ച് ഭരണകക്ഷിക്ക് ശക്തമായ എതിർപ്പ് നേരിടേണ്ടിവരുമെന്ന് പ്രതീക്ഷിക്കുന്ന സംസ്ഥാനങ്ങളിൽ,

അധികാരികൾക്ക് നേട്ടമുണ്ടാക്കാൻ തന്ത്രപരമായ നീക്കങ്ങൾ നടത്തിയെന്ന ആരോപണത്തിന് കാരണമായി. ഇത്തരം പ്രവർത്ത നങ്ങൾ ജനാധിപത്യത്തിൽ ന്യായമായ മത്സരത്തിന് ആവശ്യമായ സമനിലയെ ദുർബലപ്പെടുത്തുന്നു.

തിരഞ്ഞെടുപ്പ് പ്രക്രിയയിൽ സാങ്കേതിക വിദ്യയുടെ ഉപയോഗത്തി ലേക്കും വെല്ലുവിളികൾ നീളുന്നു. ഇലക്ട്രോണിക് വോട്ടിംഗ് മെഷീനുകൾ (ഇവിഎം) അവതരിപ്പിച്ചതും വോട്ടർ വെരിഫൈഡ് പേപ്പർ ഓഡിറ്റ് ട്രയലുകളുടെ (വിവിപാറ്റ്) ആവശ്യവും വോട്ടിംഗ് പ്രക്രിയയുടെ സുതാ ര്യതയെയും സുരക്ഷിതത്വത്തെയും കുറിച്ചുള്ള ചർച്ചകൾക്ക് തുടക്കമിട്ടു. ഈ സാങ്കേതികവിദ്യകൾ കാര്യക്ഷമതയും കൃത്യതയും വർദ്ധിപ്പിക്കാൻ ഉദ്ദേശിച്ചുള്ളതാണെങ്കിലും, കൃത്രിമ സാധ്യതയെകുറിച്ചുള്ള ആശങ്കകളും ശക്തമായ പരിശോധനാ സംവിധാനങ്ങളുടെ ആവശ്യകതയും നില നിൽക്കുന്നു.

ജനാധിപത്യ പ്രക്രിയകളുടെ വിശ്വാസ്യത ഉയർത്തിപ്പിടിക്കാൻ, നിഷ്പക്ഷതയോട്ടും സുതാര്യതയോട്ടുമുള്ള പ്രതിബദ്ധത ECI വീണ്ടും ഉറപ്പിക്കേണ്ടയുണ്ട്. ആന്തരിക പരിശോധനകളും സന്തുലിതാവസ്ഥയും ശക്തിപ്പെടുത്തുക, തിരഞ്ഞെടുപ്പ് ക്രമക്കേടുകൾക്കെതിരെ സമയബന്ധി തവും നിർണായകവുമായ നടപടികൾ ഉറപ്പാക്കുക, തിരഞ്ഞെടുപ്പിന്റെ സമഗ്രത സംരക്ഷിക്കുന്നതിനുള്ള നടപടികളെക്കുറിച്ച് പൊതുജന ആശയവിനിമയം വർദ്ധിപ്പിക്കുക എന്നിവ നിർണായക ഘട്ടങ്ങളാണ്.

മാധ്യമപ്രവർത്തകർക്ക് കൂച്ച വിലങ്ങ്!
മാധ്യമങ്ങൾ കൂട്ടിലടക്കപ്പെട്ട തത്തകൾ!!

ആരോഗ്യകരമായ ഒരു ജനാധിപത്യ സംവിധാനത്തിന്റെ നിലനിൽ പ്പിന് സ്വതന്ത്രവും നീതിപൂർവകവുമായ മാധ്യമങ്ങൾ നിലനിൽക്കേണ്ടത് അനിവാര്യമാണ്. ഇന്ത്യയിലെ മിക്കവാറും ജനപ്രിയ മുഖ്യധാരാ മാധ്യമ ങ്ങൾ ഇതിനകം തന്നെ ഭരിക്കുന്ന സർക്കാരുമായി അടുത്ത ബന്ധമുള്ള കോർപ്പറേറ്റ് ഭീമന്മാരുടെ കൈപ്പിടിയിൽ ഒതുങ്ങി കഴിഞ്ഞു എന്നത് ഒരു വസ്തുതയാണ്.

ഭരണകക്ഷിയുമായി അടുപ്പമുള്ള കോർപ്പറേറ്റ് ഭീമന്മാരും വ്യക്തി കളും മാധ്യമ രംഗത്തേക്ക് കൂടി കടന്ന വന്നതോടെ, ജനാധിപത്യ സംവിധാനത്തിലെ നാലാമത്തെ സ്തംഭമായി (Fourth Estate) കണക്കാക്കപ്പെട്ടിരുന്ന മാധ്യമങ്ങളെ ഇന്ത്യയിലെ ഭരണവർഗത്തിന്റെ

കുഴല്ത്തുകാരാക്കി മാറ്റവാൻ എളുപ്പത്തിൽ സാധിച്ചു. പക്ഷപാതകര മായ റിപ്പോർട്ടിങ്ങും ൡണക്കഥകളുടെയും അർദ്ധ സത്യങ്ങളുടെയും ആധിപത്യവും വിയോജിപ്പുള്ള ശബ്ദങ്ങളെ അടിച്ചമർത്തലും വൈവിധ്യ മാർന്ന വീക്ഷണങ്ങളുടെയും അഭിപ്രായങ്ങളുടെയും അഭാവവും ഇന്ത്യൻ മാധ്യമ രംഗത്തെ അധപതനത്തിലേക്ക് നയിക്കുകയാണ്.

ഇന്ത്യയിലെ പ്രമുഖ വാർത്ത ചാനലുകൾ ആയ NDTV, Zee News, ഇന്ത്യ ടുഡേ, റിപ്പബ്ലിക് ടിവി എന്നിവയൊക്കെ ഭരണവർഗവുമായി അടുത്ത ബന്ധം പുലർത്തുന്ന കോർപ്പറേറ്റ് ഭീമന്മാരുടെയോ വ്യക്തി കളുടെയോ കൈവശമാണുള്ളത്.

ഒരുകാലത്ത് ഇന്ത്യയിലെ ഏറ്റവും വിശ്വസ്ത ചാനലുകളിൽ ഒന്നായി രുന്ന NDTV, ഗൗതം അദാനിയുടെ അദാനി ഗ്രൂപ്പ് കൈവശപ്പെടുത്തി കഴിഞ്ഞു. മറ്റൊരു പ്രമുഖ വാർത്ത ചാനലായ ഇന്ത്യ ടുഡേ, ഇപ്പോൾ ഭരണകക്ഷിയുടെ സഹയാത്രികനായ അരുൺ പുരിയുടെ ഉടമസ്ഥത യിലാണുള്ളത്. Zee News ചാനൽ ബിജെപി അനുഭാവിയായ സുഭാഷ് ചന്ദ്രയുടെ കൈവശമാണുള്ളത്.

ഭരണകക്ഷിയെ ശക്തമായി പിന്തുണക്കുന്ന അർണബ് ഗോസ്വാമി സ്ഥാപിച്ചതാണ് റിപ്പബ്ലിക് ടിവി. പ്രമുഖ ടിവി ചാനലായ സ്റ്റാർ ഇന്ത്യ അദാനി ഗ്രൂപ്പുമായി ബന്ധമുള്ള വാൾട്ട് ഡിസ്നി കമ്പനിയുടെ ഉടമസ്ഥത യിലാണ്. ഭരണകക്ഷിയെ അനുകൂലിക്കുന്ന വ്യക്തികൾക്ക് പങ്കാളിത്ത മുള്ളതാണ്, സോണി കോർപ്പറേഷന്റെ ഉടമസ്ഥതയിലുള്ള സോണി ഇന്ത്യ.

ഇന്ത്യൻ അച്ചടി മാധ്യമങ്ങളിൽ ഏറ്റവും അറിയപ്പെടുന്ന പത്രമായ ദി ടൈംസ് ഓഫ് ഇന്ത്യയാകട്ടെ കേന്ദ്ര ഭരണകൂടത്തിന്റെ ഇഷ്ടക്കാരായ ബെന്നറ്റ് കോൾമാൻ & കമ്പനിയുടെ ഉടമസ്ഥതയിലുള്ളതാണ്. ഭരണ കക്ഷി അനുയായിയായ വിവേക് ഗോയങ്കയുടെ ഉടമസ്ഥതയിലുള്ള ദി ഇന്ത്യൻ എക്സ്പ്രസ് ആണ് മറ്റൊരു പ്രമുഖ അച്ചടി മാധ്യമം.

നിർണായക പ്രശ്നങ്ങളും പ്രതിപക്ഷ കാഴ്ചപ്പാടുകളും തമസ്ക രിക്കുമ്പോൾ, സർക്കാർ അനുകൂല വിവരണങ്ങൾക്ക് വിപുലമായ കവറേജ് നൽകുന്നത് ഇതിന് ഏറ്റവും വലിയ ഉദാഹരണമാണ്. കൂടാതെ, സോഷ്യൽ മീഡിയയിലൂടെയും മറ്റ് പ്ലാറ്റ്ഫോമുകളിലൂടെയും തെറ്റായ വിവരങ്ങളും "വ്യാജ വാർത്തകളും" പ്രചരിപ്പിക്കുന്നത് സ്ഥിതി ഗതികൾ കൂടുതൽ സങ്കീർണ്ണമാക്കുന്നു, ഇത് പൊതുജനങ്ങൾക്കിടയിൽ ആശയക്കുഴപ്പത്തിനും ധ്രുവീകരണത്തിനും കാരണമാകുന്നു.

അഴിമതി, മനുഷ്യാവകാശ ലംഘനങ്ങൾ, രാഷ്ട്രീയ ദുഷ്പ്രവൃത്തികൾ

മാ നിഷാദ
അത് കാട്ടാളാ..

തുടങ്ങിയ സെൻസിറ്റീവ് വിഷയങ്ങൾ ഉയർത്തിക്കൊണ്ടുവരുന്ന മാധ്യമപ്രവർത്തകർക്ക് പലപ്പോഴും ഉപദ്രവവും ഭീഷണിയും അക്രമവും നേരിടേണ്ടി വരുന്നു. രാജ്യദ്രോഹ കുറ്റങ്ങൾ വരെ ചുമത്തി കൊണ്ട് മാധ്യമപ്രവർത്തകർ അറസ്റ്റിലാകുകയും നിയമപോരാട്ടങ്ങൾ നേരിട്ടുകയും അവരുടെ ജീവനും ഉപജീവനമാർഗവും ഭീഷണിപ്പെടുത്തുകയും ചെയ്ത സംഭവങ്ങൾ ഉണ്ടായിട്ടുണ്ട്. അന്വേഷണാത്മക പത്രപ്രവർത്തനത്തെ യും നിർണായക റിപ്പോർട്ടിംഗിനെയും നിരുത്സാഹപ്പെടുത്തുന്ന ഈ പ്രവണത ഇന്ത്യൻ മാധ്യമ മേഖലയുടെ ഭാവിയെക്കുറിച്ച് ചോദ്യങ്ങൾ ഉയർത്തുന്നു.

കൂടാതെ, പൊതു പ്രക്ഷേപണത്തിലും സർക്കാർ ഉടമസ്ഥതയി ല്ലുള്ള മാധ്യമ സ്ഥാപനങ്ങളിലും ഗവൺമെന്റിന്റെ വർദ്ധിച്ചുവരുന്ന നിയന്ത്രണം ഈ ചാനലുകളില്ലൂടെ പ്രചരിപ്പിക്കുന്ന വിവരങ്ങളുടെ നിഷ്പക്ഷതയെക്കുറിച്ച് ആശങ്ക ഉയർത്തുന്നു. സർക്കാരിന്റെ വീഴ്ചകളെ യും പരാജയങ്ങളെയും കണ്ടില്ലെന്ന നടിക്കുവാനോ നിസ്സാരവൽക്കരി ക്കുവാനോ ശ്രമിക്കാറുള്ള സർക്കാർ ഉടമസ്ഥതയില്ലുള്ള മാധ്യമങ്ങൾ, സർക്കാരിന്റെ ചില്ലറ നേട്ടങ്ങളെ പർവ്വതീകരിക്കുവാൻ നടത്തുന്ന ശ്രമങ്ങൾ പലപ്പോഴും പരിഹാസ്യകരമാണ്.

ഈ വെല്ലുവിളികളെ അഭിമുഖീകരിക്കുന്നതിന്, മാധ്യമസ്വാതന്ത്ര്യ ത്തിന്റെ തത്ത്വങ്ങൾ ഉയർത്തിപ്പിടിക്കുകയും രാഷ്ട്രീയ, കോർപ്പറേറ്റ് സ്വാധീനങ്ങളിൽ നിന്ന് മാധ്യമങ്ങളുടെ സ്വാതന്ത്ര്യം ഉറപ്പാക്കുകയും ചെയ്യേണ്ടത് അത്യാവശ്യമാണ്. മാധ്യമപ്രവർത്തകർക്കുള്ള നിയമപരി രക്ഷ ശക്തിപ്പെടുത്തുക, പൊതുജനങ്ങൾക്കിടയിൽ മാധ്യമ സാക്ഷരത പ്രോത്സാഹിപ്പിക്കുക, മാധ്യമ ഉടമസ്ഥതയുടെ വൈവിധ്യവൽക്കരണം പ്രോത്സാഹിപ്പിക്കുക എന്നിവ നിർണായക ഘട്ടങ്ങളാണ്.

അധ്യായം 10
ചങ്ങാത്ത മുതലാളിത്തവും സാമ്പത്തിക തകർച്ചയും

കോർപ്പറേറ്റുകൾക്ക് അനുകൂലമായ സാമ്പത്തിക നയങ്ങൾ

ചെറുകിട ബിസിനസ്സുകളിലും തൊഴിലാളിവർഗത്തിലും ആഘാതം

2020-21 കർഷക സമരം:

അവകാശങ്ങൾക്കും നീതിക്കും വേണ്ടിയുള്ള പോരാട്ടം

മാ നിഷാദ
അത് കാട്ടാളാ..

കോർപ്പറേറ്റകൾക്ക് അനുകൂലമായ സാമ്പത്തിക നയങ്ങൾ

ഗവൺമെന്റ് നയങ്ങൾ പ്രത്യേക ബിസിനസുകൾക്കോ വ്യക്തികൾക്കോ അനുകൂലമാക്കുന്ന ഒരു സംവിധാനത്തെയാണ് ചങ്ങാത്ത മുതലാളിത്തം (Crony Capitalism) എന്നത് കൊണ്ട് സൂചിപ്പിക്കുന്നത്.

പൊതുജനങ്ങളിൽ നിന്നും പിരിച്ചെടുത്ത നികുതി പണത്തില്ലൂടെ സമാഹരിച്ച പൊതു ഖജനാവിലെ വിഭവങ്ങൾ, രാഷ്ട്രീയ പിന്തുണ യ്ക്കോ വ്യക്തിഗത നേട്ടത്തിനോ പകരമായി വൻകിട കമ്പനികൾ ക്കും കുത്തക മുതലാളിമാർക്കും കൈക്കലാക്കുന്നതിന് പഴുതുകൾ സൃഷ്ടിക്കുന്ന ഈ പുതിയ തന്ത്രം രാഷ്ട്രത്തിന്റെ സമ്പദ്ഘടനയെ ശ്രുകർക്കുന്നതാണ്.

സമീപ വർഷങ്ങളിൽ, ഇന്ത്യയിലെ സാമ്പത്തിക നയങ്ങൾ വൻകിട കോർപ്പറേഷനുകൾക്ക് കൂടുതൽ അനുകൂലമായിട്ടുണ്ട്, പലപ്പോഴും ചെറുകിട ബിസിനസ്സുകളുടെയും പാർശ്വവൽക്കരിക്കപ്പെട്ട സമൂഹങ്ങ ളുടെയും വിശാലമായ പൊതുതാൽപര്യത്തിന്റെയും ചെലവിൽ. ഈ മാറ്റത്തിന് സാമ്പത്തിക അസമത്വം, സാമൂഹിക നീതി, രാജ്യത്തിന്റെ സമ്പദ്‌വ്യവസ്ഥയുടെ മൊത്തത്തില്ലുള്ള അവസ്ഥ എന്നിവയിൽ കാര്യമായ പ്രത്യാഘാതങ്ങളുണ്ട്.

ബിജെപി ഗവൺമെന്റിന്റെ ചങ്ങാത്ത മുതലാളിത്ത നയങ്ങളുടെ ചില ഉദാഹരണങ്ങളാണ് താഴെ:

1. വൻകിട ബിസിനസ് ഗ്രൂപ്പുകളോട് മോദി സർക്കാർ പുലർത്തുന്ന അനുകൂലമായ സമീപനത്തിന് ഉദാഹരണമാണ് ഗൗതം അദാനിയുടെ അദാനി ഗ്രൂപ്പിനോടും മുകേഷ് അംബാനിയുടെ റിലയൻസ് ഇൻഡസ്ട്രീ സിനോടും രത്തൻ ടാറ്റയുടെ ടാറ്റ ഗ്രൂപ്പിനോടും സുനിൽ മിത്തലിന്റെ ഭാരതി എൻർപ്രൈസസിനോടും കൈക്കൊള്ളുന്ന മൃദു സമീപനങ്ങളും അവർക്ക് അനുകൂലമായ തീരുമാനങ്ങളും.

2. തിരഞ്ഞെടുത്ത കോർപ്പറേഷനുകൾക്ക് നികുതി ഇളവുകളും സബ്സിഡിയും നൽകുന്നതിലും ചങ്ങാത്ത മുതലാളിത്തത്തിന്റെ സ്വാധീനം നിഴലിച്ചു കാണാം.

3. ബിസിനസുകൾക്ക് ആവശ്യമായ നിർദ്ദേശങ്ങൾ നൽകുകയും അവയെ നിയന്ത്രിക്കുകയും ചെയ്യുന്നതിന് അധികാരപ്പെടുത്തിയ സർക്കാർ ഏജൻസികൾ, ചില പ്രത്യേക കമ്പനികളെ സഹായിക്കാനും തങ്ങളുടെ കാര്യലാഭങ്ങൾക്ക് വേണ്ടി അവയെ പ്രയോജനപ്പെടുത്താനും ശ്രമിക്കാറുണ്ട്. അതിനുവേണ്ടി അവർ, തങ്ങൾക്ക് താല്പര്യമുള്ള ഇത്തരം കമ്പനികൾക്ക് അനുകൂലമായ നിയമങ്ങളും നയങ്ങളും സൃഷ്ടിക്കുന്നു. പരിസ്ഥിതി സംരക്ഷണത്തിന്റെ ഉത്തരവാദിത്തമുള്ള ഒരു സർക്കാർ ഏജൻസി, കർശനമായ നിയമങ്ങൾ നടപ്പിലാക്കുന്നതിനപകരം, ഒരു പ്രത്യേക കമ്പനിക്ക് പ്രയോജനം ചെയ്യുന്നതിനായി നിയമങ്ങളിൽ ഇളവുകൾ നൽകുന്നത് ഇതിനുദാഹരണമാണ്.

4. ഭൂമി, യൂട്ടിലിറ്റികൾ, കമ്പനികൾ പോലെയുള്ള സർക്കാർ ആസ്തി കളുടെ ഉടമസ്ഥാവകാശം സ്വകാര്യ കമ്പനികൾക്ക് കുറഞ്ഞ വിലയ്ക്ക് അല്ലെങ്കിൽ അനുകൂലമായ നിബന്ധനകളോടെ, വിൽക്കുകയോ കൈമാറുകയോ ചെയ്യുന്നു. ഇത്തരം ആസ്തികളിൽ നിന്നും സ്വകാര്യ മേഖലയ്ക്ക് നേട്ടം ഉണ്ടാക്കുന്നതിന് വേണ്ടിയാണ് ഇങ്ങനെ ചെയ്യാറ ള്ളത്. ഉദാഹരണത്തിന്, സർക്കാർ പൊതുമേഖല സ്ഥാപനങ്ങൾ സ്വകാര്യ കമ്പനികൾക്ക് വിൽക്കുന്നു.

സർക്കാർ ഉടമസ്ഥതയിലുള്ള എയർലൈനുകളോ റെയിൽവേയോ സ്വകാര്യ കമ്പനികൾക്ക് വിൽക്കുമ്പോൾ സ്വാഭാവികമായും പൊതു ജനങ്ങൾക്ക് അവരുടെ സേവനങ്ങൾക്ക് കൂടുതൽ വില നൽകേണ്ടി വരാറുണ്ട്.

എന്നാൽ, ബിസിനസ് രംഗത്തെ എല്ലാ പൊതുമേഖല-സ്വകാര്യ സഹകരണ സംരംഭങ്ങളും ചങ്ങാത്ത മുതലാളിത്തത്തിന്റെ ഭാഗമായി നിലവിൽ വന്നവയല്ല. ബിസിനസ് രംഗത്തും ധാർമിക മൂല്യങ്ങൾ മുറ കെപ്പിടിക്കുന്ന അപൂർവ്വം ചില കമ്പനികളുമുണ്ട്.

വൻകിട കോർപ്പറേറ്റുകൾക്ക് ഗണ്യമായ നികുതിയിളവുകളും പ്രോത്സാഹനങ്ങളും നൽകുന്ന നയങ്ങൾ നടപ്പിലാക്കുന്നതാണ് ഒരു പ്രമുഖ ഉദാഹരണം. ഈ നടപടികൾ, നിക്ഷേപത്തെയും വളർച്ചയെ യും ഉത്തേജിപ്പിക്കാൻ ഉദ്ദേശിച്ചുള്ളതാണെങ്കിലും, ചെറുകിട സംരംഭ ങ്ങൾ നിലനിൽക്കാൻ പാടുപെടുമ്പോൾ പലപ്പോഴും സമ്പന്നരായ ബിസിനസ്സ് ഉടമകൾക്ക് ആനുപാതികമല്ലാത്ത നേട്ടങ്ങൾ ഉണ്ടാക്കുന്നു. ഈ അസന്തുലിതാവസ്ഥ വരുമാന അസമത്വം വർദ്ധിപ്പിക്കുകയും ആരോഗ്യകരമായ മത്സരാന്തരീക്ഷം ഇല്ലാതാക്കുകയും ചെയ്യുന്നു.

മാ നിഷാദ
അത് കാട്ടാളാ..

കൂടാതെ, വ്യാവസായിക വാണിജ്യ ആവശ്യങ്ങൾക്കായി കോർപ്പറേ ഷനുകൾക്ക് ഭൂമി ലഭ്യമാക്കുന്നത് എളുപ്പമാക്കുന്നതിന് ഭൂമി ഏറ്റെടുക്കൽ നിയമങ്ങൾ പരിഷ്കരിച്ചിട്ടുണ്ട്. ഇത് പലപ്പോഴും ഗ്രാമീണ സമൂഹങ്ങള ടെയും തദ്ദേശവാസികളുടെയും സ്ഥാനചലനത്തിലേക്ക് നയിക്കുന്ന, അവരുടെ പരമ്പരാഗത ഉപജീവനമാർഗ്ഗങ്ങളെ തടസ്സപ്പെടുത്തുകയും സാമൂഹിക സംഘർഷങ്ങൾ വർദ്ധിപ്പിക്കുകയും ചെയ്യുന്നു. മതിയായ നഷ്ടപരിഹാരവും പുനരധിവാസവും ഇല്ലാത്തത് ദുരിതബാധിതരുടെ ദുരിതം കൂടുതൽ ആഴത്തിലാക്കുന്നു.

പ്രധാന പൊതുമേഖലാ സ്ഥാപനങ്ങളുടെ സ്വകാര്യവൽക്കരണം സാമ്പത്തിക നയങ്ങൾ കോർപ്പറേറ്റ് താൽപ്പര്യങ്ങൾക്ക് അനുകൂലമായ മറ്റൊരു മേഖലയാണ്. സ്വകാര്യവൽക്കരണം കൂടുതൽ കാര്യക്ഷമതയി ലേക്കും മത്സരക്ഷമതയിലേക്കും നയിക്കുമെന്ന് വക്താക്കൾ വാദിക്കു മ്പോൾ, വിമർശകർ ഇത് പലപ്പോഴും തൊഴിൽ നഷ്ടത്തിനും തൊഴി ലാളികളുടെ അവകാശങ്ങൾ കുറയ്ക്കുന്നതിനും പൊതു സേവനങ്ങളുടെ അപചയത്തിനും കാരണമാകുമെന്ന് വാദിക്കുന്നു. പൊതു ആസ്തികൾ സ്വകാര്യ സ്ഥാപനങ്ങൾക്ക് വിൽക്കുന്നത് സുതാര്യതയെയും ഉത്തര വാദിത്തത്തെയും കുറിച്ച് ആശങ്ക ഉയർത്തുന്നു.

മാത്രമല്ല, നയരൂപീകരണത്തിൽ കോർപ്പറേറ്റ് ലോബിയിംഗിന്റെ സ്വാധീനം വിസ്മരിക്കാനാവില്ല. ശക്തമായ ബിസിനസ്സ് താൽപ്പര്യ ങ്ങൾ പലപ്പോഴും നിയമനിർമ്മാണങ്ങളും നിയന്ത്രണ ചട്ടക്കൂടുകളും അവരുടെ നേട്ടത്തിനായി രൂപപ്പെടുത്തുന്നു, ഇത് പൊതുജന താൽ പര്യങ്ങളെ ചവിട്ടിമതിക്കുകയും ജനാധിപത്യ പ്രക്രിയകളെ തുരങ്കം വയ്ക്കുകയും ഭരണത്തിന്റെ സമഗ്രതയെക്കുറിച്ചുള്ള ചോദ്യങ്ങൾ ഉയർത്തു കയും ചെയ്യുന്നു.

ചെറുകിട ബിസിനസ്സുകളിലും തൊഴിലാളി വർഗത്തിലും ആഘാതം

ഇന്ത്യയിലെ വൻകിട കോർപ്പറേഷനുകൾക്ക് അനുകൂലമായ സാമ്പത്തിക നയങ്ങൾ ചെറുകിട ബിസിനസ്സുകളിലും തൊഴിലാളിവർ ഗത്തിലും അഗാധവും, പലപ്പോഴും ദോഷകരവുമായ പ്രത്യാഘാതങ്ങൾ ഉണ്ടാക്കിയിട്ടുണ്ട്.

ഈ ഗ്രൂപ്പുകൾ സമ്പദ്വ്യവസ്ഥയുടെയും സമൂഹത്തിന്റെയും നട്ടെ ല്ലാണ്, എന്നിട്ടും കോർപ്പറേറ്റ് ഭീമന്മാർക്ക് നൽകിയ മുൻഗണന കാരണം അവർക്ക് കാര്യമായ വെല്ലുവിളികളും തിരിച്ചടികളും

നേരിടേണ്ടി വന്നിട്ടുണ്ട്.

തൊഴിലവസരങ്ങൾ സൃഷ്ടിക്കുന്നതിനും സാമ്പത്തിക വൈവിധ്യ ത്തിനും നിർണായകമായ ചെറുകിട ബിസിനസ്സുകൾ നല്ല വിഭവശേ ഷിയുള്ള കോർപ്പറേഷനുകളുമായി മത്സരിക്കാൻ പാടുപെടുകയാണ്. വൻകിട കമ്പനികൾക്ക് നികുതി ഇളവുകൾ, സബ്സിഡികൾ, എളുപ്പ ത്തിൽ ക്രെഡിറ്റിലേക്കുള്ള പ്രവേശനം എന്നിവ നൽകുന്ന നയങ്ങൾ ചെറുകിട സംരംഭങ്ങളെ ഒട്ടേറെ പരാധീനതകളിലേക്ക് നയിക്കുന്നു. ഈ മത്സരാധിഷ്ഠിത അസന്തുലിതാവസ്ഥ പല ചെറുകിട ബിസിനസു കളുടെയും നിലനിൽപ്പിനെ തന്നെ ബാധിച്ചു കൊണ്ടിരിക്കുകയാണ്. ഇത് അടച്ചുപൂട്ടലിനും തൊഴിൽ നഷ്ടത്തിനും കാരണമാകുന്നു.

സ്ഥിരം തൊഴിലും തൊഴിലുടമയും ഇല്ലാത്ത അസംഘടിത മേഖലകളിൽ തൊഴിൽ ചെയ്യുന്ന ലക്ഷക്കണക്കിന് തൊഴിലാളി കളെയാണ് ഇത്തരം ഒരു സാഹചര്യം വല്ലാതെ ബുദ്ധിമുട്ടിക്കുന്നത്. സ്വകാര്യവൽക്കരണത്തിലേക്കും കോർപ്പറേറ്റ് സൗഹൃദ സാമ്പത്തിക തന്ത്രങ്ങളിലേക്കും മാറിയത് തൊഴിൽ അരക്ഷിതാവസ്ഥയിലേക്കും തൊഴിൽ സംരക്ഷണം കുറയുന്നതിലേക്കും നയിച്ചു.

തൊഴിൽ അരക്ഷിതാവസ്ഥയ്ക്ക് പുറമേ, പൊതുക്ഷേമത്തേക്കാൾ കോർപ്പറേറ്റ് ലാഭത്തിന് മുൻഗണന നൽകുന്ന സർക്കാർ നയങ്ങൾ കാരണം വർദ്ധിച്ചുവരുന്ന ജീവിതച്ചെലവ് തൊഴിലാളിവർഗത്തെ പ്ര തികൂലമായി ബാധിച്ചു. ആരോഗ്യ സംരക്ഷണം, വിദ്യാഭ്യാസം തുടങ്ങിയ അവശ്യ സേവനങ്ങൾ കൂടുതൽ സ്വകാര്യവൽക്കരിക്കപ്പെടുകയാണ്, അത് പലർക്കും താങ്ങാനാവുന്നില്ല.

കോർപ്പറേറ്റുകൾക്ക് അനുകൂലമായ സാമ്പത്തിക നയങ്ങൾ ചെറുകിട വ്യവസായങ്ങളിലും തൊഴിലാളിവർഗത്തിലും കാര്യമായ പ്രതികൂല സ്വാധീനം ചെലുത്തിയിട്ടുണ്ട്. ഈ വെല്ലുവിളികളെ അഭിമു ഖീകരിക്കുന്നതിന്, ചെറുകിട സംരംഭങ്ങളെ പിന്തുണയ്ക്കുകയും തൊഴി ലാളികളുടെ അവകാശങ്ങളും ക്ഷേമവും സംരക്ഷിക്കുകയും ചെയ്യുന്ന സാമ്പത്തിക നയരൂപീകരണത്തിന് കൂടുതൽ സന്തുലിതവും ഉൾക്കൊ ള്ളുന്നതുമായ സമീപനം ആവശ്യമാണ്.

ചെറുകിട ബിസിനസ്സുകളുടെയും തൊഴിലാളിവർഗത്തിന്റെയും ചെലവിൽ വൻകിട കോർപ്പറേറ്റുകൾക്ക് അനുകൂലമായ നയങ്ങളുടെ സാമ്പത്തിക പ്രത്യാഘാതങ്ങൾ അഗാധവും ദൂരവ്യാപകവുമാണ്. ഭൂരിപക്ഷം പേരും രണ്ടറ്റം കൂട്ടിമുട്ടിക്കാൻ പാടുപെടുമ്പോൾ സമ്പത്ത് ചുരുക്കം ചിലരുടെ കൈകളിൽ കേന്ദ്രീകരിക്കപ്പെടുന്നതിനാൽ ഇത്തരം

നയങ്ങൾ വരുമാന അസമത്വത്തിന്റെ വർദ്ധനവിന് കാരണമാകുന്നു. വർദ്ധിച്ചുവരുന്ന ഈ അസമത്വം സാമൂഹിക പിരിമുറുക്കങ്ങൾ വർദ്ധി പ്പിക്കുകയും സാമൂഹിക ഐക്യത്തെ ദുർബലപ്പെടുത്തുകയും ചെയ്യുന്നു.

ആരോഗ്യകരമായ ഒരു സമ്പദ്‌വ്യവസ്ഥയ്ക്ക് ചെറുകിട ബിസിനസു കളെ പിന്തുണയ്ക്കുന്ന, ന്യായമായ വേതനവും തൊഴിൽ സാഹചര്യങ്ങളും ഉറപ്പാക്കുന്ന, എല്ലാവരെയും ഉൾക്കൊള്ളുന്ന വളർച്ചയെ പ്രോത്സാഹി പ്പിക്കുന്ന സമതുലിതമായ സമീപനം ആവശ്യമാണ്.

2020-21 കർഷക സമരം:
അവകാശങ്ങൾക്കും നീതിക്കും വേണ്ടിയുള്ള പോരാട്ടം

2020 നവംബർ 26 മുതൽ 2021 ഡിസംബർ 11 വരെ സംയുക്ത കിസാൻ മോർച്ചയുടെയും (SKM) മറ്റ് കർഷക സംഘടനകളുടെയും നേതൃത്വത്തിൽ അഭൂതപൂർവമായ കർഷക സമരത്തിനാണ് ഇന്ത്യ സാക്ഷ്യം വഹിച്ചത്. ഒരു വർഷത്തിലേറെ നീണ്ടുനിന്ന പ്രതിഷേധം കർഷക സമൂഹത്തിന്റെ കെട്ടുറപ്പിന്റെയും ഐക്യത്തിന്റെയും തെളിവായി.

2020 സെപ്റ്റംബറിൽ ഇന്ത്യൻ സർക്കാർ പാസാക്കിയ മൂന്ന് കാർഷിക നിയമങ്ങൾക്കെതിരെതിരെയുള്ള പ്രതികരണമായാണ് ഈ പ്രതിഷേധം ഉയർന്നുവന്നത്. കോർപ്പറേറ്റ് സ്ഥാപനങ്ങൾ ചെറുകിട കർഷകരെ ച്ചഷണം ചെയ്യുന്നതിലേക്ക് നയിക്കുമെന്ന് കർഷകർ വിശ്വസിച്ചിരുന്ന തർക്കവിഷയമായ മൂന്ന് കാർഷിക നിയ മങ്ങൾ കൊണ്ടുവന്നതാണ് കർഷകരെ പ്രകോപിപ്പിച്ചത്.

നിയമങ്ങൾ തങ്ങളെ കോർപ്പറേറ്റുകളുടെ ച്ചഷണത്തിന് വിധേയരാ ക്കുമെന്നും, തങ്ങളുടെ ഭൂമിയും ഉപജീവനമാർഗവും നഷ്ടപ്പെടുന്നതിലേ ക്ക് നയിക്കുമെന്നും, കാർഷികമേഖലയുടെ കുത്തകവൽക്കരണത്തിന് കാരണമാകുമെന്നും കാർഷിക മേഖലയിൽ കാര്യമായ താൽപ്പര്യമുള്ള റിലയൻസ് ഇൻഡസ്ട്രീസിനെപ്പോലുള്ള കോർപ്പറേറ്റുകൾക്ക് ഗുണം ലഭിക്കുന്നതിന് വേണ്ടിയാണ് ഈ നിയമങ്ങൾ നടപ്പാക്കുന്നതെന്നും കർഷകർ വിശ്വസിച്ചിരുന്നു.

കഠിനമായ ശൈത്യവും, ചുട്ടുപൊള്ളുന്ന വേനലും, കൊവിഡ്-19 മഹാമാരിയും അവഗണിച്ച്, ഇന്ത്യയിലുടനീളമുള്ള ലക്ഷക്കണക്കിന് കർഷകർ നിയമങ്ങൾ പിൻവലിക്കണമെന്ന് ആവശ്യപ്പെട്ട് ഡൽഹി

അതിർത്തികളിൽ ഒത്തുകൂടി.

നഗരത്തിലേക്കുള്ള പ്രധാന പ്രവേശന കേന്ദ്രങ്ങളിൽ ക്യാമ്പുകൾ സ്ഥാപിച്ചാണ് സമരം ആരംഭിച്ചത്. ഡൽഹി-ഹരിയാന അതിർത്തിയിലെ സിംഘു, തിക്രി എന്നിവിടങ്ങളിലും ഡൽഹി-ഉത്തർപ്രദേശ് അതിർത്തിയിലെ ഗാസിപ്പൂരിലുമാണ് പഞ്ചാബ്, ഹരിയാന, രാജസ്ഥാൻ, ഉത്തർപ്രദേശ് എന്നീ സംസ്ഥാനങ്ങൾ ഉൾപ്പെടെ ഇന്ത്യയുടെ വിവിധ ഭാഗങ്ങളിൽ നിന്നും എത്തിച്ചേർന്ന കർഷകർ പ്രതിഷേധ സമരവുമായി തമ്പടിച്ചത്.

താമസിയാതെ തന്നെ, പ്രതിഷേധിക്കുന്നതിനു വേണ്ടി കർഷകർ തമ്പടിച്ചിരുന്ന സ്ഥലങ്ങൾ സാമൂഹ്യ അടുക്കളകൾ, മെഡിക്കൽ ക്യാമ്പുകൾ, ലൈബ്രറികൾ തുടങ്ങി അത്യാവശ്യ സൗകര്യങ്ങളെല്ലാം ഒത്തുചേർന്ന താൽക്കാലിക ഗ്രാമങ്ങളായി മാറി, ഇത് പ്രതിരോധത്തിന്റെയും ഐക്യദാർഢ്യത്തിന്റെയും പ്രതീകമായി. കടുത്ത കാലാവസ്ഥയും പോലീസ് ബാരിക്കേഡുകളും വകവയ്ക്കാതെ കർഷകർ സമരത്തിൽ തന്നെ ഉറച്ചനിന്നു.

കർഷകസമരത്തിൽ സജീവമായി പങ്കെടുത്ത നേതാക്കളും സംഘടനകളും:-രാകേഷ് ടികായിത് (ബികെയു), ദർശൻ പാൽ (എസ്കെഎം), യോഗേന്ദ്ര യാദവ് (സ്വരാജ് അഭിയാൻ), ബൽബീർ സിംഗ് രാജേവൽ (BKU), ഗുർനാം സിംഗ് ചഡുനി (BKU), ജഗ്ജീത് സിംഗ് ദല്ലേവാൾ (BKU), ഹന്നൻ മൊല്ല (എഐകെഎസ്)

പ്രതിഷേധം ഏകോപിപ്പിക്കുന്നതിൽ നിർണായക പങ്ക് വഹിച്ചത് 40-ലധികം കർഷക സംഘടനകളുടെ കൂട്ടായ്മയായ സംയുക്ത കിസാൻ മോർച്ചയായിരുന്നു. രാകേഷ് ടികായിത്, ദർശൻ പാൽ, യോഗേന്ദ്ര യാദവ് തുടങ്ങിയ നേതാക്കൾ കർഷകരുടെ ആശങ്കകൾ വ്യക്തമാക്കുകയും സർക്കാരുമായി ചർച്ചകൾ നടത്തുകയും ചെയ്തു. ആഗോള വ്യക്തിത്വങ്ങളുടെയും മനുഷ്യാവകാശ സംഘടനകളുടെയും പിന്തുണയോടെ പ്രതിഷേധം അന്താരാഷ്ട്ര ശ്രദ്ധ നേടി.

മാസങ്ങൾ നീണ്ട പ്രതിഷേധങ്ങൾക്കൊടുവിൽ, യാതൊരു ഗത്യന്തരവുമില്ലാതെ, 2021 നവംബർ 19-ന് നിയമം അസാധുവാക്കിക്കൊണ്ട് ഗവൺമെന്റ് മുട്ടുമടക്കുകയായിരുന്നു. 2021 നവംബർ 19 ന്, പ്രധാനമന്ത്രി നരേന്ദ്ര മോദി മൂന്ന് വിവാദ കാർഷിക നിയമങ്ങൾ റദ്ദാക്കുന്നതായി പ്രഖ്യാപിച്ചു,

ഇത് പ്രതിഷേധിക്കുന്ന കർഷകരുടെ സുപ്രധാന വിജയമായിരുന്നു. ഈ തീരുമാനം 2021 നവംബർ 29-ന് പാർലമെന്റിൽ ഔപചാരികമായി

പ്രഖ്യാപിക്കപ്പെട്ടു. സമാധാനപരമായ പ്രതിഷേധത്തിന്റെ ശക്തിയു ടെയും കർഷക സമൂഹത്തിന്റെ പ്രതിരോധശേഷിയുടെയും തെളിവാ യിരുന്ന അസാധ്യവാക്കൽ. എംഎസ്പിക്ക് നിയമപരമായ ഗ്യാരണ്ടി, സമരക്കാർക്കെതിരെ ചുമത്തിയ കേസുകൾ പിൻവലിക്കൽ എന്നിവ യുൾപ്പെടെ മറ്റ് ആവശ്യങ്ങളിൽ ഉറപ്പ് തേടി കർഷകർ 2021 ഡിസംബർ 11 വരെ സമരം തുടർന്നു.

കർഷക സമൂഹത്തിന്റെ ദൃഢതയും നിശ്ചയദാർഢ്യവും പ്രക ടിപ്പിക്കുകയും കാർഷിക അവകാശങ്ങൾ സംരക്ഷിക്കേണ്ടതിന്റെ പ്രാധാന്യം അടിവരയിട്ടുകയും ചെയ്തുകൊണ്ട്, 2020 നവംബർ മുതൽ 2021 ഡിസംബർ വരെയുള്ള കർഷക സമരം ഇന്ത്യൻ ചരിത്രത്തിലെ ഒരു സുപ്രധാന സംഭവമായിരുന്നു.

PART : V
ഫാഷിസത്തിനെതിരെ കൈകോർത്തവർ

ഇരുട്ടിൽ തെളിയുന്ന രജതരേഖ പോലെ, അനീതികളോട് സമര സപ്പെടാനും വിട്ടുവീഴ്ച ചെയ്യവാനും തയ്യാറാവാതെ, വ്യവസ്ഥിതിയെ നേരിടാനും വെല്ലുവിളിക്കാനുമുള്ള ബുദ്ധിയും വിവേകവും ധൈര്യവുമുള്ള അപൂർവ്വം ചില വ്യക്തികളുണ്ട്, നമ്മുടെ സമൂഹത്തിൽ.

പ്രതികൂല സാഹചര്യങ്ങളിലും ഒഴുക്കിനെതിരെ നീന്താനുള്ള അവരുടെ സന്നദ്ധത ആൾക്കൂട്ടത്തിൽ അവരെ വ്യത്യസ്തരാക്കുന്നു. അത്തരം വ്യക്തികളിൽ നിന്നാണ് ചരിത്രം രൂപപ്പെടുന്നത്.

പ്രക്ഷുബ്ധമായ ഒരു അന്തരീക്ഷത്തിൽ ശക്തമായ ചെറുത്തുനിൽപ്പി ലൂടെ, ത്യാഗോജ്ജ്വലമായ പോരാട്ടങ്ങളിലൂടെ, സമൂഹത്തെ നയിക്കാൻ മുന്നിട്ടിറങ്ങിയ ഈ മനുഷ്യസ്നേഹികളുടെ കൂട്ടത്തിൽ, രാഷ്ട്രീയ പ്രവർ ത്തകർ, സാമൂഹ്യ പ്രതിബദ്ധതയുള്ള ആക്ടിവിസ്റ്റുകൾ, നീതിയുടെ കാവൽക്കാരായ അഭിഭാഷകർ, സാമ്പത്തിക വിദഗ്ധർ, സാമൂഹ്യ ശാസ്ത്രജ്ഞർ, മാധ്യമ പ്രവർത്തകർ, ചലച്ചിത്ര പ്രതിഭകൾ, എഴുത്തു കാർ, ചിന്തകർ എന്നിവരൊക്കെയുണ്ട്.

Those who Joined Hands Against Fascism

മാ നിഷാദ
അത് കാട്ടാളാ..

അധ്യായം: 11
ജനകീയ നേതാക്കൾ

രാഹുൽ ഗാന്ധി

മമത ബാനർജി:

അരവിന്ദ് കെജ്രിവാൾ:

ലാലു പ്രസാദ് യാദവ്:

സീതാറാം യെച്ചൂരി:

അഖിലേഷ് യാദവ്:

എം.കെ. സ്റ്റാലിൻ:

മഹ്വ മൊയ്ത്ര:

POPULAR LEADERS

രാഹുൽ ഗാന്ധി:

ഊർജ്ജസ്വലതയും പ്രതിബദ്ധതയും നിർവചിക്കുന്ന ഒരു രാഷ്ട്രീയയാത്ര

മുന്നോട്ടു വെച്ച കാൽ പിറകോട്ട് വലിക്കില്ലെന്ന ദൃഢപ്രതിജ്ഞ യോടെ, മഞ്ഞും മഴയും വെയിലും വകവയ്ക്കാതെ, ഒരു കൗമാരക്കാരന്റെ ഊർജ്ജസ്വലതയോടെ ഇന്ത്യയുടെ ഹൃദയ ഭൂമിയിലൂടെ, ജനങ്ങൾക്കൊ പ്പം അവരിൽ ഒരാളായി 3,570 കിലോമീറ്റർ കാൽനടയായി നടന്ന നീങ്ങിയ, നിഷ്‌കളങ്കനും നിസ്വാർത്ഥനുമായ ഒരു മനുഷ്യനുണ്ട്, ഇന്ത്യൻ രാഷ്ട്രീയത്തിൽ.

വലതുപക്ഷ ഫാഷിസ്റ്റ് ശക്തികൾ രാജ്യത്തെ പൂർണ്ണമായും വിഴ ങ്ങുന്നതിനു മുമ്പ്, "ഒരുമിക്കുന്ന ചുവടുകൾ, ഒന്നാകുന്ന രാജ്യം" എന്ന മുദ്രാവാക്യം ഉയർത്തി, 2022 സെപ്റ്റംബർ 7-ന് രാജ്യത്തിന്റെ തെക്കേ അറ്റമായ തമിഴ്‌നാട്ടിലെ കന്യാകുമാരിയിൽ നിന്ന് ആരംഭിച്ച്, 12 സംസ്ഥാനങ്ങളിലൂടെയും രണ്ട് കേന്ദ്രഭരണ പ്രദേശങ്ങളിലൂടെയും 150 ദിവസം കാൽനടയായി സഞ്ചരിച്ച്, 2023 ജനുവരി 30-ന്, രാജ്യത്തിന്റെ വടക്കേ അറ്റമായ കശ്മീരിലെ ശ്രീനഗറിൽ സമാപിച്ച ഭാരത് ജോഡോ യാത്രയിലൂടെ, രാഹുൽ ഗാന്ധി എന്ന പച്ച മനുഷ്യനെ ഗ്രാമീണ ഇന്ത്യ നെഞ്ചേറ്റുകയായിരുന്നു.

രാജ്യത്തിന്റെ കിഴക്കേ അറ്റമായ മണിപ്പൂരിൽ നിന്ന് 2024 ജനുവരി 14-ന് ആരംഭിച്ച്, ബീഹാർ, ഉത്തർപ്രദേശ്, മധ്യപ്രദേശ്, ഗുജറാത്ത്, മഹാരാഷ്ട്ര തുടങ്ങിയ സംസ്ഥാനങ്ങളിലൂടെ സഞ്ചരിച്ച്, മാർച്ച് 20 ന് ഇന്ത്യയുടെ വാണിജ്യ തലസ്ഥാനമായ മുംബൈയിൽ സമാപിച്ച ഭാരത് ജോഡോ ന്യായ് യാത്രയും രാഹുൽ ഗാന്ധിയുടെ രാഷ്ട്രീയ

ജീവിതത്തിലെ അവിസ്മരണീയ സംഭവമാണ്.

സ്വാതന്ത്ര്യാനന്തര ഭാരതം കെട്ടിപ്പടുക്കുന്നതിൽ മുഖ്യ നേതൃത്വം വഹിച്ച ജവഹർലാൽ നെഹ്റു, രാജ്യത്തിനുവേണ്ടി ജീവൻ ബലിയർ പ്പിച്ച ഇന്ദിരാഗാന്ധി, രാജീവ് ഗാന്ധി എന്നീ മൂന്ന് പ്രധാനമന്ത്രിമാരെ രാജ്യത്തിന് സംഭാവന നൽകിയ, ഇന്ത്യയിലെ ഏറ്റവും രാഷ്ട്രീയ പാര മ്പര്യമുള്ള കുടുംബത്തിൽ, 1970 ജൂൺ 19-ന്, ജനിച്ച രാഹുൽ, തന്റെ ആദ്യകാല അഭിലാഷങ്ങളും ആദർശങ്ങളും രൂപപ്പെടുത്തിയ സേവന ത്തിന്റെയും നേതൃത്വത്തിന്റെയും പാരമ്പര്യം പൈതൃകമായി സ്വീകരിച്ച്, കർമ്മ രംഗത്തിറങ്ങിയ പൊതു പ്രവർത്തകനാണ്.

നെഹ്റു-ഗാന്ധി രാഷ്ട്രീയ കുടുംബത്തിന്റെ പിൻഗാമിയും നാഷണൽ കോൺഗ്രസിന്റെ മുൻ പ്രസിഡന്റുമായ രാഹുൽ, വിജയങ്ങളും പരാജ യങ്ങളും നേട്ടങ്ങളും കോട്ടങ്ങളും അടയാളപ്പെടുത്തിയ പ്രക്ഷുബ്ധവും ആശങ്കാജനകവുമായ ഒരു രാഷ്ട്രീയ കാലാവസ്ഥയിലൂടെ തികഞ്ഞ ശുഭാപ്തി വിശ്വാസത്തോടെ മുന്നേറിക്കൊണ്ടിരിക്കുകയാണ്.

ചെറുപ്പകാലം തൊട്ടേ, കുടുംബത്തിന്റെ രാഷ്ട്രീയ ധാർമ്മികത യാൽ സ്വാധീനിക്കപ്പെട്ട, സാമൂഹിക നീതിയിലും സാമുദായിക ശാക്തീകരണത്തിലും അതീവ താൽപര്യം പ്രകടിപ്പിച്ച ഹാർവാർഡ്, കേംബ്രിഡ്ജ് തുടങ്ങിയ പ്രശസ്ത ലോകോത്തര സർവ്വകലാശാലകളിൽ നിന്നും ആർജ്ജിച്ചെടുത്ത വിദ്യാഭ്യാസ പശ്ചാത്തലത്തിൽ നിന്നാണ് രാഹുലിന്റെ ആഗോള വീക്ഷണവും ബൗദ്ധിക അടിത്തറയും രൂപം കൊണ്ടത്.

2004-ൽ രാഷ്ട്രീയത്തിൽ പ്രവേശിച്ച രാഹുൽ ഗാന്ധി, അടിസ്ഥാന ജനവിഭാഗങ്ങളുമായി ബന്ധപ്പെടാനും സാധാരണ പൗരന്മാരുടെ ആശങ്കകൾ മനസ്സിലാക്കാനുമുള്ള യാത്രകൾ ആരംഭിച്ച. ഇന്ത്യയില ടനീളമുള്ള പാർശ്വവൽക്കരിക്കപ്പെട്ട സമൂഹങ്ങളുടെ ജീവിത യാഥാർ ത്ഥ്യങ്ങളിൽ മുഴുകുന്നതിനു വേണ്ടി, രാഷ്ട്രീയ അധികാരത്തിന്റെ, സ്ഥാ നമാനങ്ങളുടെ കെണികൾ പൊട്ടിച്ചെറിഞ്ഞ് ജനങ്ങൾക്കിടയിലേക്ക് നേരിട്ട് ഇറങ്ങിവന്ന രാഹുലിന്റെ നിസ്വാർത്ഥതയും ആത്മാർത്ഥതയും വിദ്യാസമ്പന്നരായ യുവജനങ്ങൾക്കിടയിൽ അദ്ദേഹത്തെ പ്രിയങ്കര നാക്കി മാറ്റി.

രാഷ്ട്രീയ ജീവിതത്തിന്റെ ഇടക്കത്തിൽ തന്നെ രാഹുലിന്റെ പ്രാ പ്തിയെക്കുറിച്ചും പക്വതയെക്കുറിച്ചും പ്രതിലോമ ശക്തികളിൽ നിന്നും വിമർശനങ്ങളും സംശയങ്ങളും നേരിടേണ്ടി വന്നെങ്കിലും നിരാശനാ വാതെ, തന്റെ ലക്ഷ്യത്തിൽ നിന്നും ഒരിഞ്ചുപോലും പിന്നോട്ട് മാറാതെ,

മാ നിഷാദ
അത് കാട്ടാളാ..

വെറുപ്പിന്റെയും വിദ്വേഷത്തിന്റെയും രാഷ്ട്രീയത്തിനെതിരെ രാഹുൽ പൂർവാധികം ശക്തിയോടെ പോരാട്ടം തുടരുകയായിരുന്നു.

2014-ലെയും 2019-ലെയും ലോക്സഭാ തിരഞ്ഞെടുപ്പുകളിൽ രാഹുൽ ഗാന്ധിയുടെ നേതൃത്വവും താര പ്രചാരണ പദവിയും ജനങ്ങളെ പ്രചോ ദിപ്പിക്കുവാനും അണി നിരത്തുവാനുമുള്ള കഴിവ് രാജ്യത്ത് വ്യാപകമായി തെളിയിക്കപ്പെട്ടില്ലെങ്കിലും തെന്നിന്ത്യൻ സംസ്ഥാനങ്ങളിൽ അദ്ദേഹം പകർന്ന ആവേശവും ഊർജ്ജവും തെരഞ്ഞെടുപ്പ് ഫലങ്ങളിൽ പ്രതി ഫലിക്കുക തന്നെ ചെയ്തു.

സ്വന്തം പാർട്ടിക്കുള്ളിൽ നിന്ന് തന്നെ തിരിച്ചടികളും വെല്ലുവിളി കളും നേരിടേണ്ടി വന്നിട്ടും ജനാധിപത്യ മൂല്യങ്ങളോടും സാമൂഹിക നീതിയോടുമുള്ള രാഹുൽ ഗാന്ധിയുടെ അചഞ്ചലമായ പ്രതിബദ്ധതയ്ക്ക് കുറവൊന്നും സംഭവിച്ചില്ലെന്ന് മാത്രമല്ല, അടിസ്ഥാന പ്രശ്നങ്ങളിൽ ഒരു തരത്തിലുമുള്ള വിട്ടുവീഴ്ചക്കും രാഹുൽ ഇന്നേവരെ തയ്യാറായിട്ടുമില്ല.

എല്ലാ വിഭാഗം ജനങ്ങളെയും ഒരുപോലെ ഉൾക്കൊള്ളുന്ന ഒരു ജനാധിപത്യ മതനിരപേക്ഷ സോഷ്യലിസ്റ്റ് സമൂഹത്തിന വേണ്ടി വാദിച്ചുകൊണ്ട്, ഭരണകൂടത്തിന്റെ സ്വേച്ഛാധിപത്യ പ്രവണതകളുടെ യും വിഭജന നയങ്ങളുടെയും ശക്തനായ വിമർശകനായി അദ്ദേഹം തുടരുന്നു.

കടുത്ത വെല്ലുവിളികൾ നിറഞ്ഞ, മുള്ളുകൾ നിറഞ്ഞ ഒരു പാതയാണ് രാഹുൽ ഗാന്ധി എന്ന നിസ്വാർത്ഥ രാഷ്ട്രീയക്കാരന്റെ മുന്നിലുള്ളതെങ്കി ലും അദ്ദേഹത്തിന്റെ ദൃഢതയും നിശ്ചയദാർഢ്യവും ഒരു നല്ല നാളേക്ക് വേണ്ടി പരിശ്രമിക്കുവാനും പണിയെടുക്കുവാനും ദശലക്ഷക്കണക്കിന് ഇന്ത്യക്കാരെ പ്രേരിപ്പിക്കുകയും പ്രചോദിപ്പിക്കുകയും ചെയ്യുന്നു.

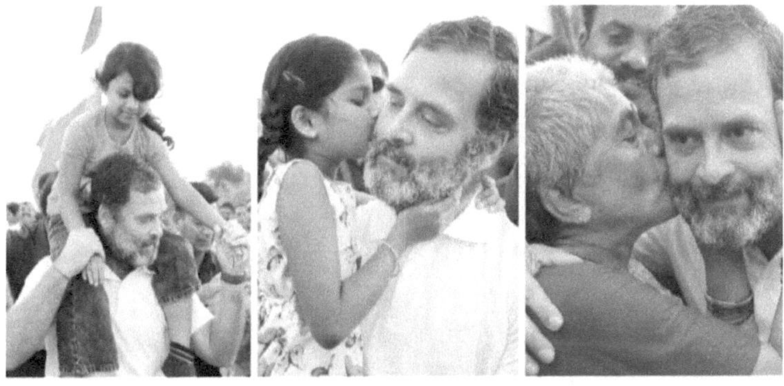

മമത ബാനർജി:

ബംഗാളിന്റെ കിരീടം വയ്ക്കാത്ത രാജ്ഞി

മതേതരത്വത്തോട്ടുള്ള അചഞ്ചലമായ പ്രതിബദ്ധത, സാധാരണ ജനങ്ങൾക്കിടയിലേക്ക് ഇറങ്ങിച്ചെല്ലാനും അവരിൽ ഒരാളായി മാറാനുള്ള സ്വതസിദ്ധമായ കഴിവ്, എല്ലാവരേയും ഉൾക്കൊള്ളുന്ന ഭരണം എന്നിവയിലൂടെ ഇന്ത്യൻ രാഷ്ട്രീയ മണ്ഡലത്തിൽ മായാത്ത മുദ്ര പതിപ്പിച്ച ജനകീയ നേതാവാണ് പശ്ചിമബംഗാൾ മുഖ്യമന്ത്രിയും അഖി ലേന്ത്യാ തൃണമൂൽ കോൺഗ്രസ് സ്ഥാപകയുമായ മമതാ ബാനർജി.

1955 ജനുവരി 5-ന് കൊൽക്കത്തയിൽ ജനിച്ച മമതയുടെ എളി മയാർന്ന ജീവിതവും പൊതുപ്രവർത്തനവും രാഷ്ട്രീയ പ്രവേശനവും തുടർന്ന്, ജനസംഖ്യ അടിസ്ഥാനത്തിൽ രാജ്യത്ത് നാലാം സ്ഥാനത്ത് നിൽക്കുന്ന സംസ്ഥാനത്തിന്റെ മുഖ്യമന്ത്രി പദവും അവരുടെ നിശ്ച യദാർഢ്യത്തിന്റെയും ദീർഘവീക്ഷണമുള്ള നേതൃത്വത്തിന്റെയും തെളിവാണ്.

സാമൂഹിക പ്രവർത്തനത്തിലും ആക്ടിവിസത്തിലും പ്രഗൽഭ്യം തെളിയിച്ച മമത, കാലക്രമേണ പശ്ചിമ ബംഗാളിലെ പാർശ്വവൽ ക്കരിക്കപ്പെട്ട, സമൂഹങ്ങളുടെ ശക്തമായ ശബ്ദമായി ഉയർന്നുവരി കയായിരുന്നു. ഇന്ത്യൻ നാഷണൽ കോൺഗ്രസിലെ ചുറുചുറുക്കുള്ള യുവനേതാവെന്ന നിലയിലുള്ള അവരുടെ പ്രവർത്തന പാരമ്പര്യവും ക്ഷുർമ്മ ബുദ്ധിയും രാഷ്ട്രീയ തന്ത്രവും കഠിന പരിശ്രമങ്ങളുമാണ്, ബാനർ ജിയിലെ നേതാവിനെ ഉത്തേജിപ്പിച്ചത്.

മാ നിഷാദ
അതു് കാട്ടാളാ..

ഒരുകാലത്ത്, ഇടതുപക്ഷ രാഷ്ട്രീയ പ്രസ്ഥാനങ്ങളുടെ നെടും കോട്ടയായിരുന്ന പശ്ചിമബംഗാളിന്റെ രാഷ്ട്രീയ അധികാരം കയ്യെത്തി പിടിക്കുവാനും വർഷങ്ങളോളമായി അത് തന്റെ കൈപ്പിടിയിൽ തന്നെ നിലനിർത്തുവാനും സാധിച്ചത്, മമതാ ബാനർജിയുടെ വ്യക്തിപര മായ കരിഷ്മയും ജനങ്ങളുമായുള്ള അടുത്ത രാഷ്ട്രീയ സഹവാസവും കാരണമാണ്.

എല്ലാ വിഭാഗം ജനങ്ങളെയും ഒരുപോലെ പരിഗണിക്കുകയും എല്ലാവർക്കും അടിസ്ഥാന ജീവിത സൗകര്യങ്ങൾ ലഭ്യമാക്കുന്ന ഒരു സമൂഹം സൃഷ്ടിക്കാൻ അവർക്ക് സാധിക്കുമെന്ന പ്രതീക്ഷയോടെ അവരെ ഉറ്റുനോക്കി കൊണ്ടിരിക്കുന്ന ദശലക്ഷക്കണക്കിന് അനുയാ യികൾക്ക് മുന്നിൽ പ്രതീക്ഷയുടെയും പ്രത്യാശയുടെയും നിറദീപമായി മമത നിലകൊള്ളുന്നു.

കെജ്‌രിവാൾ:

ബദൽ രാഷ്ട്രീയ സ്വപ്നങ്ങൾക്ക് ഊർജ്ജം പകർന്ന ജനനായകൻ

രാഷ്ട്രീയത്തിന്റെയും അധികാര കേന്ദ്രങ്ങളുടെയും അകത്തളങ്ങളിൽ അടിഞ്ഞുകൂടിയ അഴിമതി ഉത്തുവാരി, രാഷ്ട്രീയത്തെ ശുചീകരിക്കുവാനും ജനങ്ങളുടെ പ്രശ്നങ്ങൾക്ക് പരിഹാരം കണ്ടെത്തുന്നതിനും, നിലവില്ല ള്ള വ്യവസ്ഥിതിയെ വെല്ലുവിളിച്ചുകൊണ്ട്, സിവിൽ സർവീസിലെ ഉന്നതപദവി രാജിവെച്ച് രാഷ്ട്രീയ അങ്കത്തട്ടിലേക്ക് രണ്ടും കൽപ്പിച്ച് എടുത്തുചാടിയ നേതാവാണ് അരവിന്ദ് കെജ്‌രിവാൾ.

1968 ഓഗസ്റ്റ് 16-ന് ഹരിയാനയിലെ സിവാനിയിൽ ജനിച്ച അരവിന്ദ് കുമാർ എന്ന അരവിന്ദ് കെജ്‌രിവാൾ അഴിമതി വിരുദ്ധ പ്രക്ഷോഭങ്ങളില്ലൂടെയാണ് ദേശീയതലത്തിൽ ശ്രദ്ധേയനാകുന്നത്.

2006-ൽ ഇൻകംടാക്സ് വകുപ്പിലെ ജോയിന്റ് കമ്മീഷണർ സ്ഥാനം രാജിവെച്ച് ഒഴിഞ്ഞ ശേഷമാണ് കെജ്രിവാൾ അഴിമതിക്കെതിരായ കുരിശ്ര യുദ്ധം പ്രഖ്യാപിച്ചത്.

2000-ൽ, വിവരാവകാശത്തിലും പങ്കാളിത്ത ഭരണത്തിലും ശ്രദ്ധ കേന്ദ്രീകരിച്ച്, ആദായ നികുതി വകുപ്പിലെ അഴിമതിക്കെതിരെ ന്യൂഡൽ ഹിയിലെ സുന്ദർ നഗരി ആസ്ഥാനമായി അക്കാലത്ത് ടെലിവിഷൻ ജേണലിസ്റ്റായിരുന്ന മനീഷ് സിസോദിയയുമായി ചേർന്ന് രൂപീകരിച്ച 'പരിവർത്തൻ' എന്ന സാമൂഹ്യ സേവന സന്നദ്ധ സംഘടനയിലൂടെ യാണ് കെജ്രിവാൾ പൊതു പ്രവർത്തന രംഗത്തേക്ക് കാലെടുത്തു വയ്ക്കുന്നത്.

2006-ൽ, പരിവർത്തനി'ലെ പങ്കാളിത്തത്തിനുള്ള അംഗീകാരമായി കെജ്രിവാളിന് 'എമർജന്റ് ലീഡർഷിപ്പി'നുള്ള രമൺ മഗ്സസെ അവാർഡ് ലഭിച്ചു. അതേ വർഷം, സിവിൽ സർവീസിലെ (IRS) ഉന്നത ഉദ്യോഗം രാജിവെച്ച ശേഷം കെജ്രിവാൾ, തന്റെ മാഗ്സസെ അവാർഡ് തുക ദില്ലി ആസ്ഥാനമായ സർക്കാരിതര സംഘടനയായ പബ്ലിക് കോസ് റിസർച്ച് ഫൗണ്ടേഷന് (Public Cause Research Foundation) സംഭാവനയായി നൽകി.

2011 ഏപ്രിൽ 5-ന് ന്യൂഡൽഹിയിലെ ജന്തർമന്തറിൽ അണ്ണാ ഹസാരെയുടെ നേതൃത്വത്തിൽ ആരംഭിച്ച അഴിമതി വിരുദ്ധ നിരാഹാര സമരത്തിന്റെ മുന്നണിപ്പോരാളികളിൽ പ്രമുഖനായ കെജ്രിവാൾ, അഴിമതി വിരുദ്ധ പ്രസ്ഥാനത്തിൽ തെരഞ്ഞെടുപ്പ് രാഷ്ട്രീയം ഉൾപ്പെ ടുത്തുന്നത് സംബന്ധിച്ചുണ്ടായ അഭിപ്രായ വ്യത്യാസത്തെ തുടർന്ന് അണ്ണാ ഹസാരെയുമായി വഴിപിരിഞ്ഞു.

ലാളിത്യത്തിലും സമഗ്രതയിലും സാധാരണ പൗരന്മാരുടെ ക്ഷേമ ത്തോടുള്ള ആത്മാർത്ഥമായ കരുതലുമാണ് കെജ്രിവാളിന്റെ വ്യക്തി പരമായ ആകർഷണീയത. സാധാരണക്കാരന്റെ ആവശ്യങ്ങൾക്ക് മുൻതൂക്കം നൽകുന്ന ശ്രദ്ധയും ഉത്തരവാദിത്തമുള്ളതുമായ ഒരു രാഷ്ട്രീയ ബദൽ സൃഷ്ടിക്കുക എന്ന കാഴ്ചപ്പാടോടെ, യോഗേന്ദ്ര യാദവ്, സുപ്രീം കോടതി അഭിഭാഷകരായ ശാന്തി ഭൂഷൺ, പ്രശാന്ത് ഭൂഷൺ തുടങ്ങിയ പ്രമുഖരെ കൂടെ ചേർത്തു നിർത്തി, 2012 ഒക്ടോബർ 02-ന് 'സാധാരണ ക്കാരുടെ പാർട്ടി' എന്നർത്ഥമുള്ള ആം ആദ്മി പാർട്ടിക്ക് രൂപം നൽകി.

15 വർഷക്കാലമായി കോൺഗ്രസ് കുത്തകയാക്കി വെച്ചിരുന്ന ഡൽഹി പിടിച്ചെടുത്തു കൊണ്ടാണ് 2013-ൽ കെജ്രിവാൾ പടയോട്ടം തുടങ്ങിയത്. 8 വർഷങ്ങൾക്ക് ശേഷം പഞ്ചാബ് കൂടി പിടിച്ചെടുത്തുകൊ ണ്ട്, കെജ്രിവാളും ആം ആദ്മി പാർട്ടിയും ദേശീയ രാഷ്ട്രീയത്തിന്റെ

മാ നിഷാദ
അത് കാട്ടാളാ..

മുഖ്യധാരയിലേക്ക് നടന്ന കയറുകയായിരുന്നു.

തെരഞ്ഞെടുപ്പ് കാലത്ത് ജനങ്ങൾക്ക് നൽകിയ വാഗ്ദാനങ്ങൾ സമയബന്ധിതമായി ആവിഷ്ക്കരിച്ച നടപ്പിലാക്കി എന്നതാണ് കെജ്രിവാളിന്റെയും അദ്ദേഹം നേതൃത്വം നൽകുന്ന മന്ത്രിസഭയുടെയും പ്രത്യേകത. സമൂഹത്തിലെ താഴെക്കിടയിലുള്ള ആളുകൾക്കും ഇടത്തരക്കാർക്കും ഏറ്റവും അത്യാവശ്യമുള്ള അടിസ്ഥാന സൗകര്യങ്ങളായ കുടി വെള്ളം, വൈദ്യുതി, ആരോഗ്യ സംരക്ഷണം, വിദ്യാഭ്യാസം എന്നീ കാര്യങ്ങളിലും മറ്റ ക്ഷേമ പ്രവർത്തനങ്ങളിലും കെജ്രിവാൾ സർക്കാർ നടപ്പിലാക്കിയ പദ്ധതികൾ മറ്റ സംസ്ഥാന സർക്കാരുകൾക്ക് മാതൃകയാക്കാവുന്ന താണ്..

ലാലു പ്രസാദ് യാദവ്:
വർഗീയതയോട് സന്ധി ചെയ്യാത്ത സോഷ്യലിസ്റ്റ്

രാഷ്ട്രീയ ജീവിതത്തിലുടനീളം, ജനാധിപത്യത്തിനും മതേതരത്വത്തിനും സാമൂഹിക നീതിക്കും വേണ്ടി ശബ്ദമുയർത്തുന്ന, ഇന്ത്യൻ രാഷ്ട്രീയത്തിലെ സമുന്നത വ്യക്തിത്വമായ ലാലു പ്രസാദ് യാദവ്, ബീഹാറിന്റെയും രാജ്യത്തിന്റെയും രാഷ്ട്രീയ ഭൂപ്രകൃതിയിൽ മായാത്ത മുദ്ര പതിപ്പിച്ച ജനകീയ നേതാവാണ്.

1948 ജൂൺ 11-ന് ബീഹാറിലെ ഗോപാൽഗഞ്ചിനടുത്ത ഫുൽവാരിയ ഗ്രാമത്തിൽ ഒരു ദരിദ്ര കർഷക കുടുംബത്തിൽ പിറന്ന ലാലു പ്രസാദ് യാദവ്, പട്ന സർവകലാശാലയിൽ നിന്നും ബിരുദവും നിയമ ബിരുദവും പൂർത്തിയാക്കി.

1970-കളിൽ, തന്റെ കലാലയ വിദ്യാഭ്യാസ കാലഘട്ടത്തിലാണ് ലാലു, വിദ്യാർത്ഥി രാഷ്ട്രീയത്തിലൂടെ പൊതുപ്രവർത്തന മേഖലയി ലേക്ക് ഇറങ്ങിത്തിരിച്ചത്. പ്രമുഖ വിദ്യാർത്ഥി നേതാവായിത്തീർന്ന അദ്ദേഹം, ഇന്ത്യൻ സോഷ്യലിസ്റ്റ് പ്രസ്ഥാനത്തിന്റെ അമരക്കാരനാ യിരുന്ന ജയപ്രകാശ് നാരായണന്റെ ശിക്ഷണത്തിലാണ് വളർന്നത്.

1975-ൽ അടിയന്തരാവസ്ഥ കാലത്ത്, മറ്റ പ്രതിപക്ഷ നേതാക്കളോ ടൊപ്പം ലാലു പ്രസാദ് യാദവിനെയും അറസ്റ്റ് ചെയ്ത് ജയിലിൽ അടച്ചി രുന്നുവെങ്കിലും. 1977-ൽ ജയിൽ മോചിതനായ ശേഷം നടന്ന ലോക്സഭ തെരഞ്ഞെടുപ്പിൽ പാർലമെൻറിലേക്ക് ലാലു മത്സരിച്ച പ്രസാദ് യാദവ്, തന്റെ, 29-ആം വയസ്സിൽ ലോക്സഭയിലെ ഏറ്റവും പ്രായം കുറഞ്ഞ ജനതാ പാർട്ടി അംഗമായി തിരഞ്ഞെടുക്കപ്പെട്ടു.

സ്വേച്ഛാധിപത്യ പ്രവണതകളെയും വിദ്വേഷത്തിന്റെ രാഷ്ട്രീയത്തെ യും പരസ്യമായി വെല്ലുവിളിക്കാൻ ചങ്കൂറ്റം കാണിച്ച ഇന്ത്യയിലെ അപൂർവ്വം നേതാക്കളിൽ ഒരാളാണ് ബിഹാർ മുൻ മുഖ്യമന്ത്രിയും രാഷ്ട്രീയ ജനതാദൾ (ആർജെഡി) നേതാവുമായ ലാലു പ്രസാദ് യാദവ്.

ക്ഷുമ്മ ബുദ്ധി, നർമ്മ ഭാവന, നാടൻ ചാരുത എന്നിവയാൽ അദ്ദേഹം വളരെ വേഗത്തിൽ തന്റെ ശ്രോതാക്കളെ കയ്യിലെടുക്കുകയും അവരിൽ ഒരാളായി മാറുകയും ചെയ്യാറാണ് പതിവ്. ഗ്രാമീണ കർഷകർ മുതൽ നഗരങ്ങളിലെ ബുദ്ധിജീവികൾ വരെ, എല്ലാ വിഭാഗം ആളുകളുമായും ഒരുപോലെ ബന്ധപ്പെടുവാനുള്ള അദ്ദേഹത്തിന്റെ കഴിവ്, പൊതു ജീവി തത്തിലുടനീളം വ്യാപകമായ പ്രശംസയും പിന്തുണയും നേടിക്കൊടുത്തു.

എളിമയുള്ള പശ്ചാത്തലത്തിൽ നിന്ന് വന്ന അദ്ദേഹം, പാർശ്വ വൽക്കരിക്കപ്പെട്ട ജനങ്ങൾ നേരിടുന്ന പ്രശ്നങ്ങൾ മനസ്സിലാക്കുകയും അവരുടെ അവകാശങ്ങൾക്കും ക്ഷേമത്തിനും വേണ്ടി തീവ്രമായി വാദിക്കുകയും, അധികാരത്തിൽ ഇരിക്കുമ്പോൾ അത് പ്രാവർത്തിക മാക്കാനുള്ള ശ്രമങ്ങൾ നടത്തുകയും ചെയ്തിട്ടുണ്ട്.

സാമൂഹിക നീതിക്കുവേണ്ടി പോരാടുകയും ബീഹാറിലെ ജാതി വ്യ വസ്ഥക്കെതിരെ കുരിശു യുദ്ധം പ്രഖ്യാപിക്കുകയും ചെയ്ത ലാലു പ്രസാദ് യാദവ് 1990-ൽ ബീഹാർ മുഖ്യമന്ത്രി ആവുകയും 2005 വരെ തുടർച്ചയായി മൂന്ന് തവണ മുഖ്യമന്ത്രി സ്ഥാനത്ത് തുടരുകയും ചെയ്തു. അദ്ദേഹത്തിന്റെ ഭരണകാലത്ത് എല്ലാ വിഭാഗം ജനങ്ങളെയും ഒരുപോലെ ഉൾക്കൊള്ള ന്ന വികസനം പ്രോത്സാഹിപ്പിക്കുന്നതിനു വേണ്ടി നിരവധി പുരോഗമന നയങ്ങൾ നടപ്പിലാക്കി.

തന്റെ രാഷ്ട്രീയ ജീവിതത്തിലുടനീളം , നിയമപരവും രാഷ്ട്രീയവുമായ

തിരിച്ചടികൾ ഉൾപ്പെടെ നിരവധി വെല്ലുവിളികളും വിവാദങ്ങളും നേരി
ട്ടിട്ടും, യാദവ്, ബീഹാർ രാഷ്ട്രീയത്തിലെ ഏറ്റവും ശക്തനായ നേതാവും
ദേശീയ രാഷ്ട്രീയത്തിലെ ശക്തമായ സാന്നിധ്യവുമായി ഇന്നും തുടരുന്നു.

സീതാറാം യെച്ചൂരി:
ഇടതുപക്ഷ രാഷ്ട്രീയത്തിന്റെ സൗമ്യ മുഖം

പരിചയസമ്പന്നനായ രാഷ്ട്രീയക്കാരനും കമ്മ്യൂണി സ്റ്റ് പാർട്ടി ഓഫ് ഇന്ത്യയുടെ (മാർക്സിസ്റ്റ്) നേതാവുമായ സീതാറാം യെച്ചൂരി, ഇന്ത്യയിലെ പുരോഗമന മൂല്യങ്ങളുടെയും സാമൂഹിക നീതിയുടെയും മതനിരപേക്ഷ തയുടെയും ശക്തനായ സംര ക്ഷകനായി നിലകൊള്ളുന്നു.

1952 ആഗസ്റ്റ് 12-ന് ചെന്നൈയിൽ ജനിച്ച യെച്ചൂരിയുടെ രാഷ്ട്രീയ
ജീവിതത്തെ അടയാളപ്പെടുത്തുന്നത് തൊഴിലാളിവർഗത്തിന്റെയും
പാർശ്വവൽക്കരിക്കപ്പെട്ട സമൂഹങ്ങളുടെയും അവകാശങ്ങൾക്ക് വേണ്ടി
പോരാടാനുള്ള അദ്ദേഹത്തിന്റെ അചഞ്ചലമായ പ്രതിബദ്ധതയാണ്.

ജവഹർലാൽ നെഹ്റു സർവകലാശാല വിദ്യാർത്ഥിയായിരുന്ന
കാലത്താണ് സീതാറാം യെച്ചൂരിയുടെ രാഷ്ട്രീയ യാത്ര ആരംഭിക്കുന്നത്.
ജെ.എൻ.യുവിലെ അറിയപ്പെടുന്ന വിദ്യാർത്ഥി നേതാവും സംഘാടകന
മായിരുന്ന യെച്ചൂരി. മാർക്സിസത്തിന്റെയും സോഷ്യലിസത്തിന്റെയും
തത്ത്വങ്ങളിൽ നിന്ന് പ്രചോദനം ഉൾക്കൊണ്ട്, അദ്ദേഹം കമ്മ്യൂണിസ്റ്റ്
പാർട്ടി ഓഫ് ഇന്ത്യ (മാർക്സിസ്റ്റ്) യിൽ ചേരുകയും സാമൂഹിക
നീതിക്കും സമത്വത്തിനും വേണ്ടിയുള്ള ആവേശഭരിതനായ വക്താവായി
പ്രശസ്തി നേടുകയും ചെയ്തു. നിലവിൽ അദ്ദേഹം സി.പി.ഐ (എം)
ജനറൽ സെക്രട്ടറിയാണ്.

ഇന്ത്യൻ പാർലമെന്റിന്റെ ഉപരിസഭയായ രാജ്യസഭയിലും അദ്ദേഹം
പാർട്ടിയെ പ്രതിനിധീകരിച്ചിട്ടുണ്ട്, ഇന്ത്യൻ പാർലമെന്റിൽ ഭരണകൂട
ത്തിന്റെ സ്വേച്ഛാധിപത്യ പ്രവണതകൾക്കും വിഭജന നയങ്ങൾക്കുമെ
തിരെ യെച്ചൂരി ശക്തമായി വാദിക്കാറുണ്ടായിരുന്നു.

ഇന്ത്യൻ രാഷ്ട്രീയത്തിന് യെച്ചൂരിയുടെ ശ്രദ്ധേയമായ സംഭാവനക ളിലൊന്ന് മതേതരത്വത്തോടും സാമുദായിക സൗഹാർദ്ദത്തോടുമുള്ള അദ്ദേഹത്തിന്റെ അചഞ്ചലമായ പ്രതിബദ്ധതയാണ്. വർദ്ധിച്ചവരുന്ന മത ധ്രുവീകരണത്തിന്റെയും വർഗീയ അക്രമങ്ങളുടെയും പശ്ചാത്ത ലത്തിൽ, സമത്വം, സാഹോദര്യം, സാമൂഹിക നീതി എന്നിവയുടെ തത്ത്വങ്ങളിൽ വേരൂന്നിയ ഇന്ത്യയുടെ മതേതരവും എല്ലാ വിഭാഗം ആളുകളെയും ഉൾക്കൊള്ളുന്നതുമായ കാഴ്ചപ്പാടിന് വേണ്ടി അദ്ദേഹം നിരന്തരം വാദിച്ചുകൊണ്ടിരിക്കുന്നു.

രാഷ്ട്രീയത്തോടുള്ള അദ്ദേഹത്തിന്റെ പ്രായോഗിക സമീപനവും സമാന ചിന്താഗതിക്കാരായ പാർട്ടികളുമായും സാമൂഹിക പ്രസ്ഥാ നങ്ങളുമായും വിശാലാടിസ്ഥാനത്തിലുള്ള സഖ്യങ്ങൾ കെട്ടിപ്പടുക്കാ നുള്ള അദ്ദേഹത്തിന്റെ കഴിവുമാണ് യെച്ചൂരിയുടെ നേതൃത്വത്തിന്റെ സവിശേഷത.

സ്വന്തം പാർട്ടിക്കുള്ളിലെ തിരഞ്ഞെടുപ്പ് പരാജയങ്ങളും പ്രത്യയശാ സ്ത്ര പോരാട്ടങ്ങളും ഉൾപ്പെടെ തന്റെ രാഷ്ട്രീയ ജീവിതത്തിൽ വെല്ലുവി ളികളും തിരിച്ചടികളും നേരിട്ടിട്ടും, സോഷ്യലിസത്തിന്റെയും സാമൂഹിക നീതിയുടെയും ലക്ഷ്യം മുന്നോട്ട് കൊണ്ടുപോകാനുള്ള പ്രതിബദ്ധതയിൽ സീതാറാം യെച്ചൂരി തളരാതെ തുടരുന്നു.

അഖിലേഷ് യാദവ്:

പുരോഗമന രാഷ്ട്രീയത്തിന്റെ ശക്തനായ വക്താവ്

സ്വേച്ഛാധിപത്യത്തിന്റെ കടുത്ത വിമർശകനും സാമൂഹിക നീതിയിലും മതനിരപേക്ഷതയിലും വേരൂന്നിയ പുരോഗമന ബദൽ രാഷ്ട്രീയ വക്താവായും അറിയപ്പെ ടുന്ന മുൻ ഉത്തർപ്രദേശ് മുഖ്യമന്ത്രിയും സമാജ്‌വാദി പാർട്ടി നേതാവുമായ അഖിലേഷ് യാദവിന്റെ വ്യക്തിപരമായ കരിഷ്മ, മാന്യമായ പെരുമാറ്റം, വിനയം, ജീവിതത്തിന്റെ എല്ലാ തുറകളിലുമുള്ള ആളുകളുമായി ബന്ധപ്പെടാനുള്ള കഴിവ് എന്നിവയിലാണ്.

മാ നിഷാദ
അത് കാട്ടാലാ..

പിതാവ് മുലായം സിംഗ് യാദവ് സ്ഥാപിച്ച പ്രാദേശിക രാഷ്ട്രീയ സംഘടനയായ സമാജ്വാദി പാർട്ടിയിലൂടെ രാഷ്ട്രീയ ജീവിതം തുടങ്ങിയ അഖിലേഷ്, 2009 ജൂണിൽ പാർട്ടിയുടെ സംസ്ഥാന അധ്യക്ഷനായി തിരഞ്ഞെടുക്കപ്പെട്ടു.

2012-ൽ, തന്റെ 38-മത്തെ വയസിൽ അഖിലേഷ് യാദവ് ഉത്തർ പ്രദേശിന്റെ മുഖ്യമന്ത്രിയായി ചമതലയേറ്റ, ആഴത്തിൽ വെരുന്നിയ ദാരിദ്ര്യവും സാമൂഹിക അസമത്വവും രാഷ്ട്രീയ അസ്ഥിരതയും കൊണ്ട് പൊറുതിമുട്ടിയ ഒരു സംസ്ഥാനത്ത്, തികച്ചും മോശമായ ഒരു കാലഘട്ട ത്തിൽ, ഈ വെല്ലുവിളികൾക്കിടയിലും, സംസ്ഥാനത്തെ വിദ്യാഭ്യാസം, ആരോഗ്യം, അടിസ്ഥാന സൗകര്യങ്ങൾ എന്നിവ മെച്ചപ്പെടുത്താൻ ലക്ഷ്യമിട്ടുള്ള നിരവധി സുപ്രധാന സംരംഭങ്ങൾ നടപ്പിലാക്കിക്കൊണ്ട്, വികസനത്തിന്റെയും സാമൂഹിക ക്ഷേമത്തിന്റെയും കാര്യത്തിൽ ഒരു പരിധി വരെയെങ്കിലും മുന്നേറ്റം ഉണ്ടാക്കാൻ അദ്ദേഹത്തിന് സാധി ച്ചിട്ടുണ്ട്.

മുഖ്യമന്ത്രിയായിരുന്ന കാലത്തുടനീളം അഖിലേഷ് യാദവ്, മതേത രത്വത്തിനും ബഹുസ്വരതയ്ക്കും എല്ലാവരെയും ഉൾക്കൊള്ളുന്ന വികസ നത്തിനും വേണ്ടി വാദിച്ചുകൊണ്ട്, കേന്ദ്ര ഭരണക്കൂടത്തിന്റെ വിഭജന നയങ്ങളുടെയും സ്വേച്ഛാധിപത്യ പ്രവണതകളുടെയും കടുത്ത വിമർ ശകനായി തുടർന്നു. വർഗീയതയ്ക്കെതിരെയും ജാതി അധിഷ്ഠിത രാഷ്ട്രീയത്തിനെതിരെയും അദ്ദേഹം നിരന്തരം സംസാരിച്ചു,

പുരോഗമന രാഷ്ട്രീയത്തിന്റെയും എല്ലാവരെയും ഉൾക്കൊ ള്ളുന്ന ഭരണത്തിന്റെയും ചാമ്പ്യൻ എന്ന നിലയിൽ അഖിലേഷ് യാദവിനും അദ്ദേഹത്തിന്റെ സമാജ് വാദി പാർട്ടിക്കും ഉത്തർപ്രദേശിലെ വലിയൊരു വിഭാഗം ജനങ്ങൾക്കിടയിൽ ഇപ്പോഴും ശക്തമായ സ്വാധീനം നിലനിൽക്കുന്നുണ്ട്.

എം.കെ. സ്റ്റാലിൻ:
ശക്തനായ പ്രാദേശിക നേതാവ്

ഇന്ത്യയിലെ മുൻനിര ദേശീയ രാഷ്ട്രീയ പാർട്ടി നേതാക്കളിൽ ഒരാളായി കണക്കാക്കാൻ ആവില്ലെങ്കിലും ജനാധിപത്യ വിരുദ്ധ ഫാസിസ്റ്റ് ശക്തികൾക്കെതിരെ ജനാധിപത്യ കക്ഷികളെ ഒരു സംസ്ഥാനത്തെങ്കിലും ഒരു കുടക്കീഴിൽ ഒന്നിച്ചണിനിരത്താൻ സാധിച്ച ഇന്ത്യയിലെ പ്രാദേശിക നേതാക്കളിൽ പ്രമുഖനാണ് തമിഴ്നാട്

മുഖ്യമന്ത്രിയും ഡിഎംകെയുടെ സാരഥി യുമായ എം കെ സ്റ്റാലിൻ. തമിഴ്നാട് മുൻ മുഖ്യമന്ത്രിയും ഡിഎംകെ സ്ഥാപക നമായ എം.കരുണാനിധിയുടെ മകൻ എന്ന നിലയിൽ ദീർഘകാലത്തെ രാഷ്ട്രീയ ജീവിതവും ശക്തമായ പാരമ്പ ര്യവും സ്റ്റാലിന് ഉണ്ട്.

ഒരു രാഷ്ട്രീയ നേതാവെന്ന നില യില്ലുള്ള സ്റ്റാലിന്റെ യാത്ര, സാമൂഹിക നീതി, ഭാഷാപരമായ അവകാശങ്ങൾ, ഫെഡറലിസം എന്നിവയ്ക്കായി ചരിത്രപരമായി വാദിച്ച ഡിഎംകെയുടെ പാരമ്പര്യത്തിൽ വേരുന്നിയതാണ്.

സംസ്ഥാനങ്ങളുടെ സ്വയംഭരണാവകാശം അട്ടിമറിക്കാനുള്ള കേന്ദ്രസർക്കാരിന്റെ ശ്രമങ്ങൾക്കിടയിലും, സ്റ്റാലിൻ തമിഴ്നാടിന്റെ താൽപ്പര്യങ്ങളെ ശക്തമായി പ്രതിരോധിച്ച കൊണ്ട് സ്വയം ഭരണ ത്തിനും തീരുമാനങ്ങൾ എടുക്കുന്നതിനുമുള്ള സംസ്ഥാനത്തിന്റെ അവകാശങ്ങളും ഊട്ടിയുറപ്പിച്ചു.

ഹിന്ദി അടിച്ചേൽപ്പിക്കുന്നതിന് എതിരെയും സംസ്ഥാന താൽപ ര്യങ്ങളെ ഹനിക്കുന്ന കേന്ദ്ര നയങ്ങൾ നടപ്പാക്കുന്നതിനെതിരെയും അദ്ദേഹം സ്വീകരിച്ച നിലപാട് തമിഴ്നാടിന്റെ തനതായ വ്യക്തിത്വവും സാംസ്കാരിക പൈതൃകവും സംരക്ഷിക്കാനുള്ള അദ്ദേഹത്തിന്റെ സമർ പ്പണത്തെ പ്രതിഫലിപ്പിക്കുന്നു.

കോവിഡ്-19 പകർച്ചവ്യാധിക്കാലത്ത്, സ്റ്റാലിന്റെ നേതൃത്വം ജനങ്ങ ളുടെ ക്ഷേമത്തോടുള്ള അദ്ദേഹത്തിന്റെ പ്രതിബദ്ധതയെ കൂടുതൽ അടിവരയിടുന്നു. സമൂഹത്തിലെ ഏറ്റവും ദുർബലരായ വിഭാഗങ്ങളുടെ ആവശ്യങ്ങൾക്ക് മുൻഗണന നൽകിക്കൊണ്ട്, വൈറസിനെ ചെറു ക്കുന്നതിനുള്ള ഫലപ്രദമായ നടപടികൾ നടപ്പിലാക്കിയ അദ്ദേഹം ജനങ്ങളോടുള്ള ഉത്തരവാദിത്വവും സഹാനുഭൂതിയും പ്രകടമാക്കി.

മാത്രമല്ല, കേന്ദ്രസർക്കാരിന്റെ വിഭജന നയങ്ങളെയും വർഗീയ അജണ്ടയെയും രൂക്ഷമായി വിമർശിച്ച ജനകീയ നേതാവാണ് സ്റ്റാലിൻ. പൗരത്വ ഭേദഗതി നിയമത്തെ (സിഎഎ) എതിർക്കുന്നത് മുതൽ മത ധ്രുവീകരണത്തെയും ന്യൂനപക്ഷ അവകാശങ്ങൾക്കെതിരായ ആക്രമ ണങ്ങളെയും അപലപിക്കുന്നത് വരെ, വർഗീയതയുടെയും മതാന്ധതയു ടെയും ശക്തികൾക്കെതിരെ സ്റ്റാലിൻ നിരന്തരം ശബ്ദമുയർത്തിയിട്ടുണ്ട്.

മാ നിഷാദ
അത് കാട്ടാല..

മഹുവ മൊയ്ത്ര:

ഒരു ബംഗാളി വീരഗാഥ

സീനിയോറിറ്റിയിലോ പാർട്ടി നേതൃത്വത്തിലോ ഉന്നത രാഷ്ട്രീയ നേതാക്കളിൽ പെട്ട ഒരാളല്ലെങ്കിലും, സർക്കാരിന്റെ ജനാധിപത്യ വിരുദ്ധ നടപടികൾക്കും സ്വേച്ഛാധിപത്യ പ്രവണതകൾക്കുമെതിരെ, നിർഭയം പോരാടിക്കൊണ്ടിരിക്കുന്ന, പശ്ചിമ ബംഗാളിൽ നിന്നുള്ള പാർലമെൻറ് അംഗവും ഉജ്ജ്വല വാഗ്മിയുമാണ് മഹുവ മൊയ്ത്ര.

മോദി സർക്കാരിന്റെ സ്വച്ഛാധിപത്യ നടപടികളെ തുറന്ന കാണിച്ചു കൊണ്ട്, ജനാധിപത്യ മൂല്യങ്ങളുടെ ശോഷണത്തിനെതിരെ ശക്തമായ മുന്നറിയിപ്പ് നൽകിക്കൊണ്ട്, മഹുവ മൊയ്ത്ര ഇന്ത്യൻ പാർലമെൻറിൽ നടത്തിയ ഉജ്വല പ്രഭാഷണങ്ങൾ, ഇന്ത്യൻ രാഷ്ട്രീയത്തിലെ ചലനങ്ങൾ സാക്ഷ്രതം വീക്ഷിക്കുന്ന ഇന്ത്യക്കാർ ഉൾപ്പെടെ ലോകമെമ്പാടുമുള്ള ലക്ഷക്കണക്കിന പ്രേക്ഷകർ കണ്ണിമ വെട്ടാതെ നോക്കിയിരുന്ന പോയിട്ടുണ്ട്.

2019 ജൂണിൽ രാഷ്ടപതിയുടെ പ്രസംഗത്തിനുള്ള നന്ദിപ്രമേയ ചർച്ചയ്ക്കിടെയാണ് അവരുടെ ഏറ്റവും വൈറലായ പ്രസംഗങ്ങളിലൊ ന്ന്. "ഫാസിസത്തിന്റെ ഏഴ് അടയാളങ്ങൾ" എന്ന തലക്കെട്ടിലുള്ള ഈ പ്രസംഗത്തിൽ, സർക്കാരിന്റെ നടപടികളും ഫാസിസത്തിന്റെ ഉയർച്ചയും തമ്മിലുള്ള ഭയാനകമായ സമാന്തരങ്ങളെ മൊയ്ത്ര തുറന്ന കാട്ടിയിട്ടുണ്ട്. പ്രസ്തുത പ്രസംഗത്തിൽ, ചരിത്രത്തെ വളച്ചൊടിഠൽ, ഭരണഘടന സ്ഥാപനങ്ങളെ തുരങ്കം വയ്ക്കൽ, വിയോജിപ്പുകളെ അടി ച്ചമർത്തൽ, ഹൈപ്പർ-നാഷണലിസത്തിന്റെ പ്രോത്സാഹനം എന്നിവ യുൾപ്പെടെ ഫാസിസത്തിന്റെ ഏഴ് മുന്നറിയിപ്പ് അടയാളങ്ങൾ അവർ വാചാലമായി വിവരിച്ചിട്ടുണ്ട്.

പ്രസംഗം സോഷ്യൽ മീഡിയയിലൂടെ വൈറലായതോടെ, ഇന്ത്യ യിലെ ജനാധിപത്യത്തിന്റെ അവസ്ഥയെക്കുറിച്ചും ജനാധിപത്യ തത്വ ങ്ങൾ സംരക്ഷിക്കേണ്ടതിന്റെ ആവശ്യകതയെക്കുറിച്ചുമുള്ള ച്ചടേറിയ ചർച്ചകൾക്കും സംവാദങ്ങൾക്കും തുടക്കമിട്ടു.

അവരെ നിശ്ശബ്ദയാക്കാനുള്ള സർക്കാർ നേതൃത്വത്തിലുള്ള ശ്രമ ങ്ങൾ തുടരുന്നുണ്ടെങ്കിലും, ജനാധിപത്യ തത്വങ്ങൾക്കും സാമൂഹിക നീതിക്കും വേണ്ടി ശബ്ദമുയർത്തുന്ന, അനീതിയെയും അക്രമങ്ങളെയും അപലപിക്കുന്ന, വെറുപ്പിന്റെയും വിദ്വേഷത്തിന്റെയും രാഷ്ട്രീയത്തി നെതിരെ പൊരുതി നിൽക്കുന്ന ഇന്ത്യയിലെ കോടിക്കണക്കിന് ജനങ്ങളുടെ മുന്നിൽ മഹുവ മൊയ്ത്ര, പ്രതീക്ഷയും പ്രചോദനവുമായി നിലകൊള്ളുന്നു.

അധ്യായം: 12
ചിന്തകരും എഴുത്തുകാരും ആക്ടിവിസ്റ്റുകളും മനുഷ്യാവകാശ സംരക്ഷകരും

യോഗേന്ദ്ര യാദവ്:

മേധാ പട്കര്‍

ടീസ്റ്റ സെതല്‍വാദ്:

ഹര്‍ഷ് മന്ദര്‍:

രാമചന്ദ്ര ഗുഹ:

അരുന്ധതി റോയ്

നയന്‍താര സഹ്ഗല്‍:

Thinkers, Writers, Activists
& Human Rights Defenders

യോഗേന്ദ്ര യാദവ്:

സത്യത്തിനും നീതിക്കും സമർപ്പിതമായ ജീവിതം

പ്രശസ്ത സാമൂഹ്യ ചിന്തകനും അഴിമതി വിരുദ്ധ പോരാളിയും രാഷ്ട്രീയ നിരീക്ഷകനുമായ യോഗേന്ദ്ര യാദവ്, സമകാലിക ഇന്ത്യ അഭിമുഖീ കരിച്ച കൊണ്ടിരിക്കുന്ന സ്വേച്ഛാധിപ ത്യ-ഫാസിസ്റ്റ് പ്രവണതകളെ ഇറന്നെ തിർത്ത് കൊണ്ട്, ജനാധിപത്യ ചേരി ക്കൊപ്പം അടിയുറച്ച് നിന്ന് പൊരുതി കൊണ്ടിരിക്കുന്ന നിസ്വാർത്ഥനും  സോഷ്യലിസ്റ്റ് ചിന്താഗതിക്കാരനുമായ പ്രമുഖ ആക്ടിവിസ്റ്റ് ആണ്.

1963 സെപ്റ്റംബർ 5-ന് ഹരിയാനയിലെ റെവാരി ജില്ലയിലെ സഹാ റൻവാസിൽ ജനിച്ച യോഗേന്ദ്ര യാദവിന്റെ മഹത്തായ കരിയറിൽട നീളം അഴിമതി, അസമത്വം, അനീതി എന്നിവയെ വെല്ലുവിളിക്കാനുള്ള അചഞ്ചലമായ പ്രതിബദ്ധതയാണ്, ഉന്നത വിദ്യാഭ്യാസ വിചക്ഷണ നിൽ നിന്നും സാഹസികവും കഠിനവുമായ ആക്ടിവിസത്തിന്റെ മാർഗ്ഗ ത്തിലൂടെ മുന്നേറാൻ പ്രേരിപ്പിച്ചത്.

ഇന്ത്യയിലെ സാമൂഹ്യ ജീവിതത്തെക്കുറിച്ചും രാഷ്ട്രീയ ഭൂപ്രകൃതിയെ ക്കുറിച്ചുള്ള ആഴത്തിലുള്ള ധാരണയും ജീവിതത്തിന്റെ പുറമ്പോക്കുക ളിൽ അലയുന്ന പാർശ്വവൽക്കരിക്കപ്പെട്ട ജനങ്ങളെ ശാക്തീകരിക്ക ന്നതിനുള്ള അക്ഷീണമായ സമർപ്പണവുമാണ് ആക്ടിവിസത്തോടുള്ള യാദവിന്റെ ആത്മാർത്ഥ സമീപനത്തിന്റെ കാതൽ.

2010-11 കാലഘട്ടത്തിൽ, ദേശവ്യാപകമായി പടർന്ന പിടിച്ച അഴിമതി വിരുദ്ധ പ്രസ്ഥാനം രൂപപ്പെട്ടത്തിയെടുക്കുന്നതിൽ അരവിന്ദ് അരവിന്ദ് കെജ്റിവാൾ, സുപ്രീം കോടതി സീനിയർ അഭിഭാഷകൻ പ്രശാന്ത് ഭൂഷൻ എന്നിവർക്കൊപ്പം യോഗേന്ദ്ര യാദവും പ്രധാന പങ്കു വഹിച്ചിട്ടുണ്ട്.

അക്കാദമിക പ്രവർത്തനങ്ങൾക്കും ആക്ടിവിസത്തിനും പുറമേ, ഇന്ത്യൻ കർഷകരുടെ നീറുന്ന പ്രശ്നങ്ങളിൽ ഇടപെടുകയും ഗ്രാമ വിക സനത്തിനും കാർഷിക സമൂഹങ്ങൾ നേരിടുന്ന വെല്ലുവിളികൾ ഉയർ ത്തിക്കാട്ടുന്നതിനും സുസ്ഥിര കൃഷിയും ഗ്രാമീണ ഉപജീവനമാർഗവും പ്രോത്സാഹിപ്പിക്കുന്ന നയങ്ങൾക്കായി പോരാടി കൊണ്ടിരിക്കുകയും ചെയ്യുന്ന അറിയപ്പെടുന്ന കർഷക നേതാവ് കൂടിയാണ് യോഗേന്ദ്ര യാദവ്.

2020-2021 കാലഘട്ടത്തിൽ നടന്ന കർഷക പ്രക്ഷോഭത്തിന്റെ മുഖ്യ സംഘാടകരിൽ ഒരാളായ യോഗേന്ദ്ര യാദവ്, സംയുക്ത കിസാൻ മോർച്ച (SKM) കോ ഓർഡിനേഷൻ കമ്മിറ്റി അംഗവുമാണ്. രാഷ്ട്രീയ ശാസ്ത്രജ്ഞനും ആക്ടിവിസ്റ്റമായ യാദവ്, ഹിന്ദുത്വ ദേശീയതയുടെ കടുത്ത വിമർശകനാണ്. ഹിന്ദുത്വ ദേശീയത, ഇന്ത്യയുടെ ജനാധിപ ത്യ ഘടനക്ക് ഭീഷണിയാണെന്നും മതാടിസ്ഥാനത്തിലും ജാതി അടി സ്ഥാനത്തിലും ഇന്ത്യൻ ജനതയെ ഭിന്നിപ്പിക്കുവാനുള്ള അജണ്ടയുടെ ഭാഗമാണ് അതെന്നും അദ്ദേഹം മുന്നറിയിപ്പ് നൽകിയിട്ടുണ്ട്.

ന്യൂനപക്ഷ അവകാശങ്ങൾ ബിജെപി കൈകാര്യം ചെയ്യുന്നതിനെ യും ചരിത്രം തിരുത്തിയെഴുതാനുള്ള ശ്രമങ്ങളെയും യാദവ് പലതവണ വിമർശിച്ചിട്ടുണ്ട്. പൗരത്വ ഭേദഗതി നിയമത്തിനും (സിഎഎ) ദേശീയ പൗരത്വ രജിസ്റ്ററിനും (എൻആർസി) എതിരെ നടന്ന ബഹുജന പ്ര ക്ഷോഭങ്ങളെ അദ്ദേഹം ശക്തമായി പിന്തുണക്കുകയും ചെയ്തു.

താൻ ഏറ്റെടുത്ത ദൗത്യത്തിനിടയിൽ, അറസ്റ്റുകളും നിയമപോരാട്ട ങ്ങളും ഉൾപ്പെടെയുള്ള വെല്ലുവിളികളും തിരിച്ചടികളും നേരിട്ട് കൊണ്ടിരി ക്കുന്നുണ്ടെങ്കിലും, നീതിയും സമത്വവുമുള്ള സമൂഹത്തിനായി പോരാടാ നുള്ള പ്രതിബദ്ധതയിൽ യോഗേന്ദ്ര യാദവ് തളരാതെ തുടരുന്നു.

മേധാ പട്കർ

മണ്ണിനും മനുഷ്യനും വേണ്ടി

പ്രശസ്ത സാമൂഹിക പ്രവർത്തകയും നർമ്മദാ ബച്ചാവോ ആന്ദോ ളന്റെ (NBA) സ്ഥാപകയുമായ മേധാ പട്കർ ഇന്ത്യയിലെ പാർശ്വ വൽക്കരിക്കപ്പെട്ട, അടിച്ചമർത്തപ്പെട്ട സമൂഹങ്ങളുടെ പ്രത്യാശയുടെ വെളിച്ചവും ആശാ കേന്ദ്രവുമാണ്.

സാമൂഹ്യ നീതി, ന്യൂനപക്ഷ അവകാശങ്ങൾ, നിയമവാഴ്ച എന്നിവ യോട്ടുള്ള അവരുടെ അചഞ്ചലമായ പ്രതിബദ്ധതയുടെ തെളിവാണ്

മാ നിഷാദ
അത്രത് കാട്ടാളാ..

വിദ്യാർത്ഥി ആക്ടിവിസത്തിൽ നിന്നും മണ്ണിൽ പണിയെടുക്കുന്ന മനുഷ്യർക്ക് വേണ്ടിയുള്ള അവകാശ സമരങ്ങളിലേക്ക് മേധാ പട്കറിനെ കൊണ്ടുചെന്ന് എത്തിച്ചത്.

ബിജെപി ഗവൺമെന്റിന്റെ കോർപ്പറേറ്റ് അനുകൂല നയങ്ങളെയും വിയോജിപ്പുകളെ അടിച്ചമർത്താനുള്ള ശ്രമങ്ങളെയും മേധാ പട്കർ അതിരൂക്ഷമായ ഭാഷയിൽവിമർശിച്ചിട്ടുണ്ട്.

മുംബൈയിൽ ജനിച്ച മേധാ പട്കർ, ടാറ്റ ഇൻസ്റ്റിറ്റ്യൂട്ട് ഓഫ് സോഷ്യൽ സയൻസസിലെ സോഷ്യൽ വർക്ക് വിദ്യാർത്ഥിനിയായിരുന്ന ആദ്യ നാളുകൾ മുതൽ തന്നെ, ഇന്ത്യൻ സമൂഹത്തെ ബാധിക്കുന്ന ഘടനാപരമായ അനീതികളെക്കുറിച്ച് ആഴത്തിലുള്ള സഹാനുഭൂതിയും ധാരണയും പ്രകടിപ്പിച്ചു.

TISS-ലെ ജോലിയും ഗവേഷണവും ഉപേക്ഷിച്ച് മഹാരാഷ്ട്ര, മധ്യപ്രദേശ്, ഗുജറാത്ത് സംസ്ഥാനങ്ങളിലെ കർഷകരുടെയും ആദിവാസികളുടെയും ഉന്നമനത്തിനായുള്ള പ്രക്ഷോഭങ്ങളിൽ പങ്കെടുക്കുകയും, ആത്യന്തികമായി ഇത് നർമ്മദ ബചാവോ ആന്ദോളൻ (നർമ്മദയ രക്ഷിക്കുവാനുള്ള പ്രക്ഷോഭം) എന്ന സംഘടനയുടെ രൂപവത്കരണത്തിന് കാരണമായിത്തീരുകയും ചെയ്തു.

മേധാ പട്കർ തന്റെ പ്രസിദ്ധമായ കരിയറിൽ ഉടനീളം, ഭരണകൂടം സ്പോൺസർ ചെയ്യുന്ന അക്രമം, വിവേചനം, അടിച്ചമർത്തൽ എന്നിവയെ വെല്ലുവിളിക്കാൻ ലക്ഷ്യമിട്ടുള്ള നിരവധി പ്രസ്ഥാനങ്ങളുടെയും നിയമയുദ്ധങ്ങളുടെയും മുൻനിരയിലായിരുന്നു.

മോദി സർക്കാർ നടപ്പിലാക്കുന്ന പൗരത്വ ഭേദഗതി നിയമങ്ങളെയും അശാസ്ത്രീയമായ കാർഷിക നിയമങ്ങളെയും മതന്യൂനപക്ഷ സമുദായങ്ങളോടുള്ള സർക്കാരിന്റെ വിവേചന നിലപാടിനെയും മേധാ പട്കർ വിമർശിക്കുകയും, അവക്കെതിരെ ഉയർന്നുവന്ന ബഹുജന പ്രക്ഷോഭങ്ങളെ ശക്തമായി പിന്തുണയ്ക്കുകയും ചെയ്തു.

ടീസ്റ്റ സെതൽവാദ്:
ശബ്ദമില്ലാത്തവരുടെ ശബ്ദം

അനീതിയും അക്രമവും കൊടികുത്തി വാഴുന്ന ഒരു നാട്ടിൽ, നീതിക്കുവേണ്ടി കേഴുന്ന പാർശ്വവൽക്കരിക്കപ്പെട്ട ജനതയ്ക്കു വേണ്ടി, ജീവിതം തന്നെ സമർപ്പിക്കാൻ തയ്യാറായ അപൂർവ്വം ചില പോരാളിക ളിൽ പ്രമുഖയാണ്, പ്രമുഖ പൗരാവകാശ പ്രവർത്തകയും മാധ്യമപ്രവർത്തകയും ആക്ടിവിസ്റ്റുമായ ടീസ്റ്റ സെതൽവാദ്.

1962 ഫെബ്രുവരി 9-ന് മുംബൈയിൽ ജനിച്ച ടീസ്റ്റ സെതൽവാദിന്റെ മാധ്യമ പ്രവർത്തകയിൽ നിന്നും അധികഠിനമായ ആക്ടിവിസത്തിന്റെ വഴി കളിലേക്കുള്ള യാത്ര, അവരുടെ സത്യസന്ധത, മനുഷ്യാവകാശങ്ങൾ എന്നിവയോട്ടുള്ള അചഞ്ചലമായ പ്രതിബദ്ധതയുടെ തെളിവാണ്.

മനുഷ്യാവകാശ പ്രവർത്തകയായ സെതൽവാദ്, ന്യൂനപക്ഷ അവകാശങ്ങൾക്കുവേണ്ടി പോരാട്ടുന്നതിനും ഹിന്ദുത്വ തീവ്രവാദത്തെ വെല്ലുവിളിക്കുന്നതിനും വേണ്ടി തന്റെ ജീവിതം സമർപ്പിച്ചു. വർഗീയ അക്രമങ്ങൾക്കെതിരായ പ്രചരണങ്ങളിൽ മുൻ നിരയിൽ നിൽക്കുന്ന ടീസ്റ്റ സെറ്റിൽവാദിന് തന്റെ സാമൂഹ്യ പരിഷ്കരണ പ്രവർത്തനങ്ങ ളിൽ ഒട്ടേറെ പീഡനങ്ങൾ നേരിടേണ്ടി വന്നിട്ടുണ്ട്.

2002-ലെ ഗുജറാത്ത് കലാപത്തിലും അതിന്റെ അനന്തരഫലങ്ങളി ലും മോദി സർക്കാരിന്റെ പങ്കിനെ വിമർശിക്കുകയും പൗരത്വ ഭേദഗതി നിയമങ്ങളെ വിമർശിക്കുകയും ചെയ്ത ഈ മുഴുസമയ സാമൂഹ്യപ്രവർ ത്തക മതപരമായും ജാതിപരമായും വിവേചനം നേരിടുന്ന സമൂഹ ങ്ങൾക്ക് താങ്ങും തണലുമായി സദാ പ്രവർത്തന സജ്ജയാണ്.

തന്റെ കരിയറിൽ ഉടനീളം, ടീസ്റ്റ സെതൽവാദ് ഗ്രണ്ഡാ പശ്ചാ ത്തലമുള്ള അതിശക്തരായ രാഷ്ട്രീയക്കാർക്കും അവരുടെ പാർശ്വ വർത്തികളായ ഉദ്യോഗസ്ഥ മേധാവികളെയും തെല്ലും ഭയപ്പെടാതെ, പാർശ്വവൽക്കരിക്കപ്പെട്ട ജനങ്ങളുടെ പ്രശ്നങ്ങൾക്ക് വേണ്ടി നിരന്തരം ഓടി നടക്കുന്നു.

2002 ലെ ഗുജറാത്ത് കലാപത്തിലെ ഇരകൾക്ക് നീതി ലഭ്യമാക്ക ന്നതിൽ ടീസ്റ്റ സെതൽവാദിന്റെ ഏറ്റവും ശ്രദ്ധേയമായ നേട്ടങ്ങളി ലൊന്ന്. സിറ്റിസൺസ് ഫോർ ജസ്റ്റിസ് ആൻഡ് പീസ് (CJP) എന്ന

മാ നിഷാദ
അതു് കാട്ടാലാ..

സംഘടനയുടെ സഹസ്ഥാപകയെന്ന നിലയിൽ, ഗുജറാത്ത് കലാപ സമയത്ത് നടന്ന അതിക്രമങ്ങൾ രേഖപ്പെടുത്തുന്നതിലും ഇരകൾക്ക് നീതിയും സുരക്ഷിതത്വവും നഷ്ടപരിഹാരവും ലഭ്യമാക്കുന്നതിനു വേണ്ടി യുള്ള പരിശ്രമങ്ങളിലും അവർ നിർണായക പങ്ക് വഹിച്ചു.

ഹർഷ് മന്ദർ:

സിവിൽ സർവീസിൽ നിന്നും ജനസേവനത്തിലേക്ക്

മനുഷ്യാവകാശങ്ങൾ, സാമുദായിക സൗഹാർദ്ദം, സാമൂഹ്യനീതി എന്നീ മേഖലക ളിൽ സജ്ജീവമായി പ്രവർത്തിച്ചുകൊണ്ടിരിക്കു ന്ന മുൻ സിവിൽ സർവീസ് ഉദ്യോഗസ്ഥനായ ഹർഷ് മന്ദർ, അറിയപ്പെട്ടുന്ന ഒരു എഴുത്തുകാ രനും കോളമിസ്റ്റും ആക്ടിവിസ്റ്റുമാണ്.

ഭവനരഹിതർ, അഭയാർത്ഥികൾ, വർഗീയ കലാപത്തെ അതിജീവിച്ചവർ എന്നിവരൾ പ്പെടെ അവശതയനുഭവിക്കുന്ന കുടുംബങ്ങ ളെയും സമൂഹങ്ങളെയും പിന്തുണയ്ക്കാൻ ലക്ഷ്യമിട്ടുള്ള വിവിധ കൂട്ടാ യ്മകളിലും സംരംഭങ്ങളിലും ഹർഷ് മന്ദർ സജീവമായി പ്രവർത്തിച്ച കൊണ്ടിരിക്കുന്നു.

സാമൂഹിക നീതിക്കും മനുഷ്യാവകാശങ്ങൾക്കും വേണ്ടി, രാജ്യത്തു നടന്നുകൊണ്ടിരിക്കുന്ന പരിശ്രമങ്ങളിൽ, വിശ്രമമില്ലാതെ പണിയെടു ത്തു കൊണ്ടിരിക്കുന്ന ഹർഷ് മന്ദർ, പാർശ്വവൽക്കരിക്കപ്പെട്ടവരോടും അടിച്ചമർത്തപ്പെട്ടവരോടുമുള്ള അചഞ്ചലമായ പ്രതിബദ്ധതയാൽ അവശവിഭാഗങ്ങളുടെ സ്നേഹവും ബഹുമാനവും നേടിയ സാമൂഹ്യ പ്രവർത്തകനാണ്.

1955 ജനുവരി 3-ന് ജനിച്ച ഹർഷ് മന്ദർ, ഇന്ത്യൻ അഡ്മിനിസ്ട്രേറ്റീവ് സർവീസിൽ സേവനമനുഷ്ഠിച്ചിരുന്ന കാലഘട്ടത്തിൽ പാർശ്വവത്ക രിക്കപ്പെട്ട സമൂഹങ്ങൾ നേരിടുന്ന വ്യവസ്ഥാപരമായ അനീതികൾ നേരിട്ട് കണ്ടനുഭവിച്ച ശേഷമാണ് അദ്ദേഹം ഒരു മുഴുസമയ ആക്ടിവിസ്റ്റ് ആയി മാറിയത്.

2002-ൽ ഐ.എ.എസിൽ നിന്ന് രാജി വയ്ക്കാനുള്ള തീരുമാനം അദ്ദേഹത്തിന്റെ ജീവിതത്തിലെ നിർണായക വഴിത്തിരിവായി മാറി. അതോടെ അദ്ദേഹം സാമൂഹ്യനീതിയുടെ ലക്ഷ്യത്തിനായി തന്റെ ജീവിതം പൂർണ്ണമായും സമർപ്പിക്കുകയായിരുന്നു.

വർഗീയ കലാപത്തിന് ഇരയായവർക്കായി ദുരിതാശ്വാസ പ്രവർ ത്തനങ്ങൾ സംഘടിപ്പിക്കുന്നതിലും സംഘർഷ മേഖലകളിൽ മനുഷ്യാ വകാശ സംരക്ഷണത്തിനായി വാദിക്കുന്നതിലും അദ്ദേഹം പ്രധാന പങ്കുവഹിച്ചിട്ടുണ്ട്.

ഒരു മികച്ച എഴുത്തുകാരൻ എന്ന നിലയിൽ, അദ്ദേഹം ഇന്ത്യയിലെ അടിസ്ഥാന വർഗ്ഗത്തിന്റെ ദുരവസ്ഥയിലേക്കും വ്യവസ്ഥാപിത മാറ്റ ത്തിന്റെ ആവശ്യകതയിലേക്കും വെളിച്ചം വീശുന്ന നിരവധി ലേഖന ങ്ങളും പുസ്തകങ്ങളും രചിച്ചിട്ടുണ്ട്.

രാമചന്ദ്ര ഗുഹ:
ജനാധിപത്യ യാത്രയുടെ ചരിത്രകാരൻ

പ്രശസ്ത ചരിത്രകാരനും ഗ്രന്ഥകാരനും ബുദ്ധിജീവിയുമായ രാമചന്ദ്ര ഗുഹ ഇന്ത്യൻ ചരിത്രം, രാഷ്ട്രീയം, സമൂഹം എന്നിവയെ ക്കുറിച്ചുള്ള നമ്മുടെ അറിവുകൾക്ക് വിലമ തിക്കാനാവാത്ത സംഭാവനകൾ നൽകിയ ഒരു മഹത് വ്യക്തിത്വമാണ്.

തന്റെ പണ്ഡിതോചിതമായ പ്രവർത്ത നങ്ങൾക്ക് പുറമേ, രാമചന്ദ്ര ഗുഹ പൊതു വ്യ വഹാരത്തിലും സജീവമായി ഏർപ്പെട്ടിട്ടുണ്ട്, ഭരണകൂട അധികാരത്തെ വിമർശിക്കാനും ജനാധിപത്യ തത്വങ്ങൾ സംരക്ഷിക്കാനും സാമൂഹിക നീതിക്കുവേണ്ടി വാദിക്കാനും തന്റെ പ്ലാറ്റ്ഫോം ഉപയോഗിക്കുന്നു. ഇന്ത്യൻ സമൂഹത്തിൽ മതനിരപേക്ഷത, ബഹുസ്വരത, സഹിഷ്ണുത എന്നിവയുടെ പ്രാധാന്യം ഊന്നിപ്പറയുന്ന അദ്ദേഹം സ്വേച്ഛാധിപത്യം, മതമൗലികവാദം, വർഗീയത എന്നിവയുടെ ശക്തനായ വിമർശക നാണ്.

ജനാധിപത്യ മൂല്യങ്ങളോട്ടുള്ള ഗുഹയുടെ പ്രതിബദ്ധത അദ്ദേഹ ത്തിന്റെ എഴുത്തിനും പൊതു ഇടപെടലുകൾക്കും അപ്പുറമാണ്. പാർശ്വ വൽക്കരിക്കപ്പെട്ട സമുദായങ്ങളെ ശാക്തീകരിക്കുന്നതിനും പരിസ്ഥിതി സംരക്ഷിക്കുന്നതിനും മനുഷ്യാവകാശങ്ങൾ പ്രോത്സാഹിപ്പിക്കുന്നതി നും അദ്ദേഹം സിവിൽ സൊസൈറ്റി സംരംഭങ്ങളിലും അടിസ്ഥാന പ്രസ്ഥാനങ്ങളിലും സജീവമായി ഇടപെട്ടു കൊണ്ടിരിക്കുന്നു.

ഹിന്ദുത്വ ദേശീയതയുടെ കടുത്ത വിമർശകൻ കൂടിയായ ഗുഹ,

ഹിന്ദുത്വ രാഷ്ട്രീയം, ഇന്ത്യയുടെ ജനാധിപത്യ പാരമ്പര്യങ്ങളെ ഇരങ്കം വയ്ക്കുന്നവെന്നും ഭിന്നിപ്പിക്കുന്ന അജണ്ടയെ പ്രോത്സാഹിപ്പിക്കുന്നവെ ന്നും വാദിക്കുന്നു. ഹിന്ദുത്വ ദേശീയതയുടെ അപകടങ്ങളെക്കുറിച്ചും ഇന്ത്യൻ സമൂഹത്തിൽ അത് സൃഷ്ടിച്ചേക്കാവുന്ന ദൂരവ്യാപക പ്രത്യാ ഘാതങ്ങളെക്കുറിച്ചും ഗുഹ തന്റെ പുസ്തകങ്ങളിൽ അദ്ദേഹം വിശദമായി രേഖപ്പെടുത്തിയിട്ടുണ്ട്.

അരുന്ധതി റോയ്

പോരാട്ടങ്ങൾ അവസാനിക്കുന്നില്ല

പ്രശസ്ത എഴുത്തുകാരി, ആക്ടിവിസ്റ്റ്, ജനാധിപത്യ തത്വങ്ങളുടെ സംരക്ഷക എന്നീ നിലകളിൽ അരുന്ധതി റോയിയുടെ പാരമ്പര്യം സമാനതകളില്ലാത്തതാണ്.

ഹിന്ദുത്വ ദേശീയതയുടെ കട്ടത്ത വിമർശകയായ അരുന്ധതി, ഹിന്ദുത്വ പ്രത്യയശാസ്ത്രത്തിന്റെ പ്രായോഗികവൽക്കരണം നാനാത്വ ത്തെ ഇല്ലാതാക്കുകയും ന്യൂനപക്ഷങ്ങളെ പാർശ്വവത്കരിക്കുകയും ചെയ്യുന്ന വിഷലിപ്തമായ ദേശീയതയെയാണ് പ്രോത്സാഹിപ്പിക്ക ന്നതെന്നും അത് തികച്ചും അപകടകരമാണ് എന്നും കാര്യകാരണ സഹിതം വിവരിക്കുന്നു .

ബംഗാളി ബ്രാഹ്മണനായ രാജീബ് റോയിയുടെയും കോട്ടയം അയ്മനം സ്വദേശിനി മേരിയുടെയും മകളായ സൂസന്ന അരുന്ധതി റോയിയുടെ ജനനം, 1961 നവംബർ 24-ന് മേഘാലയയിലെ ഷില്ലോങ്ങി ലായിരുന്നുവെങ്കിലും, ബാല്യകാലം ചെലവഴിച്ചത് അമ്മയുടെ നാടായ കേരളത്തിലായിരുന്നു.

മാൻ ബുക്കർ സമ്മാനത്തിനർഹയായ ആദ്യ ഇന്ത്യൻ വനിതയാണ് അരുന്ധതി റോയ്. ഇവരുടെ "ദ ഗോഡ് ഓഫ് സ്മാൾ തിങ്ങ്സ് ((The God of Small Things) എന്ന കൃതിക്ക് 1997-ലെ ബുക്കർപുരസ്കാരം ലഭിച്ചു. കോട്ടയത്തിനടുത്തുള്ള അയ്മനം എന്ന ഗ്രാമം പശ്ചാത്തലമാ ക്കിയുള്ള ഒരു നോവലാണ് ഗോഡ് ഓഫ് സ്മോൾ തിങ്ങ്സ്.

ആദ്യ നോവൽ പ്രസിദ്ധീകരിച്ച് ഇരുപത് വർഷത്തിനു ശേഷം, 2017-ലാണ് റോയിയുടെ രണ്ടാമത്തെ നോവലായ "ദ് മിനിസ്ടി ഓഫ് അറ്റ്മോസ്റ്റ് ഹാപ്പിനെസ്" (The Ministry of Utmost Happiness") പുറത്തു വരുന്നത്. ഭൂപരിഷ്കരണ നിയമം മുതൽ, 2002-ലെ ഗോദ്ര ട്രെയിൻ കത്തിക്കൽ, കശ്മീർ കലാപം വരെയുള്ള ആധുനിക ഇന്ത്യൻ

ചരിത്രത്തിലെ ഇരുണ്ടതും അക്രമഭരി തവുമായ ഏതാനം അധ്യായങ്ങൾ ഇഴ ചേർത്തിരിക്കുകയാണ് ഈ നോവലിൽ.

എഴുത്തുകാരി, തിരക്കഥാകൃത്ത് എന്നതിലുമുപരി അറിയപ്പെടുന്ന ഒരു സാമൂഹിക പ്രവർത്തകയും ആക്ടിവിസ്റ്റുമാണ് അരുന്ധതി റോയ്. സാമൂഹിക പ്രവർത്തനങ്ങൾ കരുത്താക്കി മാറ്റിയ രണ്ട് വനിതകളാണ് അരുന്ധതി റോയിയും അവരുടെ അമ്മ മേരി റോയിയും.

അരുന്ധതി റോയിയുടെ വ്യക്തിപരമായ കരിഷ്മ അവരുടെ ബുദ്ധിശ ക്തിയിലും കാവ്യാത്മകതയിലും കാന്തിക സാന്നിധ്യത്തിലും തെളിഞ്ഞു നിൽക്കുന്നു. ആക്ടിവിസത്തോടുള്ള റോയിയുടെ ആത്മാർത്ഥമായ സമീ പനത്തിന്റെ സവിശേഷതയാണ് പാർശ്വവൽക്കരിക്കപ്പെട്ടവരോടുള്ള അവരുടെ സഹാനുഭൂതിയും സാഹിത്യ സൃഷ്ടികളിലൂടെയും പൊതു ഇടപെടലുകളിലൂടെയും അവർ നടത്തിക്കൊണ്ടിരിക്കുന്ന നിരന്തര സമരങ്ങളും.

ഭരണകൂടം സ്പോൺസർ ചെയ്യുന്ന അക്രമങ്ങളെയും മനുഷ്യാവ കാശ ലംഘനങ്ങളെയും നിർഭയമായി വിമർശിച്ചതാണ് ആക്ടിവിസം മേഖലയിൽ റോയിയുടെ ശ്രദ്ധേയമായ സംഭാവനകളിൽ ഒന്ന്. അന്വേ ഷണാത്മക പത്രപ്രവർത്തനത്തിലൂടെയും പൊതു ഇടപെടലുകളിലൂടെ യും അവർ, സൈനിക ശക്തി ഉപയോഗിച്ചുള്ള അടിച്ചമർത്തലിന്റെ ക്രൂരതകളെ തുറന്നുകാട്ടുകയും ഭരണകൂട അടിച്ചമർത്തലിന്റെ ഇരകൾ ക്ക് വേണ്ടി നിരന്തരം ശബ്ദമുയർത്താറുമുണ്ട്.

വർത്തമാനകാല ഇന്ത്യൻ യാഥാർത്ഥ്യങ്ങളെക്കുറിച്ച് അവർ പറയുന്നത് കേൾക്കൂ:- "ഓരോ കാലഘട്ടങ്ങളിലുമായി രാജ്യത്ത് നടന്ന പോരാട്ടങ്ങളെ എല്ലാം ഭരണകൂടങ്ങൾ നിഷ്കരുണം അടിച്ചമർത്തി. ഇന്ന് സ്വന്തം രാജ്യത്ത് ജീവിക്കുന്നവരുടെ പൗരത്വം പോലും ചോദ്യം ചെയ്യ പ്പെടുകയാണ്. സ്വതന്ത്ര ചിന്തയെ പിടിച്ചു കെട്ടുകയാണ് ഭരണകൂടം. എല്ലാവരെയും ഒരു ചാരവലയത്തിൽ അകപ്പെടുത്തിയാണ് ഭരണകൂടം പ്രവർത്തിച്ചു കൊണ്ടിരിക്കുന്നത്. എല്ലാറ്റിനെയും അടിച്ചമർത്തുകയെ ന്നതാണ് ഫാഷിസത്തിന്റെ പ്രധാന അജണ്ട.

നയൻതാര സഹ്ഗൽ:

തളരാത്ത പോരാട്ടവീര്യവ്വുമായി

ജനാധിപത്യത്തിന്റെയ്യും മതനിരപേക്ഷതയു
ടെയ്യും മനുഷ്യാവകാശങ്ങളുടെയ്യും നിലനിൽപ്പിന
വേണ്ടി നിരന്തരം പോരാടികൊണ്ടിരിക്കുന്ന പ്രമുഖ
ഇന്ത്യൻ ഇംഗ്ലീഷ് എഴുത്തുകാരിയും ചിന്തകയ്യും
ആക്ടിവിസ്റ്റുമാണ് നയൻതാര സഹ്ഗൽ.

വിയോജിപ്പുകളെ അടിച്ചമർത്തുന്നതിലും
അസഹിഷ്ണുത പ്രോത്സാഹിപ്പിക്കുന്നതിലും ഉള്ള
പങ്ക് ഉൾപ്പെടെ, ഹിന്ദുത്വ ദേശീയതയുടെ അപക
ടങ്ങളെക്കുറിച്ചും ഇന്ത്യൻ സമൂഹത്തിൽ അത്
ചെലുത്തുന്ന സ്വാധീനത്തെക്കുറിച്ചും സഹ്ഗൽ വ്യക്തമായ ഭാഷയിൽ
വിവരിച്ചിട്ടുണ്ട്.

തന്റെ സാഹിത്യ നേട്ടങ്ങൾക്ക് പുറമേ, അനീതി, അടിച്ചമർത്തൽ,
വർഗീയത എന്നിവയ്ക്കെതിരെ സംസാരിക്കാൻ, തനിക്ക് കിട്ടുന്ന വേദി
കളൊക്കെ ഉപയോഗപ്പെടുത്തിക്കൊണ്ട്, പൊതു പ്രഭാഷണങ്ങളിലും
ആക്ടിവിസത്തിലും നയൻതാര സഹ്ഗൽ സജീവമായി ഏർപ്പെട്ടി
ട്ടുണ്ട്. ആവിഷ്കാര സ്വാതന്ത്ര്യത്തിനും വിയോജിപ്പിനും ജനാധിപത്യ
അവകാശങ്ങൾക്കും വേണ്ടി വാദിക്കുന്ന അവർ, ഭരണക്കൂട ഭീകരതയു
ടെയും രാഷ്ട്രീയ സെൻസർഷിപ്പിന്റെയും കടുത്ത വിമർശകയാണ്.

ജനാധിപത്യ തത്ത്വങ്ങളോടുള്ള സഹ്ഗലിന്റെ പ്രതിബദ്ധതയ്ക്ക്
കോട്ടം തട്ടിക്കാൻ ഇന്നേവരെ ഒരു ശക്തിക്കും സാധിച്ചിട്ടില്ല. മോദി
സർക്കാരിന് കീഴിൽ വർദ്ധിച്ചവരുന്ന അസഹിഷ്ണുതയുടെയും വർഗീയത
യുടെയും അന്തരീക്ഷത്തിൽ, ഇന്ത്യൻ വൈവിധ്യങ്ങൾ കാത്തു സൂക്ഷിക്ക
ന്നതിൽ മോദി സർക്കാർ പരാജയപ്പെട്ടുവെന്നാരോപിച്ച് നയൻതാര
സെഹ്ഗാൾ 2015-ൽ, തനിക്ക് ലഭ്യമായതിൽ വച്ച് ഏറ്റവും മൂല്യമുള്ള
സാഹിത്യ ബഹുമതിയായ കേന്ദ്രസാഹിത്യ അക്കാദമി അവാർഡ്
സർക്കാരിനെ തന്നെ തിരിച്ചേൽപ്പിച്ച കൊണ്ട്, ഭരണ കേന്ദ്രങ്ങളെ
ഞെട്ടിച്ച കളഞ്ഞു.

പ്രതീകാത്മകമായ അവരുടെ ഈ വിയോജിപ്പ് രേഖപ്പെടുത്തൽ
നടപടി, ജനാധിപത്യ മൂല്യങ്ങളുടെ ശോഷണത്തെക്കുറിച്ചും രാജ്യത്ത്
വളർന്നുകൊണ്ടിരിക്കുന്ന സ്വച്ഛാധിപത്യ പ്രവണതകളെകുറിച്ചും ദേശീ
യതലത്തിൽ തന്നെ ചൂടുപിടിച്ച ചർച്ചകൾക്ക് വഴിമരുന്നിട്ടു.

അധ്യായം: 13:
നിയമ വിദഗ്ധരും അഭിഭാഷകരും

പ്രശാന്ത് ഭൂഷൺ:

ഇന്ദിര ജെയ്സിംഗ്:

ദുഷ്യന്ത് ദവെ:

കപിൽ സിബൽ:

LEGAL EXPERTS &
ADVOCATES

പ്രശാന്ത് ഭൂഷൺ:
പൗരാവകാശങ്ങളുടെ മുന്നണിപോരാളി

സാമൂഹ്യ പ്രതിബദ്ധത തെളിയിച്ച പ്രശ സ്തനായ ഒരു നിയമജ്ഞൻ, സുപ്രീം കോടതിയിലെ വിദഗ്ധനായ പൊതു താൽപ്പര്യ അഭിഭാഷകൻ എന്നീ നിലകളിൽ, നിയമവാഴ്ച ഉയർത്തിപ്പിടിക്കുന്നതിലും പൗരസ്വാതന്ത്ര്യം സംര ക്ഷിക്കുന്നതിലും നിരന്തരമായ ഇടപെടലുകൾ നടത്തിക്കൊണ്ടിരിക്കുന്ന ജനാധിപത്യത്തിന്റെയും മനുഷ്യാവകാശങ്ങളുടെയും കാവൽക്കാരനാണ് അഡ്വ. പ്രശാന്ത് ഭൂഷൺ.

ഭരണഘടന ഉറപ്പ നൽകുന്ന അവകാശങ്ങൾ ഓരോ പൗരനും നേടിക്കൊടുക്കുന്നതിനും, നീതിയും സമത്വവും ഉറപ്പവരുത്തുന്നതിനും വേണ്ടി ഉന്നത നീതിപീഠമായ സുപ്രീം കോടതിക്ക് അകത്തും പുറത്തും നിരന്തരം ഇടപെട്ടു കൊണ്ടിരിക്കുന്ന പ്രമുഖ ആക്ടിവിസ്റ്റ് കൂടിയാണ് മുതിർന്ന സുപ്രീം കോടതി അഭിഭാഷകനും മുൻ കേന്ദ്ര നിയമകാര്യ വകുപ്പ് മന്ത്രിയുമായിരുന്ന ശാന്തി ഭൂഷന്റെ പുത്രനായ പ്രശാന്ത് ഭൂഷൺ.

നീതിക്കുവേണ്ടിയുള്ള അദ്ദേഹത്തിന്റെ അചഞ്ചലമായ സമർപ്പണ വും റേസർ മൂർച്ചയുള്ള നിയമമനസ്സും ചേർന്ന്, പാർശ്വവൽക്കരിക്കപ്പെ ട്ടവർക്കും അടിച്ചമർത്തപ്പെട്ടവർക്കും വേണ്ടിയുള്ള ശക്തമായ വക്താവ് എന്ന നിലയിൽ ഭൂഷൺ നീതിന്യായ മേഖലയിലും സാമൂഹ്യ രാഷ്ട്രീയ മണ്ഡലങ്ങളിലും പെട്ടെന്ന് തന്നെ പ്രശസ്തിയിലേക്ക് ഉയർന്നു.

അതിശക്തരായ കോർപ്പറേറ്റ് ഭീമന്മാർക്കെതിരെ പടവാൾ എട്ട ക്കുമ്പോഴും സർക്കാരിനെ വെല്ലുവിളിക്കുമ്പോഴും, ഭീഷണികൾക്കും പ്രകോപനങ്ങൾക്കും മുന്നിൽ പതറാതെ, അധികാര കേന്ദ്രങ്ങളോട് സത്യം ഉറക്കെ വിളിച്ചു പറയുന്ന കാര്യത്തിൽ ഭൂഷൺ ഒരുകാലത്തും

വിട്ടുവീഴ്ചയ്ക്ക് തയ്യാറായിട്ടില്ല.

ഭരണഘടനാ നിയമത്തെക്കുറിച്ചുള്ള അദ്ദേഹത്തിന്റെ ആഴത്തിലു ള്ള ധാരണയും ജനാധിപത്യത്തിന്റെയും മനുഷ്യാവകാശങ്ങളുടെയും ആദർശങ്ങളോടുമുള്ള പ്രതിബദ്ധതയും അനീതിക്കും അടിച്ചമർത്ത ലിനും എതിരെ നീതി തേടുന്നവർക്ക് മുന്നിൽ ഭ്രഷൺ പ്രത്യാശയുടെ പ്രകാശഗോപുരമായി ഉയർന്നു നിൽക്കുന്നു

നിക്ഷിപ്ത താല്പര്യക്കാരായ രാഷ്ട്രീയക്കാരിൽ നിന്നും കോർപ്പറേറ്റ് ഭീമന്മാരിൽ നിന്നും വിമർശനങ്ങളും ഭീഷണികളും തിരിച്ചടികളും നേരി ട്ടുന്നുണ്ടെങ്കിലും, നീതിക്കായുള്ള തന്റെ അന്വേഷണത്തിൽ പ്രശാന്ത് ഭ്രഷൺ പതറാതെ, തളരാതെ മുന്നോട്ട തന്നെ നീങ്ങുകയാണ്.

ഹിന്ദുത്വ ദേശീയതയുടെ കടുത്ത വിമർശകനാണ് ഭ്രഷൺ. വർഗീ യതയും വംശീയതയും ഇന്ത്യയുടെ ഭരണഘടനാ മൂല്യങ്ങളെ ഇരുങ്കം വയ്ക്കുന്നവയാണെന്നും ഭിന്നിപ്പിക്കുന്ന അജണ്ടയെ ഒരുവിധത്തിലും പ്രോത്സാഹിപ്പിക്കാൻ പാടില്ലെന്നും അങ്ങനെ ചെയ്യുന്നത് രാജ്യ ദ്രോഹമാണെന്നും അദ്ദേഹം വാദിക്കുന്നു.

പൗരത്വ ഭേദഗതി നിയമവും (സിഎഎ) ദേശീയ പൗരത്വ രജിസ്റ്റ റും (എൻആർസി) ഉൾപ്പെടെ മോദി സർക്കാരിന്റെ തീരുമാനങ്ങളെ സുപ്രീംകോടതിയിൽ വെല്ലുവിളിച്ച അഭിഭാഷകൻ കൂടിയാണ് പ്രശാന്ത് ഭ്രഷൺ.

ഇന്ദിര ജെയ്സിംഗ്:
നീതിന്യായ രംഗത്തെ ധീര വനിത

മുൻനിര നിയമവിദഗ്ധയും മനുഷ്യാവ കാശ പ്രവർത്തകയുമായ ഇന്ദിര ജെയ്സിംഗ്, നീതി, ലിംഗസമത്വം, പൗരാവകാശങ്ങൾ എന്നിവയോടുള്ള അചഞ്ചലമായ പ്രതിബ ദ്ധതയിലൂടെ ഇന്ത്യയുടെ നിയമമേഖലയിൽ മായാത്ത മുദ്ര പതിപ്പിച്ച വ്യക്തിത്വമാണ്.

വിഭജനത്തിന് ആറ് വർഷം മുമ്പ്, മുംബൈയിൽ ജനിച്ച ഇന്ദിര, നിയമ ജീവിത ത്തിന്റെ തുടക്കം മുതൽ തന്നെ, നീതി നിഷേ ധിക്കപ്പെട്ടവരുടെയും പാർശ്വവൽക്കരിക്കപ്പെട്ടവരുടെയും വക്കീലാണ് താനെന്ന് അഭിമാനപൂർവ്വം സ്വയം വിശേഷിപ്പിക്കാറുണ്ടായിരുന്നു.

ഒരു പൊതു താൽപ്പര്യ വ്യവഹാര അഭിഭാഷക എന്ന നിലയിലുള്ള ആദ്യകാല പ്രവർത്തനം, സാമൂഹിക മാറ്റത്തിനും ശാക്തീകരണത്തിനു മുള്ള ഒരു ഉപകരണമായി നിയമത്തെ ഉപയോഗിക്കാനുള്ള അവരുടെ ആജീവനാന്ത പ്രതിബദ്ധതയ്ക്ക് അടിത്തറയിട്ടു.

തന്റെ കരിയറിലുടനീളം, ഇന്ത്യൻ നിയമശാസ്ത്രത്തിന്റെ ഗതിയെ രൂപപ്പെടുത്തിയ നിരവധി സുപ്രധാന കേസുകൾ ഇന്ദിര ഏറ്റെടുത്തി ട്ടുണ്ട്. സ്ത്രീകളുടെ അവകാശങ്ങൾ സംരക്ഷിക്കുന്നത് മുതൽ അഭിപ്രായ സ്വാതന്ത്ര്യം സംരക്ഷിക്കുന്നത് വരെ, ഇന്ത്യയിലെ പൗരസ്വാതന്ത്ര്യത്തി നും മനുഷ്യാവകാശങ്ങൾക്കും വേണ്ടിയുള്ള മുന്നേറ്റത്തിൽ അവരുടെ നിയമ വാദങ്ങൾ പ്രധാന പങ്കുവഹിച്ചു.

പൊതുകാര്യങ്ങൾക്കുള്ള അവരുടെ സേവനങ്ങൾ മാനിച്ചുകൊണ്ട് 2005-ൽ, ഇന്ദിരാ ജെയ്സിങ്ങിന് രാജ്യം പത്മശ്രീ ബഹുമതി നൽകി ആദരിച്ചു. നാല് വർഷങ്ങൾക്ക് ശേഷം, ഇന്ത്യയുടെ അഡീഷണൽ സോളിസിറ്റർ ജനറലായി അവർ നിയമിതയായതോടെ അവർ,പ്രസ്തുത പദവി നേടുന്ന ആദ്യത്തെ വനിതയായി.

തന്റെ തുറന്ന പറച്ചിലുകളുടെ പേരിൽ വളരെയേറെ തിരിച്ചടികളും ഭീഷണികളും നേരിടേണ്ടി വന്നിട്ടും, ഇന്ദിര ജെയ്സിങ് നീതിക്കുവേ ണ്ടിയുള്ള തന്റെ പരിശ്രമം പൂർവാധികം ശക്തിയോടെ തുടരുക തന്നെയാണ്.

ന്യൂനപക്ഷ അവകാശങ്ങൾ നിഷേധിക്കുന്നതിന് എതിരെയും വിയോജിപ്പുകളെ കായികബലം കൊണ്ട് അടിച്ചമർത്താനുള്ള സർക്കാരിന്റെ നീക്കങ്ങൾക്കെതിരെയും ശക്തമായ നിലപാട് എടുത്ത അവർ, വർഗീയ അക്രമം, മനുഷ്യാവകാശ ലംഘനം എന്നിവയുമായി ബന്ധപ്പെട്ട നിരവധി ഉന്നതമായ കേസുകൾ വാദിച്ചിട്ടുണ്ട്. സിഎഎയും എൻആർസിയും ഉൾപ്പെടെ മോദി സർക്കാരിന്റെ തീരുമാനങ്ങളെ കോടതിയിൽ വെല്ലുവിളിച്ച അഭിഭാഷക കൂടിയാണ് ഇന്ദിര ജെയ്സിംഗ്.

ദുഷ്യന്ത് ദവെ:
ജനാധിപത്യത്തിന്റെയും നീതിയുടെയും കാവലാൾ

ഇന്ത്യയിലെ ജനാധിപത്യ മൂല്യങ്ങളും സാമൂഹിക നീതിയും സംരക്ഷിക്കുന്നതിൽ നിതാന്ത ജാഗ്രത പുലർത്തിയ പ്രമുഖ വ്യക്തിത്വങ്ങളിൽ ഒരാളാണ്, മുതിർന്ന അഭിഭാഷകനും സുപ്രീം കോടതി ബാർ അസോസിയേഷൻ മുൻ പ്രസിഡന്റുമായ ദുഷ്യന്ത് ദവെ.

ജനാധിപത്യ സ്ഥാപനങ്ങൾക്കും തത്വങ്ങൾക്കും മേലുള്ള മോദി സർക്കാരിന്റെ കടന്ന കയറ്റങ്ങൾക്കെതിരെ പരസ്യമായി പ്രതികരിക്കാൻ തയ്യാറായ സുപ്രീം കോടതിയിലെ ഈ സീനിയർ അഭിഭാഷകൻ, ജുഡീഷ്യൽ നിയമനങ്ങൾ സർക്കാർ കൈകാര്യം ചെയ്യുന്നതിനെയും അഭിപ്രായ സ്വാതന്ത്ര്യത്തെ ഹനിക്കാനുള്ള ശ്രമങ്ങളെയും ഭരണഘടനാ മാനദണ്ഡങ്ങളോട്ടുള്ള അവഗണനയെയും പലതവണ ശക്തിയായി വിമർശിച്ചിട്ടുണ്ട്.

നിരവധി ദശാബ്ദങ്ങൾ നീണ്ടുനിൽക്കുന്ന ഒരു കരിയറിനൊപ്പം, നിയമപരമായ ലാൻഡ്സ്കേപ്പിൽ, പ്രത്യേകിച്ച് ഭരണഘടനാ നിയമത്തിന്റെയും പൗര സ്വാതന്ത്ര്യത്തിന്റെയും മേഖലയിൽ ദുഷ്യന്ത് ദവെ, കാര്യമായ സംഭാവനകൾ നൽകിയിട്ടുണ്ട്.

ഇന്ത്യൻ ജനാധിപത്യത്തെ ആഴത്തിൽ സ്വാധീനിച്ചിട്ടുള്ള നിരവധി ഉന്നത കേസുകളിൽ അദ്ദേഹം സജീവമായി പങ്കെടുത്തിട്ടുണ്ട്. ഉദാഹരണത്തിന്, അഭിപ്രായ സ്വാതന്ത്ര്യം, ന്യൂനപക്ഷ അവകാശങ്ങൾ, തിരഞ്ഞെടുപ്പ് പരിഷ്കാരങ്ങൾ എന്നിവയുമായി ബന്ധപ്പെട്ട കേസുകളിലെ ദവെയുടെ ശക്തമായ ഇടപെടലുകൾ ഭരണഘടനാ തത്വങ്ങളുടെ സംരക്ഷകൻ എന്ന നിലയിൽ, ജുഡീഷ്യറിയുടെ പങ്ക് ശക്തിപ്പെടുത്തി.

അഴിമതിക്കും എക്സിക്യൂട്ടീവിന്റെ അതിരു കടക്കലുകൾക്കുമെതിരെയുള്ള നിരന്തര പോരാട്ടമാണ് ദുഷ്യന്ത് ദവെയുടെ ശ്രദ്ധേയമായ നേട്ടങ്ങളിലൊന്ന്. വ്യക്തിപരമായും തൊഴിൽപരമായും തനിക്ക് സംഭവിച്ചേക്കാവുന്ന അപകട സാധ്യതകൾ പരിഗണിക്കാതെ, അധികാരത്തിൽ ഇരിക്കുന്നവരുടെ തെറ്റായ നടപടികളെയും അധികാര ദുർവിനിയോഗത്തെയും വെല്ലുവിളിക്കാൻ ഒരു കാലത്തും ദുഷ്യന്ത് ദവെ മടിച്ചിട്ടില്ല.

കപിൽ സിബൽ:

ജനാധിപത്യത്തിന് പ്രതിരോധം തീർത്ത നിയമ പോരാളി

സമർത്ഥനും തന്ത്രജ്ഞനമായ പാർലമെന്റേറിയൻ, പ്രശസ്തനും വിദഗ്ധനമായ സുപ്രീംകോടതി അഭിഭാഷകൻ എന്നീ നിലകളിൽ, ഇന്ത്യയുടെ നിയമ-രാഷ്ട്രീയ മേഖലകളിലെ പ്രമുഖ വ്യക്തിത്വമാണ് കപിൽ സിബൽ.

1948 ഓഗസ്റ്റ് 8-ന് പഞ്ചാബിലെ ജലന്ധറിൽ ജനിച്ച കപിൽ സിബൽ, മതേതരത്വം, സാമൂഹിക നീതി, നിയമവാഴ്ച എന്നിവയോ ട്ടുള്ള അചഞ്ചലമായ പ്രതിബദ്ധതയാൽ അടയാളപ്പെടുത്തിയ ഒരു മഹത്തായ കരിയറിന്റെ ഉടമയും മാനവ വിഭവശേഷി വികസനം, ശാസ്ത്ര-സാങ്കേതികം, നിയമ-നീതി എന്നീ വകുപ്പുകൾകൈകാര്യം ചെയ്തിരുന്ന കേന്ദ്ര മന്ത്രിയുമായിരുന്നു.

ഇന്ത്യൻ നിയമ ശാസ്ത്രത്തിൽ കാര്യമായ സ്വാധീനം ചെലുത്തിയ നിരവധി സുപ്രധാന കേസുകൾ അദ്ദേഹം വാദിച്ചിട്ടുണ്ട്. പൗരാവകാ ശങ്ങൾ, മനുഷ്യാവകാശങ്ങൾ, ഭരണഘടനാ നിയമം തുടങ്ങി ഒട്ടേറെ വിഷയങ്ങളിൽ പ്രാഗല്ഭ്യം തെളിയിച്ച നിയമ വിദഗ്ധൻ കൂടിയാണ് കപിൽ സിബൽ.

സാമൂഹ്യ പ്രതിബദ്ധതയുള്ള ഒരു രാഷ്ട്രീയ പ്രവർത്തകൻ എന്ന നിലയിൽ, ഇന്ത്യയുടെ മതേതര ഘടനയെയും ജനാധിപത്യ സ്ഥാപ നങ്ങളെയും തകർക്കുന്ന നയങ്ങളുടെ കടുത്ത വിമർശകനായിരുന്ന സിബൽ.

പാർലമെന്റിലും പൊതു വേദികളിലും കപിൽ സിബലിന്റെ ഉജ്ജ്വല പ്രഭാഷണങ്ങൾ ശ്രദ്ധേയമായിതീർന്നത്, വാചാലത കൊണ്ട് മാത്രമല്ല, മറിച്ച് ബന്ധപ്പെട്ട വിഷയങ്ങളിലുള്ള അദ്ദേഹത്തിന്റെ ആഴത്തിലുള്ള പാണ്ഡിത്യം കൊണ്ട് കൂടിയായിരുന്നു. സ്വേച്ഛാധിപത്യത്തിന്റെ അപക

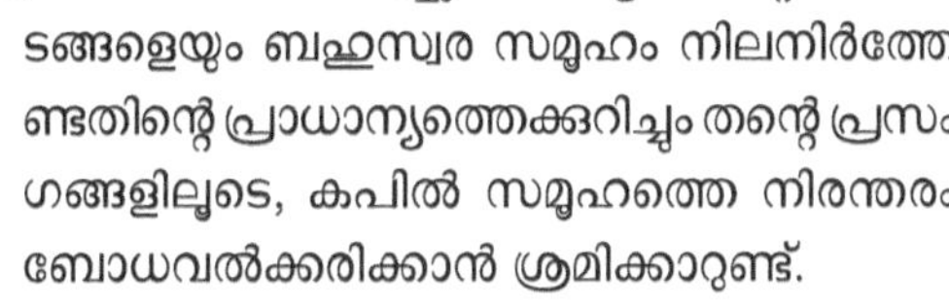

ടങ്ങളെയും ബഹുസ്വര സമൂഹം നിലനിർത്തേ ണ്ടതിന്റെ പ്രാധാന്യത്തെക്കുറിച്ചും തന്റെ പ്രസം ഗങ്ങളിലൂടെ, കപിൽ സമൂഹത്തെ നിരന്തരം ബോധവൽക്കരിക്കാൻ ശ്രമിക്കാറുണ്ട്.

വിയോജിപ്പുകളെ അടിച്ചമർത്താനും നിയമവാഴ്ചയെ തുരങ്കം വയ്ക്കാനും മൗലികാവ കാശങ്ങൾ വെട്ടിക്കുറയ്ക്കാനുമുള്ള ശ്രമങ്ങൾ ഉൾപ്പെടെ മോദി സർക്കാർ ഉയർത്തുന്ന

നിരവധി വെല്ലുവിളികളോട് പ്രതികരിച്ച പരിചയ സമ്പന്നനായ രാഷ്ട്രീയക്കാരനും അഭിഭാഷകനുമായ ഈ നിയമ വിദഗ്ധൻ, മതനി രപേക്ഷതയ്ക്ക് എതിരായുള്ള ആക്രമണങ്ങൾ, വിയോജിപ്പുകളെ അടിച്ചമർത്തൽ ഇടങ്ങിയ വിഷയങ്ങളിൽ സർക്കാരിന്റെ നയങ്ങളെ പലതവണ വിമർശിച്ചിട്ടുണ്ട്.

പൊതു സംവാദങ്ങളിൽ സജീവ പങ്കാളിയായ അദ്ദേഹം അഴിമതി, വർഗീയത, അധികാരത്തിന്റെ ദുരുപയോഗം ഇടങ്ങിയ വിഷയങ്ങ ളെക്കുറിച്ച് അവബോധം വളർത്താൻ തന്റെ പ്ലാറ്റ്ഫോം പരമാവധി ഉപയോഗപ്പെടുത്താറുണ്ട്. ന്യൂനപക്ഷ അവകാശങ്ങൾ സർക്കാർ കൈകാര്യം ചെയ്യുന്നതിനെതിരെയും ചരിത്രം തിരുത്തിയെഴുതാനുള്ള ശ്രമത്തിനെതിരെയും സിബൽ സംസാരിച്ചു.

അയോധ്യ തർക്കം, പൗരത്വ ഭേദഗതി നിയമം എന്നിവയുൾപ്പെടെ നിരവധി കേസുകൾ അദ്ദേഹം വാദിച്ചിട്ടുണ്ട്. സിഎഎയും എൻആർ സിയും ഉൾപ്പെടെ മോദി സർക്കാരിന്റെ തീരുമാനങ്ങളെ അദ്ദേഹം കോടതിയിൽ വെല്ലുവിളിക്കുകയും ചെയ്തിട്ടുണ്ട്.

മാ നിഷാദ
അരുത് കാട്ടാളാ..

അധ്യായം: 14:
സാമ്പത്തിക വിദഗ്ധത്രം സാമൂഹിക ശാസ്ത്രജ്ഞത്രം

അമർത്യ സെൻ:

രഘുറാം രാജൻ:

നന്ദിനി സുന്ദർ:

പരകാല പ്രഭാകർ

ECONOMISTS & SOCIAL SCIENTISTS

അമർത്യ സെൻ:

സാമ്പത്തിക നീതിയുടെയും സാമൂഹിക ക്ഷേമത്തിന്റെയും വഴികാട്ടി

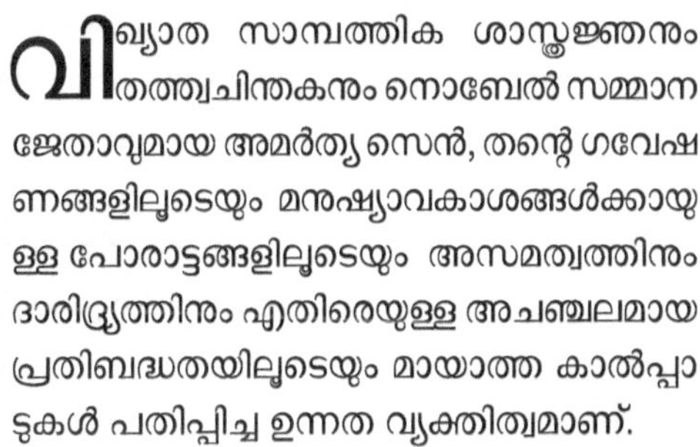

വിഖ്യാത സാമ്പത്തിക ശാസ്ത്രജ്ഞനും തത്ത്വചിന്തകനും നൊബേൽ സമ്മാന ജേതാവുമായ അമർത്യ സെൻ, തന്റെ ഗവേഷ ണങ്ങളിലൂടെയും മനുഷ്യാവകാശങ്ങൾക്കായു ള്ള പോരാട്ടങ്ങളിലൂടെയും അസമത്വത്തിനും ദാരിദ്ര്യത്തിനും എതിരെയുള്ള അചഞ്ചലമായ പ്രതിബദ്ധതയിലൂടെയും മായാത്ത കാൽപ്പാ ടുകൾ പതിപ്പിച്ച ഉന്നത വ്യക്തിത്വമാണ്.

ബംഗാളിലെ ഒരു ചെറുപട്ടണത്തിൽ നിന്നും ആഗോള പ്രശസ്തിയിലേക്ക് ഉയർന്ന അമർത്യാസെന്നിന്റെ കഠിനമായ യാത്ര, സമൂഹത്തിലെ ഏറ്റവും ദുർബലരായ ഹതഭാഗ്യരുടെ ജീവിതം മെച്ചപ്പെടുത്താനുള്ള അർപ്പണ ബോധത്തിന്റെയും അനുകമ്പ യുടെയും തെളിവാണ്.

പട്ടിണി, ദാരിദ്ര്യം, ക്ഷാമം തുടങ്ങിയ സാധാരണ മനുഷ്യന്റെ പ്രശ്ന ങ്ങളെ സാമ്പത്തിക ശാസ്ത്രത്തിന്റെ കേന്ദ്രബിന്ദുവാക്കിയതിൽ സെന്നിന് വലിയ പങ്കുണ്ട്. അണുവായുധ ശേഷി നേടിയിട്ടും സാക്ഷരത, വിദ്യാ ഭ്യാസം, ആരോഗ്യ പരിപാലനം, ദാരിദ്ര്യ നിർമാർജ്ജനം, സ്ത്രീ-പുരുഷ സമത്വം, എന്നിവയുടെ കാര്യത്തിൽ ഇപ്പോഴും ഇന്ത്യ പിന്നോക്കം നിൽക്കാനുള്ള പ്രധാന കാരണം ഭരണത്തിൽ വന്ന വീഴ്ചയാണെന്ന് അമർത്യാസെൻ ഇരന്ന പറഞ്ഞിട്ടുണ്ട്.

ഹിന്ദുത്വ ദേശീയതയുടെ കടുത്ത വിമർശകനാണ് അമർത്യാ സെൻ. ഇന്ത്യയുടെ ബഹുസ്വര പാരമ്പര്യങ്ങളെയും ജനാധിപത്യ മൂല്യങ്ങളെ യും തുരങ്കം വയ്ക്കുന്ന സങ്കുചിതവും വിഭജിക്കുന്നതുമായ അജണ്ടയാണ് ഇത് പ്രോത്സാഹിപ്പിക്കുന്നതെന്ന് അദ്ദേഹം വാദിക്കുന്നു. ന്യൂനപക്ഷ

അവകാശങ്ങൾ സർക്കാർ കൈകാര്യം ചെയ്യുന്നതിനെക്കുറിച്ചും വിയോ ജിപ്പുകളെ അടിച്ചമർത്താനുള്ള ശ്രമങ്ങളെക്കുറിച്ചും സെൻ ആശങ്ക പ്രകടിപ്പിച്ചിട്ടുണ്ട്. ഹിന്ദുത്വ ദേശീയതയുടെ അപകടങ്ങളെയും ഇന്ത്യൻ സമൂഹത്തിൽ അതിന്റെ സ്വാധീനത്തെയും കുറിച്ച് സെൻ ഇടയ്ക്കിടെ ഓർമ്മിപ്പിക്കാറുണ്ട്.

മോദി സർക്കാരിന്റെ സാമ്പത്തിക നയങ്ങളെ, പ്രത്യേകിച്ച് നോട്ട് നിരോധനത്തെയും ജിഎസ്ടിയെയും ക്രൂരമായി വിമർശിച്ച സാമ്പ ത്തിക വിദഗ്ധനാണ് അമർത്യാ സെൻ.

വെൽഫെയർ ഇക്കണോമിക്സ്, സോഷ്യൽ ചോയ്സ് എന്നീ മേഖ ലകളിലെ അദ്ദേഹത്തിന്റെ അതുല്യ സംഭാവനകൾ മാനിച്ചുകൊണ്ട്, സാമ്പത്തിക ശാസ്ത്രത്തിനുള്ള 1998-ലെ നൊബേൽ പുരസ്കാരം ലഭിച്ചത് അമർത്യാ സെന്നിനായിരുന്നു. അമർത്യാസെന്നിന് ലഭിച്ചു. 1999-ൽ ഭാരതരത്നം പുരസ്കാരവും അമർത്യാ സെന്നിനാണ് ലഭിച്ചത്.

രഘുറാം രാജൻ:
രാജ്യസ്നേഹിയായ സാമ്പത്തിക ശാസ്ത്രജ്ഞൻ

പ്രശസ്ത സാമ്പത്തിക വിദഗ്ധനും റിസർവ് ബാങ്ക് ഓഫ് ഇന്ത്യയുടെ മുൻ ഗവർണറുമായ രഘുറാം രാജൻ, ഇന്ത്യയിലെ സാമ്പത്തിക സമഗ്രതയുടെയും ജനാധിപത്യ മൂല്യങ്ങളുടെയും ഉറച്ച സംരക്ഷകനായി നിലകൊള്ളുന്നു.

1963 ഫെബ്രുവരി 3-ന് മധ്യപ്രദേശിലെ ഭോപ്പാലിൽ ജനിച്ച രഘുറാം രാജന്റെ മഹത്തായ കരിയർ അക്കാദമിക്, പൊതുസേവനം, അന്താരാഷ്ട്ര ധനകാര്യം എന്നിവയിൽ വ്യാപിച്ചുകിടക്കുന്നു. സാമ്പത്തിക വിപണി, ബാങ്കിംഗ്, സാമ്പത്തിക വികസനം എന്നിവയെക്കുറിച്ചുള്ള അദ്ദേഹത്തിന്റെ ഗവേഷണ പ്രബന്ധങ്ങളിലൂടെ, തന്റെ തലമുറയിലെ ഏറ്റവും മികച്ച സാമ്പത്തിക വിദഗ്ധരിൽ ഒരാൾ എന്ന ആദരവും അന്താരാഷ്ട്ര അംഗീകാരവും നേടാൻ അദ്ദേഹത്തിന് കഴിഞ്ഞു.

2008ലെ ആഗോള സാമ്പത്തിക മാന്ദ്യം പ്രവചിച്ചതോടെയാണ് സാമ്പത്തിക വിദശ്ധരുടെ ഇടയിൽ രഘുറാം പ്രശസ്തനാകുന്നത്. ഇന്ത്യയുടെ സാമ്പത്തിക അടിസ്ഥാന സൗകര്യങ്ങൾ നവീകരിക്കുന്ന തിനും ഡിജിറ്റൽ പണമിടപാടുകൾ പ്രോത്സാഹിപ്പിക്കുന്നതിനുമുള്ള

അദ്ദേഹത്തിന്റെ ശ്രമങ്ങൾ രാജ്യത്തിന്റെ സമ്പദ്‌വ്യവസ്ഥയിൽ ശാശ്വ തമായ സ്വാധീനം ചെലുത്തിയിട്ടുണ്ട്.

സാമ്പത്തിക രംഗത്ത് നടപ്പാക്കിയ പരിഷ്കാരങ്ങൾക്ക് പുറമേ, ജനാ ധിപത്യ മൂല്യങ്ങൾക്കും സാമൂഹിക നീതിക്കും വേണ്ടി ശബ്ദമുയർത്താനും രഘുറാം രാജൻ ധൈര്യം കാണിച്ചിട്ടുണ്ട്. നാട്ടിൽ വർദ്ധിച്ചുവരുന്ന അഴിമതി, സ്വജന പക്ഷപാതം, ചങ്ങാത്ത മുതലാളിത്തം, അസമത്വം എന്നിവയ്ക്കെതിരെ അദ്ദേഹം വാചാലനാവുകയും, അതുകൊണ്ടുത ന്നെ അദ്ദേഹം പലപ്പോഴും ഭരണാധികാരികളുടെ കണ്ണിലെ കരടായി മാറുകയും ചെയ്യ.

ഇന്ത്യയിൽ അനുദിനം വളർന്നു കൊണ്ടിരിക്കുന്ന സാമുദായിക സംഘർഷങ്ങളെയും സാമ്പത്തിക രംഗത്ത് അത് ഉണ്ടാക്കുന്ന ദൂര വ്യാപക പ്രത്യാഘാതങ്ങളെയും കുറിച്ച് അദ്ദേഹം പലതവണ വാചാ ലനായിട്ടുണ്ട്. ഇന്ത്യയുടെ വൈവിധ്യം ഒരു ശക്തിയാണെന്നും, സുസ്ഥിര വികസനത്തിന് എല്ലാവരെയും ഉൾക്കൊണ്ടു കൊണ്ടുള്ള ഒരു ജനാധി പത്യ സംവിധാനമാണ് അഭിലഷണീയമെന്നും അദ്ദേഹം വാദിക്കുന്നു.

നന്ദിനി സുന്ദർ:

അസമത്വങ്ങൾക്ക് എതിരെ ഒറ്റയാൾ പോരാട്ടം

ഇന്ത്യയിലെ ഭരണകൂടവും സാമൂഹിക ഘടനകളും നിലനിർത്തുന്ന സാമൂഹിക അസമ ത്വങ്ങൾ, വിവേചനം, അനീതികൾ എന്നിവ കണ്ടെത്തുന്നതിനായി തന്റെ ജീവിതവും കരിയറും സമർപ്പിക്കാൻ തയ്യാറായ ധീരവനി തയാണ് സാമൂഹ്യശാസ്ത്രജ്ഞയും ആക്ടിവിസ്റ്റു മായ നന്ദിനി സുന്ദർ.

പാർശ്വവൽക്കരിക്കപ്പെട്ട സമൂഹങ്ങൾക്ക വേണ്ടിയുള്ള നന്ദിനി സുന്ദറിന്റെ അശ്രാന്ത പരിശ്രമവും സാമൂഹിക നീതിയോടുള്ള പ്രതിബദ്ധതയും ഇന്ത്യൻ അക്കാദമിക രംഗത്തും ആക്ടിവിസത്തിലും ഒരു മുൻനിര ശബ്ദമെന്ന നിലയിൽ അവർക്ക് വ്യാപകമായ ആദരവും അംഗീകാരവും നേടിക്കൊടുത്തു.

സാമൂഹ്യശാസ്ത്രത്തോടുള്ള അവരുടെ ആത്മാർത്ഥമായ സമീപന ത്തിന്റെ സവിശേഷതയാണ് ഇന്ത്യൻ സമൂഹത്തിന്റെ സങ്കീർണ്ണതക ളെക്കുറിച്ചുള്ള ആഴത്തിലുള്ള ധാരണയും പാർശ്വവൽക്കരിക്കപ്പെട്ടവരു ടെയും അടിച്ചമർത്തപ്പെട്ടവരുടെയും ശബ്ദങ്ങൾ വർദ്ധിപ്പിക്കുന്നതിനുള്ള

നിരന്തരമായ പ്രതിബദ്ധതയും.

സാമൂഹ്യ ശാസ്ത്രജ്ഞയും ആക്ടിവിസ്റ്റുമായ സുന്ദർ ആദിവാസി അവകാശങ്ങളും സാമൂഹിക നീതിയുമായി ബന്ധപ്പെട്ട വിഷയങ്ങളിൽ വിപുലമായി പ്രവർത്തിച്ചിട്ടുണ്ട്. ആദിവാസി സമൂഹങ്ങളെ സർക്കാർ കൈകാര്യം ചെയ്യുന്നതിനെയും അവരുടെ അവകാശങ്ങൾ ഇല്ലാതാ ക്കാനുള്ള ശ്രമങ്ങളെയും അവർ വിമർശിച്ചു. രാജ്യത്ത് സമാധാന അന്ത രീക്ഷം സൃഷ്ടിക്കാൻ ബാധ്യതയുള്ള സർക്കാർ തന്നെ, സാമുദായിക സംഘർഷങ്ങൾക്കും വർഗീയ കലാപങ്ങൾക്കും കൂട്ടുനിൽക്കുന്ന വൈരു ദ്ധ്യത്തിനെതിരെ പലതവണ സുന്ദർ രംഗത്തെത്തിയിട്ടുണ്ട്.

സിഎഎയും എൻആർസിക്കും എതിരായി സംസാരിക്കുകയും ന്യൂന പക്ഷ അവകാശങ്ങൾക്ക് വേണ്ടി നിരന്തരം വാദിക്കുകയും ചെയ്യാറുള്ള നന്ദിനി സുന്ദർ, പാർശ്വവൽക്കരിക്കപ്പെട്ട സമുദായങ്ങൾക്കിടയിൽ ഹിന്ദുത്വ ദേശീയത ചെലുത്തുന്ന ദുസ്വാദനങ്ങളെക്കുറിച്ച് വിശദമായി പഠിക്കുകയും അതു സംബന്ധമായ വിലപ്പെട്ട വിവരങ്ങൾ പ്രസിദ്ധീക രിക്കുകയും ചെയ്തിട്ടുണ്ട്.

പരകാല പ്രഭാകർ:

പ്രക്ഷുബ്ധ കാലത്ത് വിവേകത്തിന്റെ ശബ്ദം

സമകാലിക ഇന്ത്യൻ രാഷ്ട്രീയത്തെയും സാമ്പത്തിക ശാസ്ത്രത്തെയും കുറിച്ചുള്ള ഉൾക്കാഴ്ചയുള്ള വിമർശനങ്ങൾക്കും സ്വതന്ത്ര വിശകലനങ്ങൾ ക്കും പേരുകേട്ട സാമ്പത്തിക ശാസ്ത്രജ്ഞനും രാഷ്ട്രീയ നിരൂപകനുമാണ് പരകാല പ്രഭാകർ.

വിശാലമായ കാഴ്ചപ്പാടോടെ, എല്ലാ വിഭാഗത്തിലും പെട്ട ആളുകളെ ഒരുപോലെ അംഗീകരിക്കുകയും പരിഗണിക്കുകയും ചെയ്യുന്ന, ജനാധി പത്യത്തിലും മതനിരപേക്ഷതയിലും അടിയുറച്ച മുന്നേറുന്ന സുദൃഢമായ ഒരു ഇന്ത്യക്കും കരുത്തുറ്റ സാമ്പത്തിക നയങ്ങൾക്കും വേണ്ടി വാദിക്ക ന്ന ഒരു വിമർശനാത്മക ചിന്തകൻ എന്ന നിലയിൽ, പരകാല പ്രഭാകർ വേറിട്ട ഒരു വ്യക്തിത്വമാണ്.

ഇന്ത്യൻ സമ്പദ് വ്യവസ്ഥയെയും ഭരണത്തെയുംകുറിച്ചുള്ള പ്രഭാക റിന്റെ വിമർശനാത്മക ഉൾക്കാഴ്ചകൾ വെല്ലുവിളികളെയും സമഗ്രവും തുല്യവുമായ വികസനം കൈവരിക്കുന്നതിനുള്ള സാധ്യതകളെയും പരി ഹാരങ്ങളെയും കുറിച്ച് വിലപ്പെട്ട വീക്ഷണങ്ങൾ വാഗ്ദാനം ചെയ്യുന്നു.

കേന്ദ്ര ധനമന്ത്രി നിർമ്മല സീതാരാമന്റെ ഭർത്താവ് എന്ന നിലയിൽ, നിലവിൽ രാജ്യം ഭരിച്ച കൊണ്ടിരിക്കുന്ന സർക്കാരുമായി

മാ നിഷാദ
അത് കാട്ടാളാ..

വ്യക്തിപരമായ അടുത്ത ബന്ധം ഉണ്ടായിരുന്നിട്ടും, സർക്കാരിനെ ക്കുറിച്ചും അതിന്റെ സാമ്പത്തിക നയങ്ങളെക്കുറിച്ചും വ്യതിരിക്തവും പലപ്പോഴും വിമർശനാത്മകവുമായ നിലപാടുകളാണ് പ്രഭാകർ കൈക്കൊള്ളാറുള്ളത്.

ഹിന്ദുത്വ പ്രത്യയശാസ്ത്രത്തെക്കുറിച്ചും സംഘപരിവാർ മുന്നോട്ടവ യ്ക്കുന്ന വിഭജന പ്രത്യയ ശാസ്ത്രത്തെക്കുറിച്ചും പ്രഭാകർ കടുത്ത ആശങ്ക പ്രകടിപ്പിക്കാറുണ്ട്. വെറുപ്പിന്റെയും വിദ്വേഷത്തിന്റെയും വ്യാപനം വഴി, ഇന്ത്യയെ പോലെയുള്ള ഒരു ബഹുസ്വര സമൂഹത്തിൽ ഉണ്ടാ യേക്കാവുന്ന ദുരന്തങ്ങളെക്കുറിച്ച് അദ്ദേഹം പലതവണ മുന്നറിയിപ്പ് നൽകിയിട്ടുണ്ട്.

ഇന്ത്യയുടെ ബഹുസ്വരതയുടെ ഘടനയെ തകർക്കും എന്നതിനാൽ. ഭൂരിപക്ഷ വാദത്തിന്റെ സാമൂഹിക-രാഷ്ട്രീയ പ്രത്യാഘാതങ്ങൾ ക്കെതിരെ അദ്ദേഹം ജനങ്ങൾക്ക് മുന്നറിയിപ്പ് നൽകാറുണ്ട്. തന്റെ രചനകളിലൂടെയും, സെമിനാറുകളിലെയും പൊതുയോഗങ്ങളിലെയും പ്രസംഗങ്ങളിലൂടെയും മതനിരപേക്ഷതയുടെയും ഉൾക്കൊള്ളലിന്റെ യും തത്ത്വങ്ങൾ ജനാധിപത്യത്തിന്റെ അടിത്തറയാണെന്നും, അതിനെ ഏതു തരത്തിലുള്ള പ്രത്യയശാസ്ത്രത്തിന്റെയും പിടിയിൽ നിന്നും സംര ക്ഷിക്കപ്പെടേണ്ടതാണെന്നും പ്രഭാകർ ഊന്നിപ്പറയുന്നു.

അധ്യായം 15:
മാധ്യമങ്ങളും പത്രപ്രവർത്തകരും

രവീഷ് കുമാർ : തോൽക്കാൻ മനസ്സില്ലാത്ത മാധ്യമ പ്രതിഭ

"ഗുജറാത്ത് ഫയൽസി"ലൂടെ ചരിത്രം തിരുത്തിയെഴുതിയ റാണ അയ്യൂബ്

ബർഖ ദത്ത്: നട്ടെല്ല് വളയ്ക്കാൻ തയ്യാറാവാത്ത മാധ്യമ പ്രവർത്തക

ഫെയ് ഡിസൂസ: അനീതിക്കെതിരെ ഒറ്റയാൾ പോരാട്ടം

The Hindu : നേരും നെറിയും തന്റേടവുമുള്ള പത്രം

The Wire നിർഭയ പത്ര പ്രവർത്തനത്തിലൂടെജനഹൃദയങ്ങളി ലേക്ക്

The Quint: നവമാധ്യമ രംഗത്തെ പുത്തൻ പ്രതീക്ഷ

Scroll.in [സ്ക്രോൾ] സത്യത്തിനും ഉത്തരവാദിത്തത്തിനും

MEDIA & JOURNALISTS

രവീഷ് കുമാർ

തോൽക്കാൻ മനസ്സില്ലാത്ത മാധ്യമ പ്രതിഭ

പ്രശസ്ത മാധ്യമ പ്രവർത്തകനും NDTV ഇന്ത്യയുടെ പ്രൈം ടൈം അവതാരക നമായിരുന്ന രവീഷ് കുമാർ ഇന്ത്യൻ മാധ്യമ മണ്ഡലത്തിൽ സത്യത്തിന്റെയും സമഗ്രതയു ടെയും ദീപസ്തംഭമായി നിലകൊള്ളുന്നു.

NDTV ഇന്ത്യയുടെ സീനിയർ എക്സിക്യൂ ട്ടീവ് എഡിറ്റർ ആയിരുന്ന രവീഷ് കുമാർ, പ്രൈം ടൈം, ഹം ലോഗ്, രവീഷ് കി റിപ്പോർ ട്ട്, ദേശ് കി ബാത്ത് തുടങ്ങിയ ജനപ്രിയ പരിപാടികളിലൂടെ രാജ്യത്തെ ദൃശ്യമാധ്യമ പ്രേക്ഷകർക്കിടയിൽ ഒരു തരംഗമായി മാറുകയായിരുന്ന

1974 ഡിസംബർ 5-ന് ബീഹാറിലെ ഈസ്റ്റ് ചമ്പാരൺ ജില്ലയിലെ ദരിദ്ര കുടുംബത്തിൽ ജനിച്ച്, ഇന്ത്യയിലെ ഏറ്റവും ആദരണീയനായ മാധ്യമ വിദഗ്ധനിലേക്കുള്ള രവീഷ് കുമാറിന്റെ ഉയർച്ചയുടെ രഹസ്യം പത്രുപ്രവർത്തനത്തോടുള്ള ആത്മാർത്ഥ സമീപനവും അദ്ദേഹം ഉയർ ത്തിപ്പിടിച്ച മാധ്യമ ധാർമികതയുമല്ലാതെ മറ്റൊന്നുമല്ല.

സർക്കാരിന്റെ അഴിമതിയും സ്വജനപക്ഷപാതവും തുറന്ന കാട്ടുമ്പോ ഴും, വർഗീയ-വംശീയ നിലപാടുകളെ തുറന്ന എതിർക്കുമ്പോഴും സ്വതന്ത്ര മാധ്യമ പ്രവർത്തനത്തിനും ആവിഷ്കാര സ്വാതന്ത്ര്യത്തിനും എതിരായ നീക്കങ്ങളെ വിമർശിക്കുമ്പോഴും തങ്ങളെ എതിർക്കുന്നവരെ എന്തു ചെയ്യാനും മടിയില്ലാത്ത അതിശക്തന്മാരായ ഭരണ വർഗത്തിന്റെയും കോർപ്പറേറ്റ് ഭീമന്മാരുടെയും ഭീഷണികളെ അദ്ദേഹം ഭയപ്പെട്ടില്ല.

ഹിന്ദുത്വ ദേശീയതയുടെ കടുത്ത വിമർശകനായ രവീഷ് കുമാർ

എൻഡിടിവിയിലെ തന്റെ പ്രൈംടൈം ഷോയിലൂടെ ഭിന്നിപ്പിക്കുന്ന അജണ്ട പ്രോത്സാഹിപ്പിക്കാനുമുള്ള ഗവൺമെന്റിന്റെ ശ്രമങ്ങളെ ശക്തമായി അപലപിച്ചിരുന്നു.

2014 മുതൽ, കേന്ദ്രഭരണം കയ്യാളുന്ന നരേന്ദ്ര മോദി സർക്കാരിനെ അന്ധമായി പിന്തുണയ്ക്കുന്ന, സ്ഥാനത്തും അസ്ഥാനത്തും വാഴ്ചപാട്ടുകൾ പാടി, "സുഖിപ്പിക്കുന്ന" ഇന്ത്യൻ മാധ്യമങ്ങളെ പരിഹസിക്കുന്നതിന വേണ്ടി രവീഷ് കുമാർ ആവിഷ്കരിച്ചതും ജനകീയമാക്കിയതുമായ ഒരു പദപ്രയോഗമാണ് "ഗോഡി മീഡിയ" എന്നത്. (സർക്കാരിന്റെ) മടി യിലിരിക്കുന്ന മാധ്യമങ്ങൾ എന്നാണ് ഇതുകൊണ്ട് ഉദ്ദേശിക്കുന്നത്.

ജേണലിസ്റ്റ് ഓഫ് ദ ഇയർ എന്ന നിലക്ക് രണ്ട് തവണ രാം നാഥ് ഗോയങ്കെ അവാർഡ് ലഭിച്ച രവീഷ് കുമാറിന് 2019-ൽ റാമോൺ മഗ്സസെ അവാർഡ് ലഭിച്ചു. ഈ അവാർഡ് ലഭിക്കുന്ന ഇന്ത്യയിൽ നിന്നുള്ള അഞ്ചാമത്തെ മാധ്യമ പ്രവർത്തകനാണ് രവീഷ് കുമാർ.

"ഗുജറാത്ത് ഫയൽസി"ലൂടെ ചരിത്രം തിരുത്തിയെഴുതിയ റാണ അയ്യൂബ്

അന്വേഷണാത്മക പത്രപ്രവർത്തനത്തിലൂടെ, സത്യത്തിനും നീതിക്കും വേണ്ടിയുള്ള അശ്രാന്ത പരിശ്രമത്തിലൂടെ ചരിത്രത്തിൽ ഇടംനേടിയ പത്ര പ്രവർത്തകയും ഗ്രന്ഥകാരിയുമായ റാണാ അയ്യൂബ്, ഇന്ത്യൻ മാധ്യമ രംഗത്തെ വേറിട്ട ശബ്ദമാണ്.

തെഹൽകയുടെ മുൻ അന്വേഷണാത്മക പത്രപ്രവർത്തകയും പ്ര ശസ്തമായ "ഗുജറാത്ത് ഫയൽസ്: അനാട്ടമി ഓഫ് എ കവർ-അപ്പ്" എന്ന പുസ്തകത്തിന്റെ രചയിതാവുമായ റാണ അയ്യൂബിന്, ഇന്ത്യൻ സമൂഹത്തിന്റെയും രാഷ്ട്രീയത്തിന്റെയും അധികാര കേന്ദ്രങ്ങളുടെയും ഇരുണ്ട നാഴികകളിലേക്ക് വെളിച്ചം വീശാൻ സാധിച്ചിട്ടുണ്ട്.

അതിസാഹസികതയിലൂടെ മാത്രം നേടിയെടുക്കാൻ സാധിക്കു ന്ന, അമൂല്യമായ ഒട്ടേറെ വിവരങ്ങളും തെളിവുകളും ഉൾക്കൊള്ളുന്ന റാണയുടെ അന്വേഷണാത്മക റിപ്പോർട്ടുകൾ അധികാര കേന്ദ്രങ്ങളെ

മാ നിഷാദ
അത് കാട്ടാല..

പിടിച്ച കുലുക്കിയിട്ടുണ്ട്, പലവട്ടം.

2002-ലെ കുപ്രസിദ്ധമായ ഗുജറാത്ത് വംശഹത്യ കലാപത്തിൽ ഭരണാധികാരികളുടെ പക്ഷപാതകരമായ ഇടപെടലുകളും നിരപ രാധികൾ കൂട്ടമായി കൊല ചെയ്യപ്പെട്ടപ്പോൾ പോലീസ് ഉൾപ്പെടെ യുള്ള ക്രമസമാധാന സംവിധാനങ്ങൾ നോക്കുകുത്തിയായി നിന്നതും ഉൾപ്പെടെയുള്ള തെളിവുകൾ മൂടിവെക്കുന്നതിനു വേണ്ടിയുള്ള കുൽസിത ശ്രമങ്ങൾ പരാജയപ്പെടുത്തിക്കൊണ്ട്, വ്യക്തമായ തെളിവുകളുടെ പിൻബലത്തോടെ, കലാപത്തിൽ സർക്കാർ സംവിധാനത്തിന്റെ പങ്കാളിത്തം തുറന്നുകാട്ടുന്ന, കുറ്റമറ്റ രീതിയിൽ എഴുതപ്പെട്ട അന്വേഷണ കൃതിയാണ് റാണാ എഴുതിയ ഗുജറാത്ത് ഫയൽസ്: അനാട്ടമി ഓഫ് എ കവർ-അപ്പ്" [Gujarat Files: Anatomy of a Cover-Up].

ഗുജറാത്ത് സർക്കാരിലെയും പോലീസ് സേനയിലെയും പ്രധാന വ്യക്തികളിലേക്ക് രഹസ്യമായി എത്തിച്ചേരുന്നതിനുവേണ്ടി മൈഥിലി ത്യാഗി എന്ന ഹിന്ദു ചലച്ചിത്ര പ്രവർത്തകയായി വേഷമിട്ട റാണ അയ്യൂ ബിന്റെ രഹസ്യാന്വേഷണം, ഈ പുസ്തകം സൂക്ഷ്മമായി രേഖപ്പെടുത്തുന്നു. രഹസ്യ റെക്കോർഡിംഗുകളിലൂടെയും നേരിട്ടുള്ള വിവരണങ്ങളിലൂടെ യും, ഒരു പ്രത്യേക സമുദായത്തെ വംശഹത്യ ചെയ്യുന്നതിന് വേണ്ടി നടന്ന ഗൂഢാലോചനകളിലും ഗൂഢപദ്ധതി നടപ്പിലാക്കിയ രീതിയിലും ഭരണകൂടത്തിന്റെ പങ്കാളിത്തത്തെക്കുറിച്ചുള്ള ഞെട്ടിക്കുന്ന വെളിപ്പെ ടുത്തലുകളാണ് അയ്യൂബ് ഈ പുസ്തകത്തിലൂടെ ലോകത്തോട് വിളിച്ച പറഞ്ഞത്.

കലാപത്തിന് പിന്നിലെ സത്യം പുറത്തു കൊണ്ടുവരുന്നതിലെ ധീര തയ്യും സമഗ്രതയ്യും ഗുജറാത്ത് ഫയൽസ്" വ്യാപകമായ അംഗീകാരം നേടി. ഇത് ബഹുജനരോഷത്തിന് കാരണമായിത്തീരുകയും സംഭവ ങ്ങളെക്കുറിച്ചുള്ള വിശദ അന്വേഷണങ്ങൾക്കും സൂക്ഷ്മ പരിശോധനകൾ ക്കും പ്രേരിപ്പിക്കുകയും ചെയ്തു.

ഇന്ത്യക്കകത്തും അന്തർദേശീയ തലത്തിലും പതിനായിര ക്കണക്കിന് വായനക്കാരിലേക്ക് എത്തിച്ചേർന്ന, "ഗുജറാത്ത് ഫയൽസ്" ഒരു ബെസ്റ്റ് സെല്ലറായി മാറുകയും മാധ്യമങ്ങൾ, അക്കാ ദമികൾ, മനുഷ്യാവകാശ സംഘടനകൾ എന്നിവിടങ്ങളിലൊക്കെ ചൂട് പിടിച്ച ചർച്ചകൾക്ക് കാരണമായി തീരുകയും ചെയ്തു. ഈ ഗ്രന്ഥം, റാണ അയ്യൂബിന് പത്രപ്രവർത്തനത്തിനുള്ള സംസ്കൃതി അവാർഡ്, മികച്ച വനിതാ പത്രപ്രവർത്തകക്കുള്ള ചമേലി ദേവി ജെയിൻ അവാർഡ് എന്നിവയ്ക്കപ്പെടെ നിരവധി അവാർഡുകൾ നേടിക്കൊ ടുക്കുകയും ചെയ്തു.

ബർഖ ദത്ത്:

നട്ടെല്ല് വളയ്ക്കാൻ തയ്യാറാവാത്ത മാധ്യമ പ്രവർത്തക

സത്യത്തിനായുള്ള നിർഭയമായ പരിശ്രമം, സ്വതന്ത്ര മാധ്യമങ്ങളോട്ടുള്ള അചഞ്ചലമായ പ്രതിബദ്ധത, തകർപ്പൻ അന്വേഷണാത്മക റിപ്പോർട്ടിംഗ് എന്നിവയിലൂടെ ഇന്ത്യയിലെ ജേണലിസം മേഖലയിൽ മായാത്ത കാൽപ്പാ ടുകൾ പതിപ്പിച്ച ആദരണീയ വ്യക്തിത്വമാണ്, പ്രശസ്ത പത്രപ്രവർത്തകയും ടെലിവിഷൻ അവതാരകയുമായ ബർഖ ദത്ത്.

1990-കളുടെ ഇടക്കത്തിൽ ഇന്ത്യയിലെ പ്രമുഖ വാർത്താ ചാനലുകളിലൊന്നായ എൻഡിടിവിയിൽ റിപ്പോർട്ട റായി ചേർന്നതോടെയാണ് ബർഖ ദത്തിന്റെ പത്രപ്രവർത്തന ജീവിതം ആരംഭിച്ചത്. ചലനാത്മകമായ സാന്നിധ്യവും ക്ഷുർമ്മ ബുദ്ധിയും വൈവി ധ്യമാർന്ന പ്ലാറ്റ്ഫോമുകളില്ലുടനീളമുള്ള പ്രേക്ഷകരുമായി ബന്ധപ്പെ ടാനുള്ള കഴിവും ഒരു ജേണലിസ്റ്റ് എന്ന നിലയിൽ ബർഖ ദത്തിന്റെ പ്രത്യേകതകളാണ്.

ഹിന്ദുത്വ ദേശീയതയുടെ കടുത്ത വിമർശകയായ അവർ, പാർശ്വ വത്കരിക്കപ്പെട്ട സമൂഹങ്ങളിൽ സർക്കാർ നയങ്ങൾ ചെലുത്തുന്ന സ്വാധീനവും ജനാധിപത്യ മൂല്യങ്ങളുടെ ശോഷണവും എടുത്തുകാ ണിച്ചു.വിയോജിപ്പുകളെ അടിച്ചമർത്താനും പത്രസ്വാതന്ത്ര്യത്തെ ഹനിക്കാനുമുള്ള മോദി സർക്കാരിന്റെ ശ്രമങ്ങളെ തുറന്ന കാട്ടുകയും മതന്യൂനപക്ഷങ്ങളുടെ പാർശ്വവൽക്കരണത്തെയും പൗരത്വവുമായി ബന്ധപ്പെട്ട സിഎഎ, എൻആർസി നിയമങ്ങളെയും അവർ നിശ്ചിത മായി വിമർശിക്കുകയും ചെയ്തു.

ജേർണലിസം രംഗത്തെ വിശിഷ്ട സേവനത്തിന്, ഇന്ത്യയിലെ നാലാമത്തെ പരമോന്നത സിവിലിയൻ ബഹുമതിയായ പത്മശ്രീ ഉൾപ്പെടെ നിരവധി പുരസ്കാരങ്ങളും ബഹുമതികളും ദത്തിനെ തേടി യെത്തിയിട്ടുണ്ട്.

മാ നിഷാദ
അത്ര് കാട്ടാലാ..

ഫെയ് ഡിസൂസ:

അനീതിക്കെതിരെ ഒറ്റയാൾ പോരാട്ടം

യാഥാർത്ഥ്യങ്ങൾ മറച്ചുപിടിച്ച്, ഭരണാ
ധികാരികൾക്ക് ഓശാന പാടുന്ന തരം
താഴ്ന്ന പണി ചെയ്യാൻ തന്നെ കിട്ടില്ലെന്ന്
വെട്ടിയുറന്നു പറഞ്ഞ്, പത്രപ്രവർത്തനം
അവസാനിപ്പിച്ച് ജനങ്ങൾക്കിടയിലേക്ക്
ഇറങ്ങിവരാൻ ചങ്കൂറ്റം കാണിച്ച ഒരു ധീര
വനിതയുണ്ട്, ടൈംസ് ഗ്രൂപ്പിന്റെ ഉടമസ്ഥത
യില്ലുള്ള വാർത്ത ചാനലായ Mirror Now
എക്സിക്യൂട്ടീവ് എഡിറ്റർ ആയിരുന്ന ഫെയ്

ഡിസൂസ (Faye D'Souza) എന്ന പ്രശസ്ത ഇംഗ്ലീഷ് മാധ്യമ പ്രവർത്ത
കയാണവർ.

സമകാലിക ഇന്ത്യൻ രാഷ്ട്രീയത്തിലെ ഫാസിസ്റ്റ് പ്രവണതകൾക്കെ
തിരെ ശക്തമായ നിലപാടെടുത്ത ധീര വനിതയാണ് മംഗലാപുരം
സ്വദേശിനിയായ ഫെയ് ഡിസൂസ. രാജ്യത്ത് നടന്നു കൊണ്ടിരിക്കുന്ന
നീതി നിഷേധങ്ങൾക്കെതിരെ, ഭരണക്കൂടം സ്പോൺസർ ചെയ്യപ്പെടുന്ന
ഭീകരതക്കെതിരെ, പടപൊരുതുന്ന കാര്യത്തിൽ മുഖ്യധാരാ പത്രമാധ്യ
മങ്ങൾ പരാജയപ്പെട്ടപ്പോഴാണ് ഡിസൂസക്ക് ഇത്തരം ഒരു തീരുമാനം
എടുക്കേണ്ടി വന്നത്.

അഴിമതി, വർഗീയത, മത ന്യൂനപക്ഷങ്ങൾക്ക് നേരെയുള്ള അതിക്ര
മങ്ങൾ, മാധ്യമങ്ങളുടെ വായ മൂടി കെട്ടുന്ന സർക്കാർ നയം എന്നിവയെ
നിശിതമായി വിമർശിക്കുകയും മന്ത്രിമാർ അടക്കമുള്ള പ്രമുഖരെ
മുൾമുനയിൽ നിർത്തുകയും ചെയ്ത, The Urban Debate എന്ന TV
ഷോയിലൂടെ അവർ പ്രശസ്തിയുടെ കൊടുമുടിയിലേക്ക് ഉയർന്നുകൊ
ണ്ടിരിക്കുമ്പോഴാണ് അനീതിക്ക് മുന്നിൽ മുട്ടമടക്കാൻ തയ്യാറല്ലെന്ന് പ്ര
ഖ്യാപിച്ച ജോലി ഉപേക്ഷിച്ച് പൊതു ജനമധ്യത്തിലേക്ക് ഇറങ്ങിവന്നത്!

മുംബൈയിൽ വെച്ച് നടത്തിയ Spoken Fest-2020 എന്ന പരിപാ
ടിയിൽ ഫെയ് ഡിസൂസ "അങ്കിൾ, നിങ്ങൾ ഞങ്ങളോടൊപ്പമാണോ?"
എന്ന തലക്കെട്ടിൽ നടത്തിയ പ്രഭാഷണത്തിൽ, രാജ്യത്ത് നടന്നുകൊ
ണ്ടിരിക്കുന്ന പ്രതിഷേധങ്ങളോട് സമൂഹത്തിലെ വിവിധ വിഭാഗങ്ങൾ
പ്രതികരിച്ച രീതി മനോഹരമായി സംഗ്രഹിച്ചിട്ടുണ്ട്.

ഡൽഹി ജെ.എൻ.യു, ജാമിയ മില്ലിയ സർവ്വ കലാശാലകളിലെ
വിദ്യാർഥികൾ ഉൾപ്പെടെ രാജ്യത്തെ വിദ്യാർത്ഥി സമൂഹം, തങ്ങളുടെ

ഭാവി പോലും പരിഗണിക്കാതെ, അനീതിക്കെതിരെ പടപൊരുതാൻ ധീരതയോടെ തെരുവിലിറങ്ങിയ കാഴ്ച പ്രഭാഷണത്തിൽ അവർ ആവേശപൂർവ്വം വിവരിക്കുന്നുണ്ട്.

സ്വേച്ഛാധിപത്യ ഭരണത്തിന്റേയും വിഭജന പ്രത്യയശാസ്ത്രങ്ങളടേയും ശക്തമായ വിമർശകയാണ് അവർ. സമകാലിക ഇന്ത്യൻ രാഷ്ട്രീയത്തിലെ ഫാസിസ്റ്റ് പ്രവണതകൾക്കെതിരായ ഡിസ്സൂസയുടെ കലാപം, ജനാധിപത്യത്തിലും മതനിരപേക്ഷതയിലും ഉള്ള അവരുടെ അചഞ്ചലമായ വിശ്വാസത്തിൽ നിന്നും ഉടലെടുത്തതാണ്.

The Hindu :

നേരും നെറിയും തന്റേടവുമുള്ള പത്രം

ഇന്ത്യയിലെ ഏറ്റവും പഴക്കമേറിയതും ബഹുമാനിക്കപ്പെടുന്നതുമായ ദേശീയ പത്രങ്ങളിലൊന്നായ ദ ഹിന്ദു, പക്ഷപാത രഹിത പത്രപ്രവർത്തനത്തിനും നിർഭയ റിപ്പോർട്ടിങ്ങിനും ജനാധിപത്യ മൂല്യങ്ങൾ ഉയർത്തിപ്പിടിക്കുന്നതിലും സാമൂഹിക നീതിയെ പ്രോത്സാഹിപ്പിക്കുന്നതിലും നിർണായക പങ്ക് വഹിച്ച പ്രമുഖ ഇന്ത്യൻ ഇംഗ്ലീഷ് മാധ്യമമാണ്.

1878-ൽ സ്ഥാപിതമായ ദ ഹിന്ദു, അതിന്റെ വായനക്കാർക്ക് കൃത്യവും ന്യായവും സന്തുലിതവുമായ വാർത്തകൾ നൽകാനുള്ള ദൗത്യത്തിൽ ഇപ്പോഴും ഉറച്ച നിൽക്കുന്നു.

ദ ഹിന്ദുവിന്റെ എഡിറ്റോറിയൽ ടീമിന്റെ ചുക്കാൻ പിടിക്കുന്നത് മാധ്യമ രംഗത്ത് കഴിവ് തെളിയിച്ച എഴുത്തുകാരുടെയും മാധ്യമ പ്രവർത്തകരുടെയും പത്രാധിപന്മാരുടെയും ഒരു സമർപ്പിത ഗ്രൂപ്പ് ആയതിനാൽ, അവർ പത്രപ്രവർത്തന സമഗ്രതയുടെ ഉയർന്ന നിലവാരം ഉയർത്തിപ്പിടിക്കാൻ പ്രതിജ്ഞാബദ്ധരാണ്. മുൻ ചീഫ് എഡിറ്ററും പ്രസാധകനുമായ എൻ. റാമിന്റെ നേതൃത്വത്തിൽ, കർക്കശമായ വസ്തുതാ പരിശോധന, ആഴത്തിലുള്ള വിശകലനം, സത്യം മാത്രം പറയാനുള്ള അചഞ്ചലമായ പ്രതിബദ്ധത എന്നിവ സർവ്വത്ര അംഗീകരിക്കപ്പെട്ടതാണ്.

വർഗീയതക്കും വംശീയതക്കും വളം വയ്ക്കുന്ന ധ്രുവീകരിക്കപ്പെട്ട രാഷ്ട്രീയ കാലാവസ്ഥയിൽ, ജനാധിപത്യ മൂല്യങ്ങൾക്ക് വേണ്ടിയുള്ള പോരാട്ടം തുടരുമ്പോൾ, സത്യത്തിന്റെയും സുതാര്യതയുടെയും ഉത്തര വാദിത്തത്തിന്റെയും ഉറച്ച സംരക്ഷകനായി ദ ഹിന്ദു തുടരുന്നു.

The Wire

നിർഭയ പത്ര പ്രവർത്തനത്തിലൂടെ ജനഹൃദയങ്ങളിലേക്ക്

അഭിപ്രായ, ആവിഷ്കാര സ്വാ തന്ത്ര്യങ്ങൾക്ക് നേരെ കടുത്ത വെല്ലുവിളികൾ ഉയർന്നു കൊണ്ടി രിക്കുന്ന സമകാലിക ഇന്ത്യ യിൽ, ഒരു സ്വതന്ത്ര ഡിജിറ്റൽ വാർത്താ പ്ലാറ്റ് ഫോമായ ദ വയർ, പത്രപ്രവർത്തന സമഗ്ര തയുടെയും അന്വേഷണാത്മക റിപ്പോർട്ടിംഗിന്റെയും പ്രതീക്ഷാ കേന്ദ്ര മായി വളർന്നു കൊണ്ടിരിക്കുകയാണ്.

സുപ്രസിദ്ധ മാധ്യമ പ്രവർത്തകനായ സിദ്ധാർത്ഥ് വരദരാജൻ, 2015-ൽ സുഹൃത്തുക്കളും മാധ്യമ പ്രവർത്തകരുമായ സിദ്ധാർഥ് ഭാട്ടിയ, എം.കെ.വേണു എന്നിവരോടൊപ്പം ചേർന്ന് സ്ഥാപിച്ച ദ വയർ, ഫൗണ്ടേഷൻ ഫോർ ഇൻഡിപെൻഡന്റ് ജേണലിസം എന്ന പേരിലുള്ള ലാഭരഹിത സംഘടനയുടെ ഉടമസ്ഥതയിലാണ് പ്രവർത്തിക്കുന്നത്.

ഇംഗ്ലീഷ്, ഹിന്ദി, മറാത്തി, ഉറുദു ഭാഷകളിൽ ലാഭേച്ഛയില്ലാതെ പ്രസിദ്ധീകരിക്കുന്ന ഒരു വാർത്താ അഭിപ്രായ വെബ് സൈറ്റായ ദി വയർ, അഴിമതി ഇറന്നു കാട്ടുന്നത് മുതൽ മനുഷ്യാവകാശ ലംഘനങ്ങൾ രേഖപ്പെടുത്തുന്നത് വരെ, അധികാരി വർഗ്ഗത്തിന്റെ മുഖത്ത് നോക്കി സത്യം വിളിച്ച പറയുവാനും പാർശ്വവത്കരിക്കപ്പെട്ടവരുടെ ശബ്ദം കൂടുതൽ ഉച്ചത്തിൽ കേൾപ്പിക്കുന്നതിനുമുള്ള പ്രതിബദ്ധത എല്ലാ ഘട്ട ങ്ങളിലും പ്രകടിപ്പിച്ചിട്ടുണ്ട്.

The Quint:

നവമാധ്യമ രംഗത്തെ പുത്തൻ പ്രതീക്ഷ

ഊർജ്ജസ്വലമായ ഡിജിറ്റൽ വാർത്താ പ്ലാറ്റ്ഫോമായ The Quint, ഇന്ത്യയിലെ സ്വതന്ത്രവും അന്വേഷണാത്മകവുമായ പത്രപ്രവർത്തന രംഗത്ത് വിപ്ലവാത്മകമായ മാറ്റങ്ങൾക്ക് തുടക്കം കുറിച്ചുകൊണ്ട്, നവമാധ്യമ രംഗത്തെ മുൻനിര ശക്തിയായി മാറിയിരിക്കുന്നു.

2014-ൽ രാഘവ് ബാൽ സ്ഥാപിച്ച ക്വിന്റ്, വാർത്തകൾക്കും വിശകലനത്തിനും അഭിപ്രായത്തിനും വിശ്വസനീയമായ ഉറവിടമെന്ന നിലയിൽ പെട്ടെന്ന് തന്നെ പ്രശസ്തിയിലേക്ക് ഉയർന്നു.

ഇന്ത്യൻ പത്രപ്രവർത്തനത്തിന് ദി ക്വിന്റിന്റെ ഏറ്റവും പ്രധാനപ്പെട്ട സംഭാവനകളിലൊന്ന്, പ്രേക്ഷകരുമായി ഇടപഴകാനും സങ്കീർണ്ണമായ വിഷയങ്ങളിൽ ആഴത്തിലുള്ള വിശകലനം നൽകാനും മൾട്ടിമീഡിയ സ്റ്റോറി ടെല്ലിംഗ് ടെക്നിക്കുകളുടെ നൂതനമായ ഉപയോഗമാണ്.

Scroll.in [സ്ക്രോൾ]

സത്യത്തിനും ഉത്തരവാദിത്തത്തിനും

രാഷ്ട്രീയം, സംസ്കാരം, സാങ്കേതികവിദ്യ എന്നിവയുൾപ്പെടെ വിവിധ വിഷയങ്ങളിൽ വാർത്തകളും വിശകലനങ്ങളും വ്യാഖ്യാനങ്ങളും നൽകുന്ന, ഒരു പുരോഗമന ഡിജിറ്റൽ വാർത്താ പ്ലാറ്റ്ഫോമായ Scroll.in. ഇന്ത്യയിലെ സ്വതന്ത്ര, അന്വേഷണാത്മക പത്രപ്രവർത്തനത്തിന്റെ അമരത്തേക്ക് ഉയർന്നു വരികയാണ്.

രാഷ്ട്രീയമായി സെൻസിറ്റീവ് ആയ വിഷയങ്ങളുടെ കവറേജിലും നിക്ഷിപ്ത താൽപ്പര്യങ്ങളെയും അധികാരികളെയും നേരിടാനുള്ള സന്നദ്ധതയിലും Scroll.in ന്റെ നിർഭയ പത്രപ്രവർത്തനത്തോടുള്ള പ്രതിബദ്ധത പ്രകടമാണ്. അഴിമതി തുറന്നുകാട്ടുന്നത് മുതൽ മനുഷ്യാവകാശ ലംഘനങ്ങൾ രേഖപ്പെടുത്തുന്നത് വരെ, പ്രാധാന്യമുള്ള വിഷയങ്ങളിൽ കൃത്യവും നിഷ്പക്ഷവും ഫലപ്രദവുമായ റിപ്പോർട്ടിംഗ് നൽകാനുള്ള ദൗത്യത്തിൽ പ്ലാറ്റ്ഫോം ഉറച്ചുനിൽക്കുന്നു.

അധ്യായം: 16
അപ്രിയ സത്യങ്ങൾ പറയാൻ ധീരത കാണിച്ച സിനിമകളും കലാകാരന്മാരും

നന്ദിതാ ദാസിന്റെ Firaq

പർസാനിയ:

കമൽഹാസൻ:

പ്രകാശ് രാജ്:

നസീറുദ്ദീൻ ഷാ

ശബാന ആസ്മി:

ജാവേദ് അക്തർ:

ദീപിക പദുക്കോൺ:

Films and Artists who had the Courage to Call out Unpleasant Truths

മാ നിഷാദ
അത് കാട്ടാളാ..

നന്ദിതാ ദാസിന്റെ **Firaq:**
സാമൂഹ്യ യാഥാർത്ഥ്യങ്ങൾക്ക് നേരെ പിടിച്ച കണ്ണാടി

കെട്ടുകഥകളും ഫാന്റസികളും അരങ്ങുവാഴുന്ന ഇന്ത്യൻ ചലച്ചിത്ര മണ്ഡലത്തിൽ, സാമൂഹിക ബോധത്തിന്റെ പ്രകാശഗോപുരമായി ഉയർന്നു വരികയാണ് പ്രശസ്ത നടിയും സംവിധായകയുമായ നന്ദിതാ ദാസ്.

സാമൂഹ്യ പ്രസക്തിയുള്ള കഥ പറച്ചിലില്ലൂടെയും സ്ക്രീനിലെ ശ്രദ്ധേയമായ പ്രകടനത്തിലൂടെയും പേരു കേട്ട നന്ദിത ദാസ്, സംവിധായികയായി അരങ്ങേറ്റം കുറിച്ചുകൊണ്ട്, ഗുജറാത്ത് വംശഹത്യാ കലാപത്തെ അടിസ്ഥാന മാക്കി, 2008-ൽ പുറത്തിറക്കിയ ശക്തവും ചിന്തോദ്ദീപകവുമായ ഒരു സമാന്തര ഹിന്ദി ചലച്ചിത്രമാണ് ഫിരാഖ്.

വെറുമൊരു സിനിമ മാത്രമല്ല ഫിരാഖ്, സാമുദായിക പൊരുത്തക്കേ ടിന്റെ കഠിനമായ യാഥാർത്ഥ്യങ്ങളെ പ്രതിഫലിപ്പിക്കുന്ന ഒരു കണ്ണാടി കൂടിയാണിത്. കലാപാനന്തര ഭ്രപ്രകൃതിയുടെ പശ്ചാത്തലത്തിൽ, വ്യത്യ സ്ത മത-സാമൂഹിക-സാമ്പത്തിക പശ്ചാത്തലങ്ങളിൽ നിന്നുള്ള വിവിധ കഥാപാത്രങ്ങളുടെ ആഖ്യാനങ്ങൾ സങ്കീർണ്ണമായി നെയ്ത ചിത്രം.

വിവിധ കഥാപാത്രങ്ങളുടെ കഥകൾ ഇഴചേർത്ത ഫിരാഖ് എന്ന മൾട്ടി-നറേറ്റീവ് സിനിമയില്ലൂടെ, ഗുജറാത്ത് വംശഹത്യാ കലാപം ജനങ്ങളുടെ നിത്യജീവിതത്തെ എങ്ങനെ ബാധിച്ചുവെന്ന് നോക്കിക്കാ ണാൻ ശ്രമിക്കുന്ന ഈ ചിത്രം. 2002-ലെ വംശഹത്യാ കലാപം നടന്ന് ഒരു മാസത്തിനശേഷം, 24 മണിക്കൂർ ദൈർഘ്യമുള്ള സംഭവങ്ങളെ പശ്ചാത്തലമാക്കി ഒരുക്കിയിട്ടുള്ളതാണ്.

വേർപിരിയൽ, അന്വേഷണം എന്നീ അർത്ഥങ്ങളുള്ള ഉറുദു പദമാണ് ഫിരാഖ്. ആയിരം കഥകളെ ആസ്പദമാക്കിയുള്ള സത്യവും മിഥ്യയും

കൂടിക്കലർന്ന ഈ ചിത്രം, സിനിമാറ്റിക് ലെൻസിലൂടെ, മനുഷ്യബന്ധങ്ങളുടെ സങ്കീർണ്ണതകളിലേക്കും സാമൂഹിക വിള്ളലുകളിലേക്കും വർഗീയ കലാപം ഉണ്ടാക്കിയ മുറിവുകളിലേക്കും ദാസ് സമർത്ഥമായി ആഴ്ന്നിറങ്ങുന്നു.

സങ്കീർണ്ണമായ മാനുഷിക വികാരങ്ങളുടെയും സാമൂഹിക പിരിമുറുക്കങ്ങളുടെയും സൂക്ഷ്മമായ ചിത്രീകരണത്തിന് നിരൂപകപ്രശംസ നേടിയ ഈ ചിത്രം, സാധാരണക്കാരുടെ വൈകാരിക യാത്രയെ അടയാളപ്പെടുത്തുന്നു. വംശഹത്യക്ക് നേതൃത്വം നൽകിയവരുടെയും ഇരകളാക്കപ്പെട്ടവരുടെയും കലാപത്തിനെതിരെ പ്രതികരിച്ചവരുടെയും, എല്ലാം കണ്ടിട്ടും ഒന്നും കാണാത്തവരെ പോലെ മൗനം പാലിച്ചവരുടെയും കഥയാണ് നന്ദിത ഈ സിനിമയിലൂടെ പറയുന്നത്.

ഇന്ത്യയിൽ നടക്കുന്ന വർഗീയ ധ്രുവീകരണത്തിന്റെ രാഷ്ട്രീയത്തെ തുറന്ന് എതിർക്കാൻ ചങ്കൂറ്റം കാണിച്ചിട്ടുള്ള നന്ദിതാ ദാസ്, ഭിന്നിപ്പിക്കുന്ന ആശയങ്ങളുടെയും വിദ്വേഷം വളർത്തുന്ന വാചാടോപങ്ങളുടെയും രൂക്ഷമായ വിമർശകയാണ്.

ഈ സിനിമയിലൂടെ, ഇന്ത്യയുടെ ചരിത്രത്തിലെ ഒരു ഇരുണ്ട അധ്യായത്തിലേക്ക് വെളിച്ചം വീശുക മാത്രമല്ല, ആഴത്തിൽ വിഭജിക്കപ്പെട്ട ഒരു സമൂഹത്തിൽ സഹിഷ്ണുത, അനുകമ്പ, പരസ്പര ബഹുമാനം എന്നിവയുടെ അടിയന്തിര പ്രാധാന്യത്തിലേക്ക് വിരൽ ചൂണ്ടുകയും ചെയ്യുന്നുണ്ട്, അവർ.

വ്യക്തികളിലും സമൂഹങ്ങളിലും വർഗീയ അക്രമത്തിന്റെ വിനാശകരമായ സ്വാധീനമാണ് "ഫിറാഖ്" ഉന്നയിക്കുന്ന പ്രധാന വിഷയങ്ങളിലൊന്ന്.   ക്രോസ്ഫയറിൽ അകപ്പെട്ടവർ അനുഭവിക്കുന്ന വേദന, നഷ്ടം, ഭയം എന്നിവ എടുത്തുകാണിച്ചുകൊണ്ട്, വർഗീയ കലാപങ്ങൾക്ക് കൊടുക്കേണ്ടി വരുന്ന മാനുഷികമായ വില, ദാസ് സമർത്ഥമായി ചിത്രീകരിക്കുന്നു.

മൊത്തത്തിൽ, "ഫിറാഖ്" സാമുദായിക അക്രമം അവശേഷിപ്പിച്ച സ്ഥായിയായ മുറിവുകളുടെയും മനുഷ്യാത്മാവിന്റെ ശാശ്വതമായ പ്രതിരോധത്തിന്റെയും ശക്തവും ഉഗ്രവുമായ പര്യവേക്ഷണമായി നിലകൊള്ളുന്നു.

ദാസിന്റെ ദർശനപരമായ സംവിധാനത്തിലൂടെയും അതിലെ അഭിനേതാക്കളുടെ മികച്ച പ്രകടനങ്ങളിലൂടെയും, വെറുപ്പിന്റെയും വിഭജനത്തിന്റെയും മുഖത്ത് സഹാനുഭൂതി, അനുകമ്പ, ഐക്യദാർഢ്യം എന്നിവയുടെ പ്രാധാന്യത്തിലേക്ക് സിനിമ വെളിച്ചം വീശുന്നു.

"പർസാനിയ":

സ്വർഗ്ഗവും നരകവും ഭ്രമിയിൽ തന്നെ !

ഗുജറാത്ത് വർഗീയ കലാപം പ്രമേയമാക്കി ഒട്ടനവധി ചലച്ചിത്ര
ങ്ങൾ പുറത്തിറങ്ങിയിട്ടുണ്ടെങ്കിലും, അവയിൽ

നിന്നെല്ലാം വ്യത്യസ്തമായി, കലാപം ആളിപ്പട
രുന്നതിനിടയിൽ കാണാതായ ഒരു പാഴ്സി
ബാലന്റെയും കുടുംബത്തിന്റെയും യഥാർത്ഥ
കഥയിൽ നിന്ന് പ്രചോദനം ഉൾക്കൊ
ണ്ട്, രാഹുൽ ധോലാകിയ സംവിധാനം
ചെയ്ത്, 2005-ൽ പുറത്തിറങ്ങിയ ചിത്രമാണ്
"പർസാനിയ".

ഗുജറാത്ത് കലാപത്തിന്റെ തീവ്രവും ശക്ത
വുമായ ചിത്രീകരണമായ പർസാനിയയിലൂടെ,
കലാപത്തിന്റെ ഭീകരതയും നിരപരാധികളുടെ കഷ്ടപ്പാട്ടുകളും പ്രത്യേ
കിച്ച്, ന്യൂനപക്ഷ സമുദായങ്ങളിൽപ്പെട്ടവരുടെ ജീവിതത്തിൽ അളുണ്ടാ
ക്കുന്ന പ്രത്യാഘാതങ്ങളുമാണ് ധോലാകിയ സൂക്ഷ്മമായി പകർത്തുന്നത്.

വേറിട്ട ശബ്ദവും കാഴ്ചയും കൊണ്ട് നിരൂപക പ്രശംസ നേടിയ
"പർസാനിയ" എന്ന ചിത്രമാണ് രാഹുൽ ധോലാകിയ എന്ന
കലാകാരനെ ശ്രദ്ധേയനാക്കുകയും ഒരു ചലച്ചിത്ര നിർമ്മാതാവായി
ഉയർത്തുകയും ചെയ്തത്.

സ്വർഗ്ഗവും നരകവും ഭ്രമിയിൽ തന്നെ എന്നർത്ഥം വരുന്ന
"പർസാനിയ" എന്ന സിനിമയിൽ അനുഗ്രഹീത നടൻ നസറുദ്ദീൻ ഷാ
അവതരിപ്പിക്കുന്ന നായകന്റെ ലെൻസിലൂടെ, നഷ്ടം, ദുഃഖം, വർഗീയ
കലാപങ്ങൾ നേരിട്ടന്ന നീതിക്കായുള്ള അന്വേഷണം എന്നിവയുടെ
പ്രമേയങ്ങൾ സിനിമ പര്യവേക്ഷണം ചെയ്യുന്നു.

കഥാപാത്രങ്ങൾക്ക് ആഴവും ആധികാരികതയും കൊണ്ടവരുന്ന,
ശ്രദ്ധേയമായ പ്രകടനങ്ങൾ കാഴ്ചവയ്ക്കുന്ന പരിചയസമ്പന്നരായ കലാ
കാരന്മാരാണ് "പർസാനിയ"യിലെ അഭിനേതാക്കൾ.

കലാപത്തിനിടയിൽ കാണാതായ മകനെ തിരയുന്ന ദുഃഖിതനായ
പിതാവിനെ അവതരിപ്പിക്കുന്ന നസീറുദ്ദീൻ ഷായുടെയും, കാണാതാവു
ന്ന മകനെ ഓർത്തുള്ള അമ്മയുടെ വേദനയും സഹിഷ്ണതയും കാത്തിരി
പ്പും ഉൾക്കൊള്ളുന്ന സരികയുടെ ഉജ്ജ്വല പ്രകടനവും കഥാപാത്രങ്ങളെ
അനശ്വരമാക്കി.

പർസാനിയ അതിന്റെ സമർത്ഥമായ ദിശയ്ക്കും വിഷയത്തിന്റെ സെൻസിറ്റീവ് ട്രീറ്റ്മെന്റിനും ശ്രദ്ധേയമാണ്. വർഗീയ അക്രമം എന്ന സെൻസിറ്റീവ് വിഷയം സൂക്ഷ്മതയോടെയും സഹാനുഭൂതിയോടെയും ധോലാക്കിയ കൈകാര്യം ചെയ്യുന്ന, കലാപത്തിന്റെ കഠിനമായ യാഥാർത്ഥ്യങ്ങളിൽ നിന്ന് ഒഴിഞ്ഞുമാറാൻ വിസമ്മതിക്കുന്ന, അതേസമയം, പ്രതികൂല സാഹചര്യങ്ങളെ അഭിമുഖീകരിക്കുന്ന മനു ഷ്യാത്മാവിന്റെ പ്രതിരോധം ഉയർത്തിക്കാട്ടുന്ന.

മൊത്തത്തിൽ, സാമൂഹിക അനീതികളിൽ വെളിച്ചം വീശാനും അർത്ഥവത്തായ ചർച്ചകൾക്കും സംവാദങ്ങൾക്കും തുടക്കമിടാനും സിനിമയ്ക്കുള്ള ശക്തിയുടെ തെളിവായി "പർസാനിയ" നിലകൊള്ളുന്നു.

കമൽഹാസൻ:

ഉലകനായകൻ

ചലച്ചിത്ര നിർമ്മാതാവ്, സംവിധായകൻ തിരക്കഥാകൃത്ത്, പിന്നണി ഗായകൻ ഗാനരച യിതാവ്, നൃത്തസംവിധായകൻ തുടങ്ങിയ മേഖ ലകളിൽ പ്രതിഭാവിലാസം തെളിയിച്ചിട്ടുള്ള, ബഹുമുഖ പ്രതിഭയും ഇതിഹാസ നടനുമായ കമൽഹാസൻ, സാമൂഹിക മാറ്റത്തിനും രാഷ്ട്രീയ പരിഷ്കരണത്തിനുമുള്ള ശക്തമായ ശബ്ദമായി മാറിയിരിക്കുന്നു.

1954 നവംബർ 7-ന് തമിഴ്നാട്ടിലെ പരമ ക്കുടിയിൽ ജനിച്ച കമൽഹാസന്റെ കരിയർ അഞ്ച് പതിറ്റാണ്ടിലേറെ നീണ്ടുനിൽക്കുന്നു, അദ്ദേഹത്തിന്റെ വൈവിധ്യമാർന്ന പ്രകടനങ്ങൾ, നൂതനമായ കഥപറച്ചിൽ, തന്റെ കഴിവുകൾ സാമൂഹ്യ നന്മയ്ക്കായി ഉപയോഗിക്കാനുള്ള അചഞ്ചലമായ പ്രതിബദ്ധത എന്നിവയാൽ അടയാളപ്പെടുത്തുന്നു.

കമൽഹാസന്റെ വ്യക്തിപ്രഭാവം അനിഷേധ്യമാണ്, അദ്ദേഹ ത്തിന്റെ കാന്തിക സാന്നിധ്യം, കുറ്റമറ്റ അഭിനയ വൈഭവം എന്നിവ യാൽ പ്രേക്ഷകരെ ആകർഷിക്കുന്നു. തീവ്രമായ നാടകീയ വേഷങ്ങൾ മുതൽ ഹൃദയസ്പർശിയായ ഹാസ്യചിത്രങ്ങൾ വരെ അദ്ദേഹം അവതരി പ്പിച്ച കഥാപാത്രങ്ങളുടെ ആഴത്തിലും ശ്രേണിയിലും അദ്ദേഹത്തിന്റെ ആത്മാർത്ഥമായ സമീപനം വ്യക്തമാണ്.

മാ നിഷാദ
അത്രേ കാട്ടാളാ..

1960-കളിൽ ബാലതാരമായി അഭിനയരംഗത്ത് അരങ്ങേറ്റം കുറിച്ച കമൽ, ആദ്യ ചിത്രത്തിലെ അഭിനയത്തിന്, ഏഴാമത്തെ വയസ്സിൽ പ്രസിഡന്റിന്റെ സ്വർണ്ണ മെഡൽ കരസ്ഥമാക്കിയിട്ടുണ്ട്. നായകൻ, മൂന്നാം പിറൈ, ഹേ റാം തുടങ്ങിയ ചിത്രങ്ങളിലെ വേഷങ്ങളിലൂടെ അദ്ദേഹം പെട്ടെന്ന് പ്രശസ്തിയിലേക്ക് ഉയർന്നു.

തമിഴിന് പുറമെ മലയാളം, ഹിന്ദി, തെലുങ്ക്, കന്നഡ, ബംഗാളി സിനിമകളിലും അഭിനയിച്ചിട്ടുള്ള കമൽ, ഇന്ത്യൻ ചലച്ചിത്ര വ്യവസായത്തിന് നിരവധി പുതിയ സാങ്കേതിക വിദ്യകൾ പരിചയപ്പെടുത്തിയ കലാകാരൻ കൂടിയാണ്. ഇന്ത്യൻ സിനിമയിൽ 50 വർഷം പൂർത്തിയാക്കിയ അപൂർവ്വം ചില കലാകാരന്മാരിൽ ഒരാളാണ് അദ്ദേഹം. .

അഴിമതി, വർഗീയത, ഭരണം എന്നിവയുൾപ്പെടെ വിവിധ സാമൂഹിക, രാഷ്ട്രീയ വിഷയങ്ങളിൽ കമൽഹാസന്റെ ധീരവും തുറന്നതുമായ നിലപാടുകൾ, തമിഴ്നാട്ടിലെ വിദ്യാസമ്പന്നരായ ജനങ്ങളിൽ നിന്നും പിന്തുണ നേടിയെടുക്കാൻ സാധിച്ചു. തെന്നിന്ത്യയിൽ, പ്രത്യേകിച്ച് തമിഴ്നാട്ടിൽ പൊതു ജീവിതത്തിലും സാമൂഹ്യ രംഗത്തും ഗുണപരമായ മാറ്റങ്ങളും പരിഷ്കരണങ്ങളും കൊണ്ടുവരുക എന്ന ലക്ഷ്യത്തോടെ 2018-ൽ അദ്ദേഹം മക്കൾ നീതി മയ്യം (എംഎൻഎം) എന്ന രാഷ്ട്രീയ പാർട്ടിക്ക് രൂപം നൽകി.

ഇന്ത്യൻ സിനിമയ്ക്ക് കമലഹാസൻ നൽകിയ സംഭാവനകളെ മുൻ നിർത്തി 1990-ൽ രാജ്യം പത്മശ്രീ പുരസ്കാരം നൽകി അദ്ദേഹത്തെ ആദരിച്ചു. 1984-ൽ തമിഴ്നാട് സർക്കാരിന്റെ കലൈമാമണി അവാർഡ്, 2014-ൽ പത്മഭൂഷൺ, ഒമ്പത് തമിഴ്നാട് സംസ്ഥാന ചലച്ചിത്ര അവാർഡുകൾ എന്നിവ ഉൾപ്പെടെ നിരവധി അംഗീകാരങ്ങൾ കമൽഹാസനെ തേടി വന്നിട്ടുണ്ട്.

പ്രകാശ് രാജ്:

പൊതുരംഗത്ത് അഭിനയിക്കാൻ തയ്യാറാവാത്ത നടൻ

തെന്നിന്ത്യൻ ചലച്ചിത്രരംഗത്ത് പ്രാഗല്ഭ്യം തെളിയിച്ച പ്രശസ്ത നടനും നിർമ്മാതാവും സംവിധായകനും ടെലിവിഷൻ അവതാരകനുമായ പ്രകാശ് രാജ്, തന്റെ ശക്തമായ പ്രകടനങ്ങളിലൂടെ പ്രേക്ഷക മനസ്സുകളിൽ കുടിയേറിയപ്പോൾ തന്നെ, സാമൂഹിക നീതിക്കും ജനാധിപത്യ മൂല്യങ്ങൾക്കും വേണ്ടി രാജ്യത്ത് നടന്നുകൊണ്ടിരിക്കുന്ന ബഹുജന മുന്നേറ്റങ്ങൾക്ക് ഊർജ്ജം പകർന്ന ജനാധിപത്യത്തിന്റെ

കാവൽക്കാരൻ കൂടിയാണ്.

1965 മാർച്ച് 26-ന് കർണാടകയിലെ ബംഗളൂരുവിൽ ജനിച്ച പ്രകാശ് റായ് എന്ന പ്രകാശ് രാജിന്റെ പഠനം, ബെംഗളൂരുവിലെ സെന്റ് ജോസപ്പ് ഇന്ത്യൻ ഹൈസ്കൂളിലും സെന്റ് ജോസഫ് കോളേജ് ഓഫ് കൊമേഴ്സിലും ആയിരുന്നു.

ടെലിവിഷനിലൂടെ അഭിനയ ലോകത്തേ ക്കു യാത്ര ആരംഭിച്ച പ്രകാശ് രാജിന്റെ പ്രശ സ്തമായ കരിയർ മൂന്ന് പതിറ്റാണ്ടിലേറെ നീണ്ടുനിൽക്കുന്നു, ചലച്ചിത്ര മേഖലയിലേക്കുള്ള പ്രകാശ് രാജിന്റെ യാത്ര ആരംഭിക്കുന്നത് 1990 കളുടെ തുടക്കത്തിലാണ്. ഇന്ത്യൻ സിനിമയിലെ ഏറ്റവും വൈവിധ്യ മാർന്ന നടന്മാരിൽ ഒരാളായി അദ്ദേഹം സ്വയം സ്ഥാപിച്ചു. "ഇരുവർ", "അന്യൻ", "കാഞ്ചീവരം" തുടങ്ങിയ ചിത്രങ്ങളിലെ അദ്ദേഹത്തിന്റെ പ്രകടനങ്ങൾ ഒരു നടനെന്ന നിലയിൽ അദ്ദേഹത്തിന്റെ വ്യാപ്തിയും ആഴവും പ്രകടമാക്കി.

പ്രശസ്ത സംവിധായകൻ പ്രിയദർശൻ സംവിധാനം ചെയ്ത, കാഞ്ചീ പുരത്ത് ജീവിതം വഴിമുട്ടിയ പട്ടുനൂൽ തൊഴിലാളികളുടെ ദയനീയമായ ജീവിതാവസ്ഥകൾ വിവരിക്കുന്ന കാഞ്ചീവരം എന്ന തമിഴ് സിനിമ യിലൂടെ 2008-ൽ മികച്ച നടനുള്ള ദേശീയപുരസ്കാരം പ്രകാശ് രാജ് നേടിയെടുത്തു.

തന്റെ സിനിമാ നേട്ടങ്ങൾക്കപ്പുറം, വിഭജന രാഷ്ട്രീയത്തിന്റെയും ജനാധിപത്യ മൂല്യങ്ങൾക്കെതിരായ ആക്രമണങ്ങളുടെയും ഇറന്ന വിമർശകൻ കൂടിയാണ് പ്രകാശ് രാജ്. അനീതി, വിവേചനം, അടിച്ച മർത്തൽ എന്നിവയ്ക്കെതിരെ സംസാരിക്കാനും സാമൂഹിക നീതി, സമത്വം, ഉൾക്കൊള്ളൽ എന്നിവയ്ക്ക് വേണ്ടി വാദിക്കാനും അദ്ദേഹം തന്റെ വേദി ഉപയോഗപ്പെടുത്തി.

തന്റെ തത്ത്വങ്ങളോട്ടുള്ള അചഞ്ചലമായ പ്രതിബദ്ധതയും നിലവിലെ അവസ്ഥയെ വെല്ലുവിളിക്കാനുള്ള സന്നദ്ധതയും രാജിന്റെ ആത്മാർത്ഥമായ സമീപനത്തിന്റെ സവിശേഷതയാണ്. പൗരത്വ ഭേദഗതി നിയമവും ദേശീയ പൗരത്വ രജിസ്റ്ററും ഉൾപ്പെടെ, ഗവൺ മെന്റിന്റെ നയങ്ങളെ അദ്ദേഹം രൂക്ഷമായി വിമർശിച്ചു,

നസീറുദ്ദീൻ ഷാ

കല | രാഷ്ട്രീയം | സാമൂഹ്യ പ്രതിബദ്ധത

സമൂഹത്തിന്റെ സ്പന്ദനങ്ങളമായി ആഴത്തിൽ ഇഴകിച്ചേരാൻ കഴിവുള്ള ഒരു കലാകാരനെന്ന നിലയിൽ, വർഗീയതയ്ക്കും സാമൂഹ്യ തിന്മകൾക്കും എതിരെ നിരന്തരം പ്രതികരിച്ചു കൊണ്ടിരിക്കുന്ന, ജനാധിപത്യത്തിനും ബഹുസ്വരതയ്ക്കും വേണ്ടി വാദിക്കാൻ തന്റെ വേദി സ്ഥിരമായി ഉപയോഗിച്ചു കൊണ്ടിരിക്കുന്ന മനുഷ്യസ്നേഹിയായ കലാകാരനാണ് ഇതിഹാസനടനായ നസിറുദ്ദീൻ ഷാ.

ഇന്ത്യൻ സിനിമയുടെ പ്രശസ്തി ലോകത്തോളം ഉയർത്തിയ ഈ വിഖ്യാത നടൻ, മതപരമായ അസഹിഷ്ണത, ആവിഷ്കാര സ്വാതന്ത്ര്യത്തിനെതിരായ ആക്രമണം, ജനാധിപത്യ മൂല്യങ്ങളുടെ ശോഷണം തുടങ്ങിയ പ്രശ്നങ്ങളിലൂടെ രാജ്യത്ത് അശാന്തിയുടെ വിത്തുകൾ വിതച്ച്, സ്വച്ഛാധിപത്യ പ്രവണതകളിലൂടെ അധികാരത്തിന്റെ ഗർവ് കാണിക്കുന്ന കേന്ദ്രസർക്കാരിനെ പല സന്ദർഭങ്ങളിലും രൂക്ഷമായി വിമർശിച്ചിട്ടുണ്ട്.

അനുദിനം വളർന്നു കൊണ്ടിരിക്കുന്ന മതപരവും ജാതീയവുമായ വിവേചനങ്ങളെയും അസഹിഷ്ണതയെയും വളരെയേറെ ആശങ്കകളോടെ വീക്ഷിക്കുന്ന ഷാ,. ഇന്ത്യൻ ഭരണഘടനയെ, കണ്ണിലെ കൃഷ്ണമണിപോലെ കാത്തു സൂക്ഷിക്കേണ്ടതിന്റെ പ്രാധാന്യത്തെക്കുറിച്ച് സമൂഹത്തെ നിരന്തരം ഉണർത്തിക്കൊണ്ടേയിരിക്കുന്നു.

നസിറുദ്ദീൻ ഷായുടെ വാദങ്ങൾ കേവലം വാക്കുകൾക്ക് അപ്പറത്തേക്ക് കൂടി വ്യാപിക്കുന്നു; വിവിധ സാമൂഹ്യനീതി പ്രസ്ഥാനങ്ങൾക്ക് പിന്തുണ നൽകിക്കൊണ്ട് അദ്ദേഹം പ്രതിഷേധങ്ങളിലും പ്രകടനങ്ങളിലും സജീവമായി പങ്കെടുത്തു.

വാണിജ്യ, സമാന്തര സിനിമകളിൽ ഒരു പോലെ തിളങ്ങാൻ സാധിച്ച പ്രതിഭാധനനായ നസീറുദ്ദീൻ ഷായെ, ഇന്ത്യൻ സിനിമയ്ക്ക് അദ്ദേഹം നൽകിയ സമഗ്ര സംഭാവനകൾ പരിഗണിച്ചുകൊണ്ട്, ഇന്ത്യാ ഗവൺമെന്റ് പത്മശ്രീ (1987) പത്മഭൂഷൺ (2003) പുരസ്കാരങ്ങൾ നൽകി ആദരിച്ച .

ശബാന ആസ്മി:

ആക്ടിംഗ് | ആക്ടിവിസം | ആദർശം

രാജ്യത്ത് നടന്നുകൊണ്ടിരിക്കുന്ന ജനകീയ പോരാട്ടങ്ങൾക്ക് ഊർജ്ജം പകർന്നു കൊണ്ട്, പ്രക്ഷോഭസമരങ്ങളെ മുന്നിൽനിന്നു നയിക്കുന്ന പ്രശസ്ത നടി ശബാന ആസ്മി, തന്റെ വിശിഷ്ടമായ കരിയറിൽ ഉടനീളം, ജനാധിപത്യ മൂല്യങ്ങൾക്കും ബഹുസ്വരതയ്ക്കും വേണ്ടി വാദിക്കുവാൻ തന്റെ പ്ലാറ്റ്ഫോം ഉപയോഗപ്പെടുത്തുന്ന ഒരു സാമൂഹ്യ പ്രവർത്തകയാണ്.

രാജ്യത്ത്, രാഷ്ട്രീയ പ്രക്ഷോഭങ്ങൾ കൊട്ടമ്പിരികൊണ്ടിരുന്ന കാലത്ത്, അടിച്ചമർത്തൽ വ്യവസ്ഥകളെ വെല്ലുവിളിക്കാനും അടിച്ച മർത്തപ്പെട്ടവരുടെ അവകാശങ്ങൾക്കുവേണ്ടി പോരാടാനും തന്റെ സ്വാധീനം ഉപയോഗിച്ച്, ആത്മാർത്ഥ പരിശ്രമങ്ങൾ നടത്തിയ ശബാന ആസ്മി, നിലവില്ലുള്ള ഇന്ത്യൻ അവസ്ഥയിൽ കലാസാംസ്കാ രിക പ്രതിഭകൾക്കിടയിലെ വെള്ളി നക്ഷത്രമായി വിളങ്ങി നിൽക്കുന്നു.

ഇന്ത്യൻ ചലച്ചിത്ര മേഖലയ്ക്ക് ശബാന ആസ്മി നൽകിയ അമൂല്യ സംഭാവനകൾ പരിഗണിച്ചുകൊണ്ട്, 1998-ൽ പത്മശ്രീയും 2012-ൽ പത്മഭൂഷണം നൽകി ഇന്ത്യാ ഗവൺമെന്റ് ആദരിച്ചിട്ടുണ്ട്.

ജാവേദ് അക്തർ

കലാസാംസ്കാരിക രംഗത്തെ കലാപകാരി

പ്രഗത്ഭനായ എഴുത്തുകാരനും ഗാനരചയിതാ വും കവിയുമായ ജാവേദ് അക്തർ, അദ്ദേഹത്തിന്റെ കലാ വൈഭവത്തിന് മാത്രമല്ല, ജനാധിപത്യ തത്വങ്ങളോടുള്ള അചഞ്ചലമായ പ്രതിബദ്ധതയ്ക്കും പേരുകേട്ട ഉന്നത വ്യക്തിത്വമാണ്.

സമീപകാലത്തായി രാജ്യത്തെങ്ങും ശക്തി പ്രാപിച്ചുകൊണ്ടിരിക്കുന്ന വെറുപ്പിന്റെയും വിദ്വേ ഷത്തിന്റെയും രാഷ്ട്രീയത്തെയും അതിന്റെ പ്രത്യ യശാസ്ത്രപരമായ പരിസരങ്ങളെയും തൃക്ഷ്ണമായി വിമർശിച്ചുകൊണ്ട് രംഗത്തുവന്ന രാജ്യത്തെങ്ങും അറിയപ്പെടുന്ന ഈ കലാകാരന്,

മാ നിഷാദ
അത് കാട്ടാളാ..

അതിന്റെ പേരിൽ വലതുപക്ഷ രാഷ്ട്രീയക്കാരിൽ നിന്നും അവരുടെ പാർശ്വവർത്തികളായ സർക്കാർ സ്പോൺസേർഡ് മാധ്യമങ്ങളിൽ നിന്നും ശക്തമായ എതിർപ്പുകളെ നേരിടേണ്ടി വന്നിട്ടുണ്ട്.

ജാവേദ് അക്തറിന്റെ ശക്തമായ രചനകളും വാചാലമായ പ്രസംഗങ്ങളും സ്വേച്ഛാധിപത്യത്തിനെതിരായ ഐക്യത്തിനും ചെറുത്തുനിൽപ്പിനുമുള്ള ആഹ്വാനമായും വർത്തിക്കുന്നു. ജനാധിപത്യ വിരുദ്ധ നടപടികളോടുള്ള അദ്ദേഹത്തിന്റെ നിർഭയമായ വിമർശനവും പൗരാവകാശങ്ങൾക്ക് വേണ്ടിയുള്ള പ്രതിരോധവും രാജ്യത്തുടനീളമുള്ള സാമൂഹ്യ- സാംസ്കാരിക - രാഷ്ട്രീയ പ്രവർത്തകരിൽ നിന്നും അദ്ദേഹ ത്തിന് ആദരവും പ്രശംസയും നേടിക്കൊടുത്തു.

ഗ്വാളിയാറിലെ എഴുത്തുകാരുടെ കുടുംബത്തിലെ ഏഴാം തലമുറ യിലെ അംഗമായ ഹിന്ദി ചലച്ചിത്ര വ്യവസായത്തിലൂടെ പ്രശസ്തനായ അക്തർ, അഞ്ച് ദേശീയ ചലച്ചിത്ര അവാർഡുകൾ നേടിയിട്ടുണ്ട്. കൂടാതെ, 1999-ൽ പത്മശ്രീയും 2007-ൽ പത്മവിഭൂഷണം നൽകി രാജ്യം ജാവേദ് അക്തറിനെ ആദരിക്കുകയും ചെയ്തു.

ദീപിക പദുകോൺ :

പൊരുതുന്ന ഇന്ത്യൻ യുവതക്കൊപ്പം

2020 തുടക്കത്തിൽ, ഡൽഹിയിലെ ജവഹർലാൽ നെഹ്റു യൂണിവേ ഴ്സിറ്റി ക്യാമ്പസിൽ പൊട്ടിപ്പുറപ്പെട്ട ആക്രമണ സംഭവങ്ങൾക്കെതിരെ പ്രതിഷേധിക്കുന്ന വിദ്യാർത്ഥികളോട് ഐക്യദാർഢ്യം പ്രകടിപ്പിക്ക ന്നതിനും ഗുണ്ടാ വിളയാട്ടത്തിൽ പരിക്കേറ്റ ഐഷ ഘോഷ് ഉൾപ്പെ ടെയുള്ള വിദ്യാർത്ഥി നേതാക്കളെ സമാശ്വസിപ്പിക്കുന്നതിനും വേണ്ടി, 2020 ജനുവരി 7-ന് തികച്ചും അപ്രതീക്ഷിതമായി ഒരു അതിഥി, ഇന്ത്യൻ യുവത നെഞ്ചേറ്റുന്ന ബോളിവുഡിലെ ഏറ്റവും ഉയർന്ന പാരിപദവിയുള്ള ഒരു സെലിബ്രിറ്റി ജെ. എൻ.യു ക്യാമ്പസിൽ വന്നെത്തി!

ഫാസിസ്റ്റ് ശക്തികൾ കളംനിറഞ്ഞാടിയ തലസ്ഥാന നഗരിയിൽ, വിദ്യാർത്ഥി സമരത്തെ ചോരയിൽ മുക്കിക്കൊല്ലാൻ സായുധ സേന ഉൾപ്പെടെയുള്ള സന്നാഹങ്ങൾ ഒരുങ്ങി നിന്നപ്പോൾ, ഇന്ത്യൻ യുവത നെഞ്ചേറ്റുന്ന ദീപിക പദുക്കോണിനെ പോലെയുള്ള ഒരു സെലിബ്രിറ്റി വിദ്യാർത്ഥി സമൂഹത്തിന് പിന്തുണയുമായി, ജെ.എൻ.യു ക്യാമ്പസിൽ എത്സ്യ സന്ദർശനം നടത്തിയപ്പോൾ ശരിക്കും ഞെട്ടിയത് ഫാഷിസ്റ്റ് പ്രതിലോമ ശക്തികളായിരുന്നു.

ദീപിക പദുക്കോൺ ജവഹർലാൽ നെഹ്റു യൂണിവേഴ്ശിറ്റി ക്യാമ്പസിൽ നടത്തിയ എസ്വസന്ദർശനം, രാജ്യത്തി നകത്തും പുറത്തും വമ്പിച്ച വാർത്താ പ്രാധാന്യം നേടുകയുണ്ടായി. ദേശീയ പ്രാധാന്യമുള്ള ഒരു സുപ്രധാന വിഷയ ത്തിൽ, യാതൊരു അർത്ഥശങ്കർക്കും ഇടയില്ലാതെ തന്റെ നിലപാട് വ്യ ക്തമാക്കിയ ദീപിക പാദുക്കോണിനെ ലോകമെമ്പാട്ടുമുള്ള സാമൂഹ്യ ചിന്തകരും ജനാധിപത്യ വാദികളും മുക്തകണ്ഠം പ്രശംസിച്ചു.

വെറുപ്പിന്റെയും വിദ്വേഷത്തിന്റെയും വ്യാപനത്തിനെതിരെ യുവതല മുറ, പ്രത്യേകിച്ച് ഇന്ത്യൻ ക്യാമ്പസുകളിലെ വിദ്യാർത്ഥി സമൂഹം ഉണർ ന്നിരിക്കണം എന്ന സന്ദേശം കൂടിയായിരുന്നു ദീപിക പാദുകോണിന്റെ ജെ.എൻ.യു സന്ദർശനം.

രാജ്യം ഭരിക്കുന്ന സർക്കാരിന്റെ സ്വച്ഛാധിപത്യ ഫാസിസ്റ്റ് നടപടി കൾക്കെതിരെ ഇന്ത്യൻ ക്യാമ്പസുകളിൽ ഉയരുന്ന യുവജന രോഷം ലോക ശ്രദ്ധയിൽ കൊണ്ടുവരുവാൻ സഹായകമായി എന്നതാണ് ജെഎൻയു പോലെയുള്ള ഒരു പ്രശസ്ത സർവ്വകലാശാലയിൽ നടന്ന ഇത്തരം ഒരു സെലിബ്രിറ്റി ഐക്യദാർഡ്യ്യത്തിന്റെ പ്രസക്തി.

വിദ്യാർത്ഥികളോട് ഐക്യദാർഡ്യ്യം പ്രകടിപ്പിക്കുവാനും ആക്രമണത്തിൽ
പരിക്കേറ്റവരെ സമാശ്വസിപ്പിക്കുവാനും 2020 ജനുവരി 7-ന് ദീപിക
പദുക്കോൺ ജെഎൻയു കാമ്പസ് സന്ദർശിച്ചപ്പോൾ

മാ നിഷാദ
അത്ത് കാട്ടാളാ..

ഉപസംഹാരം
അധിക വായനക്ക്:

ഈ പുസ്തകത്തിൽ ചർച്ച ചെയ്തിരിക്കുന്ന വിഷയങ്ങളെക്കുറിച്ച് കൂടുതലറിയാനും അവതരിപ്പിച്ചിരിക്കുന്ന വെല്ലുവിളികളെ യും പരിഹാരങ്ങളെയും കുറിച്ച് ആഴത്തിലുള്ള ഉൾക്കാഴ്ച നേടാനും താൽപ്പര്യമുള്ള വായനക്കാർക്ക്, ഇനി പറയുന്ന അധിക ഉറവിടങ്ങളും റഫറൻസുകളും കൂടുതൽ വായനയും ശുപാർശ ചെയ്യുന്നു:-

പുസ്തകങ്ങൾ:

(1) രാമചന്ദ്ര ഗുഹയുടെ "India After Gandhi" (ഇന്ത്യ, ഗാന്ധി ജിക്ക് ശേഷം) സ്വാതന്ത്ര്യാനന്തര ഇന്ത്യയുടെ സമഗ്രമായ ചരിത്രം ജനാധിപത്യത്തിന്റെ പരിണാമത്തെയും അത് നേരിട്ട വെല്ലുവിളി കളെയും ഉയർത്തിക്കാട്ടുന്നു.

(2) അമർത്യ സെന്നിന്റെ "The Argumentative Indian" ജനാ ധിപത്യത്തിൽ സംവാദത്തിന്റെയും ബഹുസ്വരതയുടെയും പ്രാധാന്യം ഊന്നിപ്പറഞ്ഞുകൊണ്ട് ഇന്ത്യയുടെ സാംസ്കാരികവും ബൗദ്ധികവു മായ പൈതൃകം പര്യവേക്ഷണം ചെയ്യുന്നു.

(3) സുനിൽ ഖിൽനാനിയുടെ "The Idea of India" (ഇന്ത്യ എന്ന ആശയം) ഇന്ത്യയുടെ ജനാധിപത്യ പദ്ധതിയെയും ദേശീയ സ്വത്വ ത്തെയും രൂപപ്പെടുത്തുന്ന വൈവിധ്യമാർന്ന വിവരണങ്ങളും സ്വത്വ ങ്ങളും പരിശോധിക്കുന്നു.

റിപ്പോർട്ടുകളും പ്രസിദ്ധീകരണങ്ങളും:

(1) ഫ്രീഡം ഹൗസിന്റെ ""Freedom in the World", ഇന്ത്യയുടെ ജനാ
ധിപത്യ അവസ്ഥയെക്കുറിച്ചുള്ള റിപ്പോർട്ടുകൾ ഉൾപ്പെടെ ആഗോളത
ലത്തിൽ രാഷ്ട്രീയ, പൗരാവകാശങ്ങളുടെ വാർഷിക വിലയിരുത്തലുകൾ
നൽകുന്നു.

(2) സെന്റർ ഫോർ പോളിസി റിസർച്ചിന്റെ "State of Democracy in
South Asia", ഇന്ത്യയുൾപ്പെടെയുള്ള ദക്ഷിണേഷ്യൻ രാജ്യങ്ങളിലെ
ജനാധിപത്യ പ്രവണതകൾ, വെല്ലുവിളികൾ, സാധ്യതകൾ എന്നിവ
യെക്കുറിച്ചുള്ള ഉൾക്കാഴ്ചകൾ നൽകുന്നു.

(3) ഡോ. ജെ. പ്രഭാഷിന്റെ "Democracy and Development in
India" എന്ന ഗ്രന്ഥം, ഇന്ത്യയിലെ ജനാധിപത്യത്തിന്റെയും വിക
സനത്തിന്റെയും വിഭജനത്തെ വിശകലനം ചെയ്യുന്ന, രാജ്യത്തിന്റെ
പുരോഗതിയും രണ്ടും നേടുന്നതിലെ വെല്ലുവിളികളും പരിശോധിക്കുന്നു.
സത്യദീപദീപത്തിലെ "Idea of India" എന്ന തലക്കെട്ടിലുള്ള അദ്ദേ
ഹത്തിന്റെ ലേഖനം ഈ വിഷയത്തെക്കുറിച്ചുള്ള ഉൾക്കാഴ്ച നൽകുന്നു.

(4) പ്രിയംവദ ഗോപാലിന്റെ "Insurgent Empire: Anticolonial
Resistance and British Dissent" (വിപ്ലവ സാമ്രാജ്യം: ആന്റികോ
ളോണിയൽ പ്രതിരോധവും ബ്രിട്ടീഷ് വിയോജിപ്പും) ആഗോള പശ്ചാ
ത്തലത്തിൽ ഇന്ത്യയുടെ സ്വാതന്ത്ര്യ സമരത്തിലേക്ക് വെളിച്ചം വീശി
ക്കൊണ്ട് കൊളോണിയൽ വിരുദ്ധ പ്രതിരോധത്തിന്റെയും ബ്രിട്ടീഷ്
വിയോജിപ്പിന്റെയും ഇഴചേർന്ന ചരിത്രങ്ങൾ പര്യവേക്ഷണം ചെയ്യുന്നു.

(5) കാളീശ്വരം രാജ് എഴുതിയ "Justice: Perspectives from the
Supreme Court" ഇന്ത്യൻ സാഹചര്യത്തിൽ, നീതിയുടെയും മന
ഷ്യാവകാശത്തിന്റെയും പ്രശ്നങ്ങൾ കൈകാര്യം ചെയ്യുന്ന, സുപ്രീം
കോടതിയിൽ നിന്നുള്ള സുപ്രധാന വിധികളെയും നിയമ വീക്ഷണങ്ങ
ളെയും കുറിച്ച് വ്യക്തമായ ഉൾക്കാഴ്ച നൽകുന്നു.

വെബ്സൈറ്റുകളും ഓർഗനൈസേഷനുകളും:

ഇന്ത്യൻ എക്സ്പ്രസ് (indianexpress.com): ഇന്ത്യൻ രാഷ്ട്രീയം,
സമൂഹം, ഭരണപരമായ പ്രശ്നങ്ങൾ എന്നിവയെക്കുറിച്ച് ആഴത്തിലുള്ള
കവറേജ് നൽകുന്നു.

മാ നിഷാദ
അത് കാട്ടാളാ..

സെന്റർ ഫോർ സിവിൽ സൊസൈറ്റി (ccs.in): ഇന്ത്യയിലെ ജനാധിപത്യം, ഭരണം, നയ പരിഷ്ക്കരണങ്ങൾ എന്നിവയെക്കുറിച്ചുള്ള ഗവേഷണവും പഠനങ്ങളും.

PRS ലെജിസ്ലേറ്റീവ് റിസർച്ച് (prsindia.org): പാർലമെന്ററി നടപടികൾ, നിയമ നിർമ്മാണ പരിഷ്ക്കാരങ്ങൾ, ഇന്ത്യയിലെ നയ സംഭവവികാസങ്ങൾ എന്നിവയെക്കുറിച്ചുള്ള വിശകലനവും ഉൾക്കാഴ്ചയും.

ഡോക്യുമെന്ററികളും സിനിമകളും:

"An Insignificant Man" (2016) [ഒരു നിസ്സാര മനുഷ്യൻ] ഇന്ത്യൻ രാഷ്ട്രീയത്തിൽ ആം ആദ്മി പാർട്ടിയുടെ ഉയർച്ചയെ തുടർന്നുള്ള ഒരു ഡോക്യുമെന്ററി, അത് അടിസ്ഥാന പ്രവർത്തനത്തിന്റെയും രാഷ്ട്രീയ മാറ്റത്തിന്റെയും പ്രമേയങ്ങൾ പര്യവേക്ഷണം ചെയ്യുന്നു.

"India's Daughter" (2015): [ഇന്ത്യയുടെ മകൾ] ഡൽഹി കൂട്ടബലാത്സംഗ കേസിന്റെ അനന്തരഫലങ്ങളും ഇന്ത്യയിലെ ലിംഗസമത്വം, നീതി, സാമൂഹിക മനോഭാവം എന്നിവയുടെ വിശാലമായ പ്രശ്നങ്ങളും പരിശോധിക്കുന്നു.

ഈ അധിക വിഭവങ്ങൾ ഇന്ത്യൻ ജനാധിപത്യത്തിന്റെ സങ്കീർണ്ണതകളെക്കുറിച്ചും അത് നേരിടുന്ന വെല്ലുവിളികളെക്കുറിച്ചും ജനാധിപത്യ സ്ഥാപനങ്ങളെ ശക്തിപ്പെടുത്തുന്നതിനും പൗരാവകാശങ്ങൾ സംരക്ഷിക്കുന്നതിനും എല്ലാവരെയും ഉൾക്കൊള്ളുന്ന ഭരണം പ്രോത്സാഹിപ്പിക്കുന്നതിനും ആവശ്യമായ ശ്രമങ്ങളെ കുറിച്ച് ആഴത്തിലുള്ള ധാരണ നൽകുന്നു.

മാ നിഷാദ: അത് കാട്ടാള... എന്ന ഈ പുസ്തകത്തിൽ ചർച്ച ചെയ്യപ്പെടുന്ന വിഷയങ്ങളുമായി കൂടുതൽ ഇടപഴകാൻ ആഗ്രഹിക്കുന്ന വായനക്കാർക്ക് ഇവ വിലയേറിയ വിഭവങ്ങളായി മാറും എന്ന് എനിക്കുറപ്പുണ്ട്.

-ഉമ്മർ മൂഴിക്കൽ